# Phiếm 20

# Phiếm 20

song thao

NHÂN ẢNH
2017

# Phiếm 20

Song Thao

NHÂN ẢNH xuất bản

Bìa: Khánh Trường

Kỹ thuật: Tạ Quốc Quang

www.songthao.com



ISBN: 979-8-8693-5055-8

# MỤC LỤC



## PHỤ LỤC

"Di An". Dĩ nhiên tôi cũng phải vận dụng đầu óc để cố dịch ra địa danh: Dĩ An! Từ đó chúng tôi là...đồng hương, gặp nhau đâu cũng tay bắt mặt mừng.

Ông cựu lính Mỹ *GI* tên Tom này là một bợm nhậu. Trên tàu cái chi cũng *free* ngoại trừ chất cồn. Thiệt oái oăm! Ngồi nghe nhạc mà không có tí cay mất thú. Tuy không được coi là một thứ bợm như ông bạn vui tính Tom, tôi cũng thường "lỳ một lam" mỗi tối khi nghe những bản nhạc gợi nhớ cả một dĩ vãng chưa muốn quên. Nỗi nhớ thật nhức nhối vì giá chất cồn trên tàu đắng ngắt. Rượu đã mắc lại thêm tiền *tip* tính thẳng băng trong *bill* 18%. Chưa hết khổ. Phía dưới lại còn hàng chữ ác ôn để cho tửu khách điền vào: *additional tip*. *Tip* thêm! Cô hầu rượu có kèm cây viết vào hóa đơn. Chẳng lẽ làm lơ? Cũng phải điền vào cho phải phép. Tay làm sao nỡ vẽ con số không tròn vành vạnh. Mất mặt bầu cua chết! Đành phải ghi vào một con số. Vậy là *tip* chồng trên *tip*. Mấy cô cậu bán rượu lảo rảo vòng quanh mời mọc hoài. Người mời chúng tôi uống rượu mỗi tối là một cô bé Á châu tươi tắn dễ gây cảm tình. Cô tên Huiling. Người Hoa. Biết như vậy vì trên bảng tên có ghi quốc tịch và hình quốc kỳ của nước đó. Tất cả có 67 quốc tịch phục vụ trên tàu. Phần lớn là người Á châu, một phần nhỏ là dân Đông Âu. Dân Phi Luật Tân chiếm đa số. Nói chuyện tầm phào, Huiling cho biết cô mới từ Thượng Hải qua làm việc được hai tháng. Mẹ cô vẫn còn ở Thượng Hải. "Có nhớ nhà không?". Tưởng câu hỏi làm xót xa cô nhỏ mới xa xứ, ai ngờ cô bé cười toe trả lời: "Không, không nhớ chút nào cả. Nơi nào có thực phẩm đầy đủ là...nhà!". Kể ra cuộc sống trên tàu của cô quá đầy đủ. Ăn ở không tốn một cắc, lương tháng hai ngàn đô gửi thẳng về cho mẹ. Bộ không tiêu pha gì mỗi khi được xuống bến sao? Thì tiêu bằng tiền *tip* cũng thừa mứa. Máu nhà báo làm tôi muốn đi sâu vào cuộc sống của những…tù nhân trên tàu. Họ làm việc 8 tháng liên tục rồi nghỉ hai tháng về chơi với gia đình. Một anh người Phi có vợ, hai con, nói với tôi: "Vậy là đủ rồi!". Anh công nhận là đi làm kiếm tiền vui hơn. Hỏi một anh người Indonesia trẻ tuổi: "Yêu đương ra sao?". Anh cười cười không nói. Trên tàu có trai có gái, chắc cũng có những mối tình nở vội. Lại chai mặt hỏi tiếp một anh tre trẻ khác người Thái Lan: "Lỡ hai người yêu nhau muốn cưới nhau cho ấm áp thì sao?". Anh nói ngay: "Cưới được chứ!". Cưới xong có được một phòng riêng không? Anh lắc đầu: "Không. Vẫn ai ngủ khu đó. Nam với nam, nữ với nữ!" Tò mò tra hỏi tiếp: "Vậy thì đâu có ra vợ chồng?". Anh phá ra cười lớn: "Quy định là như vậy nhưng vẫn có cách chứ!". Chẳng lẽ hỏi tới nữa, tôi đành hiểu ngầm. Dzậy đó!

*Lắc lư con tàu đi!* Câu hát của một bài hát mà tôi quên tên không đúng với con tàu chúng tôi đi. Tàu êm rơ. Nếu không nhìn ra biển chắc tưởng mình đang ở trong một khách sạn nào đó trên đất liền. Chỉ thấy mình đang ở trên tàu khi thỉnh thoảng từ loa phóng thanh báo có cá voi để du khách giương máy hình bấm lia lịa. Nghe tưởng thấy cá voi nguyên con chơi đùa trên biển nhưng thực ra chỉ thấy tăm của cá voi. Có khi thấy một vòi nước phun lên, có khi thấy cái đuôi đen xì quẫy một cái rồi mất tăm mất tích. Chú cá được chờ đón chiêm ngưỡng y như một thiếu nữ e lệ trốn tránh cặp mắt của tha nhân. So sánh như vậy e khập khiễng. Làm chi có thiếu bao công trình tuyệt tác của hóa công, đáng lẽ ông phải nhận những hình phạt nặng hơn nữa. Nhưng tôi chắc ở Anh không có án tử hình nên coi như ông đã lãnh án nặng nhất. Một nạn nhân của ông, bà Frances Perks, đã chì chiết: "Tôi thù hắn! Tôi muốn hắn bị nướng trong hỏa ngục!".

*06/2017*

# CẮT

Tháng 4 năm 2017, nữ bác sĩ Jumana Nagarwala ở Detroit, tiểu bang Michigan, bị bắt sau khi hai bé gái 7 tuổi xác nhận chính bà này đã làm thủ thuật y khoa cho các em tại một phòng khám ở thành phố Livonia vào tháng 2 năm 2017. Thủ thuật y khoa của bà là cắt âm vật hai bé gái này. Bé 7 tuổi thì không thể tự tới phòng mạch. Chúng bị chính mẹ chúng đưa tới cho bác sĩ. Vì tín ngưỡng. Luật Mỹ cấm chuyện cắt này nếu không vì lý do y khoa. Tại Canada cũng vậy. Kể từ năm 1997, chuyện cắt này cũng bị quy là bất hợp pháp. Theo cáo trạng thì bà bác sĩ này đã cắt không phải chỉ có hai bé này mà rất nhiều bé khác được mang tới phòng mạch từ nhiều tiểu bang trên đất Mỹ. Một giới chức bộ Tư Pháp, ông Kenneth Blanco, cho biết: "Bất chấp lời tuyên thệ chăm sóc bệnh nhân, bác sĩ Nagarwala đã thực hiện những thủ thuật tàn bạo trên những nạn nhân yếu thế. Bộ Tư Pháp cam kết chấm dứt việc cắt âm vật ở đất nước này và sẽ sử dụng quyền pháp lý để bảo đảm không có bé gái nào phải chịu đựng sự ngược đãi vật chất và tinh thần như vậy".

Cắt âm vật, theo định nghĩa của các cơ quan quốc tế WHO (Cơ Quan Y Tế Thế Giới), UNICEF (Quỹ Bảo Trợ Trẻ Em Liên Hiệp Quốc) và UNFPA (Quỹ Dân Số Liên Hiệp Quốc) định nghĩa là "loại bỏ một phần hoặc toàn bộ cơ quan sinh dục nữ bên ngoài hoặc các tổn thương khác đến cơ quan sinh dục nữ vì lý do không phải y khoa". Chuyện cắt này rất phổ biến ở 27 quốc gia châu Phi và ba nước khác là Indonesia, Iraq Kurdistan và Yemen. Theo một tài liệu của UNICEF được phổ biến vào tháng 2 năm 2016 thì tính tới thời điểm này đã có khoảng 200 triệu trẻ em bị cắt tại 30 quốc gia này! Bốn nước đứng đầu chuyện cắt này là Somalia có tới 98% bé gái bị cắt, Guinea 97%, Djibouti 93% và Sierra Leone 90%.

Tại sao đang yên lành lại đè con nhà người ta ra mà cắt? Đó có thể là vì quyền lợi của các ông. Khi người phụ nữ bị cắt âm vật, họ sẽ không có nhu cầu đời hỏi tình dục, do đó họ còn giữ được trinh tiết khi về nhà chồng. Như vậy cắt âm vật thể hiện sự bạo lực giới tính với phụ nữ. Ai Cập là cái nôi của hủ tục này.

Đối với các bé gái Ai Cập, mùa hè là mùa kinh hoàng, không được vui chơi thoải mái như những trẻ em tại các nơi khác. Đó là mùa cắt âm vật. Lợi dụng việc các em được nghỉ học, các bà mẹ mang con gái tới các bà mụ để thi hành hủ tục truyền thống. Bé gái Mona Mohamed, 10 tuổi, bị mẹ dắt tới bà mụ. Những gì phải trải qua trong mùa hè năm đó bé Mona không thể quên được: "Tôi rất hoảng sợ. Họ trói tôi. Mẹ giữ chặt một tay, bà mụ cầm tay kia". Họ đè bé ra để cắt.

Bé Mona nhớ lại trước khi bị cắt, có người giúi cho bé một thanh kẹo cao su. Sau đó bé ngất đi vì đau và sợ. Khi bé tỉnh lại, âm vật đã mất! Hầu hết các bé gái tại Ai Cập đều trải qua hủ tục man rợ này.

Có người hỏi, tới thế kỷ 21 này mà một nước từng có một nền văn minh rực rỡ như Ai Cập còn duy trì hủ tục này sao? Năm 2008, chính phủ đã ngăn cấm hủ tục này. Nhưng người dân vẫn coi như pha. Theo tài liệu của chính phủ công bố hồi tháng 5 năm 2015 thì vẫn có tới 92% phụ nữ bị cắt, tiến bộ hơn chút đỉnh so với năm 2010, khi đó tỷ lệ này là 95%. Đại diện của Quỹ Dân Số Liên Hiệp Quốc UNFPA tại thủ đô Cairo của Ai Cập, bà Jaime Nadal-Roig, phát biểu: "Đây là sự vi phạm nhân quyền một cách trắng trợn, không giúp ích gì cho cuộc sống của các bé gái, mà cũng không dựa trên cơ sở nào về y học hay tôn giáo". Lý thì vậy nhưng truyền thống vẫn đè nặng trên hành động này. Bà Jaime cũng phải lắc đầu: "Dân làng thường tổ chức tiệc mừng và trao đổi quà tặng sau khi cắt âm vật của một bé gái, Vì thế việc bắt họ bỏ hủ tục hay lên án họ chính là sự đối đầu với niềm tin và chuẩn mực xã hội".

Biết việc tranh đấu để hủy bỏ một hủ tục đã ăn sâu trong đầu người dân là một việc khó khăn nhưng các nhà cải cách vẫn phải cố gắng. Mục tiêu của họ là giảm dần con số các trẻ bị cắt. Một giới chức của Hội Đồng Dân Số Ai Cập, bà Vivian Fouad, đã thú nhận: "Đây là một kế hoạch đầy tham vọng. Nhưng tôi nghĩ tình hình chính trị đang có lợi cho cuộc vận động loại bỏ hủ tục và chúng tôi sẽ thành công. Nhiều năm qua chúng tôi chỉ phòng thủ. Có lẽ thời điểm để phản công đã tới". Tháng giêng năm 2015, lần đầu tiên kể từ khi lệnh cấm cắt có hiệu lực vào năm 2008, một bác sĩ đã bị kết tội vì cắt bộ phận sinh dục của một bé gái. Đây có thể là một răn đe hữu hiệu cho tầng lớp bác sĩ. Nhiều vị áo trắng này vẫn phớt lờ luật pháp chỉ vì cái túi tiền của họ. Đây là một dịch vụ đem lại cho họ nhiều lợi nhuận!

Theo một cuộc thăm dò các phụ nữ tại Ai Cập, có tới 60% các bà cho đây là một việc làm hợp với tín ngưỡng của họ và nên duy trì. Thật hết thuốc chữa! Điều trớ trêu là thứ hủ tục tai hại cho phụ nữ lại do chính các bà hành động. Chính các bà mẹ dẫn con gái đi cắt. Và người cắt lại thường là các bà: các bà mụ và các nữ bác sĩ.

Tùy theo mỗi sắc tộc mà việc cắt bỏ âm vật được tiến hành khác nhau. Đại khái gồm loại bỏ mũ âm vật và da bao âm vật, môi bé, môi lớn. Rốt ráo hơn hết là loại cắt gọi là *infibulation,* cắt toàn bộ hai môi lớn bé và đóng cửa âm hộ! Dĩ nhiên phải mở cửa nhỏ cho việc tiểu tiện và kinh nguyệt. Khi lấy chồng, cửa mới được mở ra để giao hợp và sanh con. Quỹ Dân Số Liên Hiệp Quốc ước tính chỉ nguyên trong năm 2010, khoảng 20% phụ nữ bị cắt sạch bách toàn bộ như vậy. Vùng bị…oanh tạc hạng nặng này là Djibouti, Eritrea, Somalia và Bắc Sudan. Tất cả đều ở châu Phi.

Nếu nhìn vào một địa điểm thực hiện việc cắt âm vật, chắc chắn chúng ta sẽ phải rùng mình. Công việc "giải phẫu" được thực hiện ngay trên một tấm vải nhớp nhúa trải trên sàn nhà bẩn thỉu. "Giải phẫu gia" là hai mẹ con bà Hawa và Fatima. Họ làm việc trong căn nhà xiêu vẹo của họ tại thủ đô Nairobi của Kenya. Dụng cụ hành nghề là một lưỡi dao lam và một chai rượu. Họ mô tả công việc: "Chúng tôi cho cô gái ngồi xuống, trói chân cô ta lại theo cách truyền thống. Sau đó phủ một tấm chăn lên người, cho uống một ly trà nóng, một người bịt mắt cô ta lại và đặt nằm xuống đất. Sau đó chúng tôi cắt, thường phải cắt ba lần, cắt xong đổ rượu vào vết thương. Hơi rát một chút nhưng rượu sẽ giúp cho máu ngừng chảy. Chúng tôi lau rửa vết thương mỗi ngày bằng cồn trong vòng hai tuần. Khi vết thương lành, cô ta mới được đi bộ quanh nhà một chút. Thường đến tuần thứ ba cô ta sẽ khỏe mạnh lại nhưng vẫn chưa được hoạt động nhiều. Phải mất một tháng cô ta mới hoàn toàn bình phục và trở lại cuộc sống bình thường". Họ cắt không thuốc tê chi cả vì giá các loại thuốc này rất mắc, khoảng 5 đô rưỡi, gia đình các cô gái không kham nổi. Họ làm ăn như đồ tể vậy nhưng vẫn được trọng vọng vì họ là những người thay mặt cộng đồng thực thi đạo lý! Bà Fatima nói về công việc của mình một cách hãnh diện: "Công việc này rất quan trọng vì nếu các cô gái còn trẻ không được cắt bỏ âm vật, họ sẽ đi theo trai và chúng tôi không muốn điều đó xảy ra. Chúng tôi không muốn họ trở nên hư hỏng, đó là lý do khiến chúng tôi hành động như thế". Mẹ con Hawa và Fatima là những *daya* thực thi truyền thống của cộng đồng.

Việc mổ xẻ thiếu vệ sinh như vậy có nguy cơ bị nhiễm trùng hoặc các biến chứng khác, nhưng các bà mẹ có con gái vẫn bất cần. Từ xưa tới nay người ta vẫn làm vậy. Chính họ trước đây cũng đã chịu đau đớn, giờ họ mang những đứa con nhỏ, khoảng từ 5 tới 10 tuổi, tới cho các *daya* làm y như chuyện họ đã từng bị làm những năm xưa.

Ngày nay, có nhiều bà mẹ tiến bộ hơn. Thay vì mang con gái tới các *daya,* họ đưa chúng tới các phòng mạch bác sĩ, sạch sẽ hơn và an toàn hơn. Có tiền là các bác sĩ đè ra cắt chứ thực sự họ không được dạy cắt như thế nào trong các trường y. Vệ sinh hơn nhưng vụng về hơn, tùy các bà mẹ chọn lựa. Kể từ sau ngày có lệnh cấm thực hiện hủ tục cắt, có nhiều bác sĩ vẫn lén lút thực hiện phẫu thuật này trong đêm khuya. Bác sĩ Ayan Sadek đang làm việc trong tổ chức *Plan International,* một tổ chức chống lại việc cắt âm vật, cho biết: "Không có cách nào an toàn để thực hiện những thủ thuật đầy rủi ro này, bởi nó có thể gây thương tật nghiêm trọng cho bệnh nhân, bất kể là dùng dao lam hay dao phẫu thuật".

Người ngoại cuộc như chúng ta nhìn vào kiểu cắt tàn bạo trên theo con mắt của chúng ta, coi đó như một trò nguy hiểm và tổn thương tới nhân phẩm người nữ. Nhưng những người trong cuộc lại có suy nghĩ khác. Tháng 9 năm nay, trên *website* của một tổ chức Hồi giáo có tới ba đền thờ ở Calgary, Canada, họ đã minh định chuyện cắt này dưới một nhãn quan hoàn toàn khác. *"Cắt âm vật phụ nữ dưới dạng cắt điểm cực khoái hoặc cắt toàn bộ để làm giảm ham muốn tình dục hoàn toàn đi ngược lại với đạo Hồi và những giá trị Hồi giáo được giảng dậy. Cắt âm vật dưới hình thức loại bỏ mũ âm vật thôi làm lộ điểm cực khoái khiến nữ giới thích thú hơn khi giao hợp là việc mà các thượng phụ của Hồi giáo khuyến khích từ nhiều thế kỷ qua".* Họ cho rằng việc này được luật *Hadith*, văn bản dẫn giải chính thống lời của Tiên Tri Muhammed, chấp nhận! Canada không chấp nhận bất cứ một hình thức giải phẫu âm vật nào không vì lợi ích y tế của bệnh nhân. Làm trái với luật này là phạm pháp. Chấm hết!

Chuyện cắt không chỉ xảy ra trong các nước có liên hệ tới Hồi giáo mà còn xảy ra ở Trung Hoa trước kia. Đó là chuyện của các nữ thái giám. Chúng ta thường chỉ nghe tới các nam thái giám trong cung cấm. Các hoạn quan này phải chịu cắt hoặc toàn bộ dương vật hoặc chỉ cắt tinh hoàn. Dù cắt cách nào, các hoạn quan đều không thể sinh hoạt bình thường như một nam nhi khiến không có khả năng nhập nhằng với các cung nữ, đặc sản độc quyền của vua. Còn các nữ thái giám, họ là ai mà ít được nhắc tới?

Nữ thái giám đã có mặt từ rất sớm trong các vương triều Trung Hoa xưa. Sử của đất nước này còn ghi lại các nữ thái giám nổi tiếng như Ban Chiêu đời Hán, Lâm Diệu Ngọc đời Tống, Tiết Đào đời Đường và Vạn Quý đời Minh. Trong quy định về chế độ quan chức đời Chu, cách đây ba ngàn năm đã có ghi chép về nữ quan. Đến đời Hán có tổng cộng khoảng 200 nữ quan. Nữ quan không phải là cung tần mỹ nữ. Cung tần phải trẻ đẹp để hầu hạ chăn chiếu với vua, nữ thái giám phải không đẹp, đứng tuổi, độc thân để nắm nội trị nội chính trong triều đình.

Các nữ thái giám này cũng bị…giám như các hoạn quan để bảo đảm họ không gây phiền toái tình dục trong hậu cung. Khi được tuyển dụng họ phải tịnh thân. Cuộc tịnh thân của họ rất gian khổ và đau đớn nhằm mục đích không để họ mang thai. So ra thì cuộc tịnh thân của các nữ thái giám đau đớn và gian nan hơn nhiều so với việc hoạn của các nam thái giám. Các nam thái giám chỉ bị cắt những chi lồ lộ, không bị xâm phạm sâu vào thân thể. Các nữ thái giám phải tịnh thân bằng cách móc sâu vào tới buồng trứng trong bụng.

Nhà văn Lỗ Tấn, trong cuốn *"Bệnh Hậu Tạp Đàm"*, đã mô tả lại quá trình tịnh thân của các nữ thái giám mà ông gọi là phương pháp "u bế". Khi trời còn chưa sáng, người phải tịnh thân được cho uống một bát canh rau đay để hạn chế việc chảy máu và giảm đau. Sau đó bị treo người vào một cái cọc. Một cái móc câu được đưa thật sâu vào tử cung, móc chặt vào buồng trứng. Người ta cột một vật nặng vào đầu phía ngoài dây móc. Tiếp đó, người ta dùng một chiếc búa mềm đập liên tiếp vào bụng cho buồng trứng trôi tuột ra khỏi âm đạo. Khi buồng trứng thò ra ngoài, người ta sẽ dùng một sợi dây gân bò mảnh để buộc chặt vào nó rồi dùng dao nóng cắt đi. Vì vết thương bị buộc chặt nên máu không tới được phần ngoài dây buộc, tử cung sẽ bị hoại tử và rụng đi. Cuối cùng, người ta bôi một lớp tro đốt từ một loại cỏ đặc biệt giúp cầm máu vết thương. Sau vài ngày tĩnh dưỡng, vết thương sẽ lành.

Công việc trong cung của nữ thái giám rất lung tung: quản lý đời sống tình dục trong cung, nắm vân ấn, ghi chép lịch trình ăn ở, nghỉ ngơi của vua, theo dõi những đêm "thị tẩm" của vua, xem xét và báo cáo tình hình thụ thai của các phi tần. Ngoài ra họ còn có nhiệm vụ chỉ bảo kỳ xảo giường chiếu cho các hoàng tử và ngay cả vua nếu vua còn trẻ người non dạ. Việc chỉ bảo phải tận tình, có thể phải tự dùng thân xác làm vật thực tập cho các học viên ưa học hỏi đến nơi đến chốn.

Nữ thái giám còn có nhiệm vụ đặc biệt là kiểm tra cơ thể các thiếu nữ được tiến cung. Việc kiểm tra được tiến hành vô cùng tỉ mỉ, cẩn thận và nghiêm ngặt. Mỹ nữ tiến cung phải hoàn mỹ, không một chút tì vết dù chỉ là một vết bớt nhỏ hay một nốt ruồi trên cánh tay! Trong sách *"Hán Tạp Sự Bí Tân"* viết về những chuyện bí mật trong hậu cung nhà Hán có chép về một cuộc kiểm tra. Mỹ nhân được kiểm tra tiến cung là Lương Doanh, con của Đại tướng quân Lương Thương, dung mạo hết sức xinh đẹp, phẩm hạnh rất tốt, tính nết hiền thục nết na. Lưu Chí muốn cưới Lương Doanh về phong làm hoàng hậu nên phái nữ thái giám Ngô Hử tới phủ họ Lương để quan sát dung mạo mỹ nhân. Sau khi quan sát tổng quát ngoại hình, Ngô Hử muốn kiểm tra toàn thể cơ thể của Lương Doanh. Vốn là cành vàng lá ngọc, chưa ai được thấy hình hài, Lương Doanh cự nự không bằng lòng, coi đó là chuyện sỉ nhục đối với một tiểu thư con quan danh giá. Nói qua nói lại mãi, cuối cùng Ngô Hử phải lấy thánh chỉ của vua ra yêu cầu tuân thủ, Lương Doanh mới miễn cưỡng chấp nhận. Cuộc khám nghiệm diễn ra trong phòng ngủ của Lương Doanh. Khi cửa phòng được đóng lại, Ngô Hử cởi bỏ toàn bộ áo quần trên người Lương Doanh. Bà bắt tiểu thư đi vài vòng chung quanh phòng để quan sát dáng đi. Tiếp theo bắt Lương Doanh vén cao mái tóc để lộ cổ và tai. Ngô Hử tiến tới sờ nắn toàn thân, mắt quan sát từng ngóc ngách trên thân thể để biết chắc tiểu thư còn là một trinh nữ. Cuối cùng, bà bắt tiểu thư hô to nhiều lần câu: "Hoàng Đế vạn tuế" để kiểm tra giọng nói. Lần đầu tiên bị lột trần truồng trước mặt người lạ, dù đó là một nữ nhân như mình, Lương Doanh hết sức mắc cỡ, lấy tay che hết chỗ này tới chỗ kia làm trở ngại cuộc kiểm tra. Nữ thái giám Ngô Hử đã phải trách mắng nhiều lần.

So với những ngược đãi mà nữ thái giám Ngô Hử phải chịu trước khi được vào cung, chuyện trần trụi của Lương Doanh chẳng nghĩa lý chi. Mấy anh đàn ông, dù là các ông tại các nước có hủ tục cắt âm vật hoặc các bậc quyền quý tại Trung Hoa thời xưa, đều là những bất hạnh của đàn bà. Chỉ vì họ coi đàn bà là một thứ lệ thuộc mà họ tha hồ tự tung tự tác, gieo bao đau đớn ê chề cho nữ giới. Những ê chề của một thân hình bị dao kéo xâm phạm tới vùng cấm, thứ mà anh đàn ông nào cũng biết là phải rất nhẹ nhàng mỗi khi tiếp xúc.

Chuyện đàn ông đàn bà muôn đời vẫn là chuyện rắc rối. Nhưng làm sao cắt được mối tương quan trời định này!

*11/2017*

# CHIM

Chim là thứ lượn lờ không biết mệt trong thơ. Tôi thử làm một chuyện nho nhỏ: vào *google* tìm thơ có chim ở trong. Cả vài trăm bài hiện lên, đọc không hết. Từ Xuân Diệu, Huy Cận, Tế Hanh đến Du Tử Lê, Trần Đức Uyển, Nguyễn Hữu Định, Đỗ Trung Quân, Quan Dương, Bùi Chí Vinh, Lê Hân…, ông nào cũng dính chim. Biết lựa chim của ông nào. Đành đánh trống lảng, lơ các ông đi, chơi một phùa trích thơ chim của…Trần Mộng Tú!

*Em bỏ lại sau lưng*
*Bờ sông và những con chim cánh trắng*
*Nắm vụn bánh cuối cùng*
*Đã ném trên mặt nước tiếng chim kêu*
*Tiếng cánh lao xao đập vào nhau gọi em quay lại*
*Còn gì mà níu kéo*
*Những mẩu bánh cuối cùng đã tung cao*

Mấy câu thơ trên trích trong bài "Hỏi Chàng". Chàng

đây dĩ nhiên không phải là chim. Ai lại đi hỏi chim. Nó chỉ biết hót chứ đâu biết nói! Chim chỉ là thứ…lung khởi để hỏi người: *Em hỏi chàng / Con chim nào em nên đợi? / Con chim cũ bay về? / Con chim mới bay tới? / Ôi! Mẩu bánh tình yêu / Muôn đời / Vẫn làm em bối rối.*

Chúng ta tôn trọng sự bối rối của nhà thơ khi đợi con chim cũ hay con chim mới. Chim trong thơ của nhà thơ nữ họ Trần là thứ chim nhởn nhơ ngoài trời. Chim tung tăng bay lượn chẳng chút chi ràng buộc. Nhưng khi chim đã vào lồng thì lại là chuyện khác.

Khoảng năm 1952 hay 1953 chi đó, lâu ngày quá tôi không  nhớ chính xác. Đoàn Gió Nam từ Sài Gòn ra Hà Nội trình diễn. Linh hồn của đoàn là ban hợp ca Thăng Long. Linh hồn của ban Thăng Long là nữ ca sĩ Thái Thanh. Lúc đó Thái Thanh còn rất trẻ, chỉ khoảng trên dưới hai chục cái xuân xanh. Lúc đó tôi còn là…trẻ con, được ông anh họ mua vé cho đi coi cùng với ông. Tôi rất khoái màn trình diễn của cô Thái Thanh, màn đơn ca bài "Chim Lồng" của nhạc sĩ Phạm Duy. Cảnh trên sân khấu rộng rãi chỉ có một chiếc lồng chim có con chim nho nhỏ nhẩy nhót ở trong. Ca sĩ Thái Thanh cứ xoay quanh chiếc lồng chim trong khi hát.

*Chim, chim chim ơi ! Chim, chim chim ơi!*
*Cớ, cớ cớ sao mi buồn rầu*
*Cớ, cớ cớ sao mi nặng sầu*
*Này là hạt gạo, này là hạt kê*
*Này là lồng son xinh xắn nhé*
*Này là bình nước rất ngon kia*

*Chim, chim chim ơi !*
*Cớ, cớ sao mi ngậm ngùi*
*Ớ ớ chim ơi ! Ớ ớ chim ơi !*
*Ớ ớ chim ơi ! Ớ ớ chim ơi !*

Chim là biểu tượng của tự do, bay nhảy khắp trời. Nay vướng vào cảnh cá chậu chim lồng, dù có được ở trong lồng son gác tía, gạo nước trắng trong, lại được cô ca sĩ thăm hỏi thắm thiết, buồn vẫn cứ buồn, ngậm ngùi vẫn cứ ngậm ngùi. Nếu chim biết nói, chắc sẽ nổi cáu lên khi cô ca sĩ cứ mân mê chiếc lồng hỏi tới hỏi lui: "Hỏi chi mà vô duyên vậy hổng biết!".

Chim trong lồng coi vậy còn không đến nỗi. Chim trong quần mới vất vả đời chim. Chuyện đang ầm ỹ trên mặt báo ở Mỹ. Người nhốt chim trong quần là một ông Việt Nam: ông Sony Đồng, cư dân Garden Grove. Theo nhật báo *The Orange County Register*, năm 2010, ông này đã bị kết án 4 tháng tù vì tội buôn chim lậu vào Mỹ. Ông tới phi trường Los Angeles trên chuyến bay từ Việt Nam qua. Nhân viên quan thuế tại phi trường đã mời ông vào phòng riêng để khám bổ túc. Trên đường đi, lông chim từ trong quần của ông rơi vãi trên đường. Khi nhân viên quan thuế yêu cầu ông vén quần lên, lồ lộ trên hai ống quyển của ông có 14 con chim quý, mỗi bên 7 con. Những con chim này được cho uống thuốc ngủ, bỏ vào những chiếc bao, móc vào vớ của ông. Chim nằm trong quần ông Sony Đồng trong suốt 20 tiếng bay từ Việt Nam về Mỹ. Tôi phục ông này. Đeo 14 con chim lủng lẳng trong quần ngồi trên ghế chật chội của máy bay, vậy mà ông chịu được. Tiền khiến con người có chí khí phi thường!

Bao nhiêu tiền? Ông chỉ bỏ ra ít tiền thuê mấy nông dân ở miệt vườn bẫy chim, tính ra chỉ ba hoặc bốn đô một con. Về Mỹ ông bán vài trăm một con, có con bán được tới cả ngàn đồng, bỏ túi chục ngàn như không. Hình ảnh 14 chú chim bám vào ống quần được quan thuế Mỹ phổ biến đã làm xôn xao dân Mỹ . Họ xót xa trước sự tàn nhẫn của con người đối với chim muông. Lần đó ông Sony Đồng mang chim thuê cho ông Đức Lê. Ông này nuôi chim bán ngay sân sau nhà tại Garden Grove. Tòa đã xử phạt ông Sony Đồng, 46 tuổi, bốn tháng tù và ông Đức Lê, 34 tuổi, sáu tháng nằm nhà giam.

Theo hãng thông tấn AP thì không phải vô cớ mà ông bị quan thuế chú ý. Hai năm trước, năm 2008, cũng trong một chuyến bay từ Việt Nam về tới phi trường Los Angeles, ông đã bị bắt vì chim. Kỳ đó ông bỏ 18 con chim chích chòe lửa vào va ly. Khi bị lộ, ông đã bỏ va ly chạy trốn về nhà. Ông này chắc có bộ óc lớn bằng óc chim nên không nhớ là va ly có ghi tên tuổi, địa chỉ rõ ràng trên đó. Không thấy tin tức nói hồi đó ông có bị phạt chi không nhưng tên tuổi của ông đã được ghi vào sổ đen.

Đã mang nghiệp chim vào thân, rất khó đoạn tuyệt dù đã tù tội vì chim. Tháng 12 năm 2016 vừa qua, ông Sony Đồng lại dính vào chim, tuy ông chẳng đi đâu cả. Ông chỉ ra phi trường Los Angeles đón một người từ Việt Nam về. Người về là ông Quang Trương. Ông này cũng đã bị quan thuế Mỹ để ý khi ông đã có lần bị hải quan Việt Nam bắt về tội buôn lậu chim khi lên máy bay xuất cảnh. Lần này ông Quang Trương lại mang chim từ Việt Nam qua Mỹ. Mấy con chim theo ông Quang lên máy bay có số phận khá hơn chút đỉnh.

Chúng không phải đeo toòng teng trong quần mà được nằm trong những chiếc hộp đặt trong va-ly đàng hoàng. Số chim ông Quang cho nằm trong va-ly là 30 con, chia thành hai va-ly, mỗi cái chứa 15 con. Ông này cũng đã khôn ngoan đặt những chiếc hộp chim này vào giữa va-ly, chung quanh được chêm áo quần và các đồ vật khác. Phi trường tới vẫn là Los Angeles. Mấy ông này vui thiệt. Quan thuế của phi trường này đã quá quen với những chiêu buôn chim quý của mấy ổng, vậy mà mấy ổng vẫn cứ bơ bơ xuống phi trường này. Vừa thấy mặt ông Quan Trương, quan thuế biết ngay thế nào cũng có hàng. Nhưng họ giả bộ làm lơ, không bắt mở va-ly, cho ông này thong thả đi ra. Họ muốn làm một mẻ lớn. Người tới đón ông Quang Trương không ai khác hơn là ông Sony Đồng! Chờ cho hai ông hội ngộ với nhau, dẫn nhau ra xe, họ mới ra tay. Khám trong người ông Sony Đồng, có số tiền 8 ngàn đô. Chắc là tiền trả cho ông Quang. Bị chộp cả hai, họ hết đường chối cãi. Chánh Án Janes Otero sẽ xử hai ông này vào ngày 14 tháng 5 năm 2018. Trong khi bị điều tra, ông Quang khai đã nhiều lần buôn lậu chim, mỗi lần được 2 ngàn đồng và được bao vé máy bay đi về. Ông Sony Đồng, bị bắt tới lần thứ ba, nên bản án có thể lên tới 5 năm tù.

Nhốt chim vào quần có lẽ là một hành động quốc tế. Bởi vì không chỉ có người Việt mang chim Việt ra khỏi đất Việt. Mà người ngoại quốc du lịch Việt Nam cũng làm y chang. Cũng giấu chim trong quần. Một ông Cuba, ông Ignacio Agramonte, đã chơi bạo, nhét tới 66 chú chim ruồi trong quần, mang từ Việt Nam về Cuba. Kể ra trong quần có tới 66 chú chim thì hơi nhiều. Vậy nên mới có vụ chim tử nạn trong quần. Có hai chú chim nằm gần "cái gọi là chim" trong quần ông Ignacio đã lăn quay ra chết. Cái chết này cũng dễ hiểu. Luật tự nhiên là cá lớn nuốt cá bé. Cá hay chim cũng rứa. Vậy nên hai chú chim ruồi đã chết ngắc. Tại phi trường Camaguya, ông Ignacio đã thoát ra khỏi máy dò kim loại. Ông thơ thới bước ra, tưởng đã thoát nạn. Một nhân viên quan thuế thấy ông bước chậm rãi khác thường và quần của ông có những chỗ lồi lõm không giống ai nên chặn ông lại. Nhân viên quan thuế Hermogenes Yonsiver kể lại: "Khi bị chặn lại, ông ta lập tức tìm cách lấp liếm. Ông nói chỉ mang theo một con chim bồ câu nhỏ về làm quà cho cháu nội". Một con bồ câu nhỏ đã biến thành 66 con chim ruồi.

Những vụ buôn lậu chim đều xuất phát từ Việt Nam làm dấy lên câu hỏi: "Bộ Việt Nam nhiều chim quý lắm sao?". Cũng có thể. Nhưng đúng hơn có lẽ là tại Việt Nam việc quản lý chim quý, thứ chim được quốc tế bảo vệ cho khỏi tuyệt giống, lỏng lẻo hơn ở những nước khác nên chim mới túa nhau ra khỏi nước. Dân ta mang chim ra khỏi nước đã đành, mấy ông Mỹ cũng ôm chim về Mỹ. Ngày 24 tháng 3 năm 2017, ông Kurtis Law đã ôm tới 93 con chim về phi trường Los Angeles. Ông không nhồi trong quần mà bỏ vào va-ly. Nếu lọt ông vớ bộn. Chim trong va-ly của ông gồm các giống họa mi, chim oanh mỏ đỏ, chim oanh tai bạc. Ông mua có một hoặc hai đô một con. Về Mỹ bán được trên dưới một ngàn đô! Người ta đi buôn một vốn bốn lời đã lãi khủng. Ông chơi tới cả ngàn lần lời, làm chi không ham! Ông gói riêng từng con, cho uống thuốc ngủ, cột mỏ và đặt nằm "trong tình trạng kinh hoàng đến nỗi chúng không thể cựa quậy được".

Khi bị bắt, chỉ có 8 con còn sống! Dân Mỹ nổi tiếng là yêu súc vật. Chúng ta không lạ chi chuyện này. Họ yêu chó mèo đã đành, đến rắn rết, khỉ, bọ, họ yêu tuốt. Huống chi là chim. Vậy nên những kẻ buôn chim này đã khiến bàn dân thiên hạ ghê tởm, coi như phạm tội ác…diệt chủng!

Chim được chu du qua biên giới là những giống chim quý có giá bán cao vời vợi. Hiểu chim phải là những tay chơi chim. Không có tôi trong số những tay chơi này. Một lần tôi qua Florida, tới một cơ sở nuôi chim và trồng cây cảnh của người Việt, chủ nhân khoe chim với tôi, thứ này đang có giá, thứ kia là loài hiếm, khó có thể tìm được con thứ hai. Mỗi lồng làm bằng kẽm cao quá đầu người, trong đó có để những chậu cảnh, chỉ nhốt một hai con. Chim thả sức bay. Toàn chim quý mang từ Việt Nam qua. Với người trần mắt thịt như tôi, chim nào cũng giống nhau. Phải chi bữa đó có ông Luân Hoán đi cùng với tôi! Ông này họ hàng với chim nên rất rành chim.

*bìm bịp, cú mèo, vàng anh, khướu*
*họa mi, chất quạch, sáo, bù chao…*
*những tiếng hót vàng chưa tên gọi*
*đang thổi âm thanh đến cõi nào?*

Tới nhà ông…chim này rất vui. Tiếng chim hót át tiếng chủ nhân. Có lẽ vì vậy nên ông ít nói. Nhà văn Hồ Đình Nghiêm, trong bài "Tiếng Chim", đã đà đà chuyện chim của ông Luân Hoán: "*Nghe đâu nhà thơ Luân Hoán thời còn ở bên nhà rất thích nuôi chim. Cả trăm thứ chim trong thiên hạ đều quy về một...nhà thi sĩ. Lần đầu trong đời, tôi nghe có người cất công sắm cả chục cái mùng nhỏ để mỗi đêm buông xuống cho đàn chim yêu mến khỏi bị muỗi cắn. Thơ và Chim là hai thứ mà anh Luân Hoán mê nhất. (Sao không có bướm vào trong đó nhỉ?) Anh từng bán mấy mẫu ruộng gia đình chia cắt cho để lấy tiền in thơ. Đó là những ngày huy hoàng cũ. Lang bạt qua đây anh ngụ tạm trên mấy thước đất lạnh của người ta, thế nhưng lòng vẫn còn trung thành ấp giữ niềm đam mê cũ. Thơ, Chim. Chim, Thơ".*

Chim ngụ tại nhà của nhà thơ xứ Quảng này không theo mùa mà theo nhiệt độ lên xuống trên trán của chủ nhân. Có lần tới nhà thấy la liệt lồng chim. Chim nhảy nhót, kêu hót nhộn nhịp, cứ tưởng mình đang ở ngoài đồng ngoài ruộng. Có lần tới thấy lặng thinh, chẳng thấy bóng dáng một chú chim nào. Hỏi, ông mới ậm ừ nói chán rồi. Có lần ông khoe mới mua được một chú hoàng oanh có giọng hót ngọt ngào. Hỏi tới, ông cho biết đã mua tới vài trăm. Có lần ông điện thoại hỏi tôi có muốn lấy chim không? Tôi thì chim chóc chi. Hỏi cớ sự sao ông lại cho chim đi chỗ khác chơi, ông bảo ông chán không muốn nuôi chim nữa. Ông Luân Hoán không chim chóc chi là một điều lạ. Tôi vội lái xe tới nhà ông coi xem nhiệt độ trên trán ông cao thấp ra sao thì thấy một lồng chim giả. Chú chim trong lồng gật gù chẳng có tiếng hót chi. Lại có lần tới nhà ông, chim thật chim giả chẳng thấy đâu nhưng lại nghe thấy tiếng chim hót. Nhìn quanh quất chỉ thấy một chiếc máy *cassette*.

*em gửi qua một cuộn băng cassette*
*đã rình thu tiếng hót chích chòe*
*ôi tiếng hót giờ từng trang thơ ấu*
*thở đầy hồn nhạc gió mát lũy tre*

*và bụi duối và hàng keo...bờ giếng*
*vàng mênh mông hương đất nức sau hè*
*ôi tiếng hót dễ thương chi lắm vậy*
*dập dồn dâng cao vút, vỡ mang mang*

Đọc thơ, tôi mới ngộ ra tiếng chim hót phải có nơi có chốn. Hót ở nơi cố quận, dù hót bằng *cassette,* vẫn thấm hơn chim thật hót tại quê người. Tiếng chim, nghe chừng không đơn giản!

*11/2017*

# ĐẬP

Mấy lúc sau này nhiều tên Việt xuất hiện trong những trường hợp hết sức bất ngờ. Như tên của bác sĩ David Đào, tên thuần Việt là Đào Duy Anh, trong vụ bị kéo lê ra khỏi máy bay của hãng United Airline. Tôi lại vừa bắt gặp một cái tên Việt nữa. Lần này là tên một người trẻ ở Canada, anh Bryan Nguyễn, 29 tuổi. Tên thuần Việt của anh thì chịu, không cách chi kiếm ra được tuy anh ở quanh quẩn tại Toronto và Montreal, nơi tôi đang cư ngụ. Lý do là vì tên anh xuất hiện trên một trang báo tiếng Anh, không có một tờ báo Việt nào đi tin này. Anh cùng với một anh bạn tên Tim Cheung, 27 tuổi, mở một cơ sở thương mại thuộc loại độc đáo: nơi dành cho khách hàng tới đập cho đã tức!

Hai năm trước, hai anh đã thành lập cơ sở đầu tiên ở Toronto mang tên *Battles Sports*. Năm nay, khai trương cơ sở thứ hai tại Montreal dưới cái tên *Sports de Combats*. Hai cái tên, một tiếng Anh và một tiếng Pháp, đã hé lộ loại hình của cơ sở này, một loại ít thấy trên thương trường. Đó là nơi cho khách hàng tới đập xả láng mọi thứ vật dụng cho hả cơn tức.

Chuyện xuống tay đập bể đồ đạc trong các cuộc cãi vã là chuyện thường xảy ra trong các gia đình mà các thành viên không dằn được cơn giận. Đó là chuyện thường ngày ở huyện. Tôi chỉ trích ra hai câu hỏi của hai bà vợ có chồng đập phá đồ đạc trong cơn giận dữ được đăng trên báo cho độc giả bày mưu tính kế giùm. Bà thứ nhất hỏi: "*Bình thường chồng tôi rất yêu thương vợ con, nhưng phải cái tính nóng, cứ giận lên là đập đồ. Bất cứ thứ gì trong tầm với như soong nồi, bát đũa, quạt điện... sẽ bị ném tanh bành. Mới đây nhất, cái smartphone anh ấy vừa mua cũng vỡ tan vì tính nóng. Tôi tức không chịu nổi. Tính vợ chồng tôi khắc khẩu, một tuần mà không cãi nhau thì chỉ có nghĩa là một trong hai đi về quê hay công tác. Nhiều chuyện rất là bình thường nhưng chồng tôi không chịu nghe trình bày mà nổi nóng luôn. Tôi nhịn bỏ đi thì hết chuyện nhưng tôi mà nói lại một câu là y như rằng đồ đạc sẽ có cánh bay. Tôi hiểu tính chồng nên không thấy sợ khi anh ấy nổi nóng, nhưng cứ đập đồ thế này thì làm bao nhiêu cho lại. Xin chỉ giúp tôi cách nào để chồng không bao giờ đập đồ nữa*".

Bà thứ hai tâm tình: "*Điều mà tôi không chịu được ở anh là mỗi khi vợ chồng có chuyện, anh lại đập đồ đạc trong nhà. Tôi vốn sinh ra trong một gia đình có nề nếp, chuyện vợ chồng cãi nhau mà người đàn ông đập phá trong nhà tôi chưa từng chứng kiến, nên tôi cảm thấy hoảng loạn và sợ hãi vô cùng. Tôi ngồi yên một chỗ cho anh đập mọi thứ anh muốn mà nước mắt cứ rơi, sao con người hiền lành mỗi ngày mà tôi nhìn thấy lại như vậy. Vợ chồng chỉ bất đồng chút quan điểm là anh nổi máu lên đấm đá mọi thứ, đập bể đồ trong nhà. Tôi vốn là cô gái khá đanh đá khi ra ngoài xã hội, nhưng lúc vợ chồng cãi nhau, tôi thường ít khi nổi nóng mà nói hỗn hay quát tháo anh, tôi biết anh cộc cằn nên không dám ăn nói lung tung mà thường giữ thái độ im lặng với anh. Chỉ vì tôi không nghe theo anh hay anh năn nỉ tôi chuyện gì mà không được là lại đấm đá túi bụi mọi thứ trong nhà. Rồi sau này có con, làm sao mà dạy dỗ, làm sao để con trẻ thấy cái hình ảnh cha nó nổi điên như vậy được".*

Độc giả Việt Nam vốn thương những người gặp cảnh ngộ đau lòng nên xúm vào chỉ vẽ giùm. Phần lớn đều mách nên dĩ độc trị độc. Đại khái một ông có kinh nghiệm vẽ: "*Chiêu này vợ tui trị được nè. Hồi trước tui cứ nóng là đập đồ kể cả trước khi lấy vợ. Sau vài lần nếm mùi mua sắm lại chén bát, điện thoại, quạt máy, lavabo, tivi, bàn ủi.... vợ tui toàn ra tay đập trước. Cái đó là để tui thấy hành động đập đồ xấu xí thế nào. Bả còn nói đằng nào bả cũng đi sắm lại nên bả đập cho sướng. Vậy mà tui chừa được*".

Một bà cũng kinh nghiệm đầy mình chỉ vẽ: "*Em kể cho chị nghe một câu chuyện, em có một anh họ, anh này lúc bình thường thì rất hiền lành, vui tính, nhưng khi giận lên lại có tính hay đập đồ. Nhưng sự chịu đựng của chị dâu có mức độ. Một hôm anh cãi nhau rồi lại đập đồ, phản ứng của chị dâu hôm nay không như mọi ngày là chịu đựng. Hôm nay anh bắt đầu đập cái chén, thì chị đập cái tô, và cứ như thế anh đập cái nhỏ thì chị đập cái lớn hơn, giá trị hơn, rồi chị ôm luôn cái tivi đập luôn. Lúc này anh họ của em sợ quá nên ôm chị lại. Rồi xong chị nói một câu: Của chồng công vợ, hai vợ chồng cùng làm nên nó, vì sao anh có quyền đập mà chị lại không. Từ đó trở đi không bao giờ anh dám đập một cái gì dù là nhỏ nhất".*

Vậy là anh đập, em đập. Cả hai đều hả giận, kẻ thua cuộc là cái túi tiền. Làm sao cho hả giận mà không làm hại tới cái túi tiền, đó là ý nghĩ của hai chàng trai Bryan Nguyễn và Tim Cheung. Họ mua những đồ đạc, máy móc cũ về, bày ra cho khách hàng thỏa sức đập. Chuyện căng thẳng trong cuộc sống chẳng phải chỉ có chuyện vợ chồng xô chén xô bát mà là chuyện con người gặp hàng ngày. Cuộc sống ngày nay bày ra cho chúng ta thiếu chi chuyện căng thẳng. Từ chiếc ổ gà nằm trên đường xe chạy, cái cục màu cam chặn đường nằm đầy rẫy khắp nơi, nạn kẹt xe, mưa ào ào hoặc nắng chói chang tới chảy mỡ, tới những lo lắng về thuế má, *bill* nợ nần, ánh mắt kỳ thị màu da, tất cả đều là những thứ quanh quẩn bên chúng ta. Đầu óc chúng ta lúc nào cũng như sợi dây thung căng quá cỡ, đứt lúc nào không biết. Con người luôn ở trong tâm trạng muốn đập phá một cái chi cho hả. Hai chàng trai trẻ một Việt một Hoa nắm thời cơ buôn chuyện căng thẳng này. Một chàng tốt nghiệp kỹ sư của Đại học McGill ở Montreal, một chàng ra trường với bằng tài chánh của Đại Học Toronto, họ thừa sức xông pha vào cái *business* không giống ai. Họ mua đủ thứ hầm bà làng như tivi, tủ lạnh, bếp lò, chén đĩa, *computer*, máy in, điện thoại, bình bông. Toàn những thứ kêu lên thảm thiết khi bị đập cho khách hàng hả cơn tức giận. Tới với hai cơ sở đập phá này, khách hàng có nhiều điều lợi. Thứ nhất là không lo bị thương tích vì những mảnh vỡ do mình đập phá: họ sẽ được trang bị mũ bảo hộ, mặt nạ, áo giáp khi tay tha hồ đập phá bằng cây gậy chơi dã cầu. Thứ hai, túi tiền không bị hao hụt trầm trọng như khi đập đồ xịn tại nhà. Có hao hụt là tiền dịch vụ, nhưng rẻ rề. Có nhiều loại đập, giá từ vài chục tới thứ…cao cấp nhất cũng chỉ khoảng một trăm đô. Giá cả tùy theo thời gian đập, số lượng đồ để đập và những thứ đập cho đã tay nhiều hay ít. Cuối cùng là cái lợi đập xong là phơi phới ra về, chẳng phải thu dọn chiến trường như ở nhà.

Chính hai chàng cũng đã từng có kinh nghiệm bị căng thẳng khi học hành và làm việc. Họ không cho biết có bao giờ đập phá đồ đạc trong nhà chưa nhưng sau hai năm hoạt động, họ nhận thấy khách hàng của họ nữ nhiều hơn nam!

Một trong những nữ nhân xả xú bắp trong *Battles Sports* ở Toronto là cô Maria Librado. Gọn gàng trong áo giáp, kính và găng tay bảo hộ, cô nàng 24 tuổi với vóc người nhỏ bé đã hùng hục đập nát một dàn máy hát và vài chai rượu cognac rỗng ruột. Cậu em Nicholas há hốc miệng nhìn cô chị ra sức đập, không tin ở mắt mình: "Thường bà ấy rất đằm nhưng thỉnh thoảng cũng lên cơn. Tôi nghĩ bà ấy xả hết căng thẳng với những cú đập này!". Vừa tháo mũ và kính ra, Maria vừa thú nhận: "Giờ thì tôi cảm thấy rất khỏe. Đập như vậy cũng như tập thể dục. Tôi phải thừa nhận rằng tôi rất dễ nổi nóng nhưng giờ thì tôi biết mình phải tới đâu sau khi cãi lộn tại sở hay tại nhà". Anh chàng Cheung kể lại một trường hợp khá ngộ nghĩnh: "Mới đây có một bà vừa ly dị chồng tới mang theo một tấm hình khổng lồ hai vợ chồng chụp chung khi còn mặn nồng. Bà đập một hồi thì hình ông chồng chỉ còn là một lỗ hổng nham nhở. Khi trả tiền, bà nói đập như vậy rẻ và công hiệu hơn đi bác sĩ tâm thần nhiều!".

Căng thẳng là chuyện có thể xảy ra bất cứ lúc nào trong cuộc sống đầy bon chen và kèn cựa. Nhưng tôi nghĩ một trong những chuyện gây căng thẳng nhất là chuyện học hành thi cử. Ít nhất cá nhân tôi đã bị những căng thẳng nhớ đời tới bây giờ còn bị ám ảnh. Tôi dám chắc ai trong chúng ta cũng đã trải qua thời kỳ khó khăn này khi còn mài đũng quần trên ghế nhà trường.

*Giờ này có thể trời đang nắng*
*Em rời thư viện đi rong chơi*
*Dưới đôi vòm cây ngủ yên tĩnh*
*Viền dòng trời ngọc thạch len trôi*
*Nghĩ tới ngày thi tương lai thúc hối*
*Căn phòng cao ốc vàng võ ánh đèn*
*Quyển sách mở sâu đêm*
*Nghĩ tới người mẹ đăm chiêu, đứa em quái quỷ*
*Nghĩ tới đủ thứ chuyện tầm thường*
*Mà cô gái nào cũng nghĩ tới.*

Cô học trò trong thơ Tô Thùy Yên ngày đó sách đèn một thì đám thanh niên chúng tôi sách đèn mười. Tương lai thúc hối đã đành mà quân trường cũng mở rộng cửa đón chờ. Ai không phải căng mình ra để trườn tới tương lai. Thời học hành của chúng tôi là thời chiến, chúng tôi học dưới tiếng súng vọng về từ chiến trường, giữa những thúc phọc của cuộc sống nhiều dọa dẫm, căng thẳng đến đứt gân là chuyện không tránh được. Cho tới bây giờ, nhiều đêm tôi còn nằm mơ tới thi cử, mồ hôi toát ra đầm đìa, giật mình tỉnh dậy, vui mừng vì thấy mình…già!

Để giải tỏa căng thẳng, ngoài chuyện đập do hai chàng Bryan Nguyễn và Tim Cheung bày ra, người ta còn có nhiều lối thoát khác. Một trong những lối này là phương pháp 4A. Đó là *Avoid, Alter, Accept* và *Adapt.* Tránh (*Avoid)* các tình huống và con người dễ làm chúng ta căng thẳng. Thay đổi *(Alter)* lối sống: ăn ngủ điều hòa, vận động thường xuyên, chú trọng tới giải trí. Chấp nhận *(Accept)* thực tế: không có thể bắt mọi thứ theo ý mình mà phải chấp nhận, biến nghịch cảnh thành một chuyện nhẹ tựa lông hồng. Thích ứng *(Adapt)*: khi không thể đối phó với nghịch cảnh thì chúng ta phải thay đổi những tiêu chuẩn để thích hợp với hoàn cảnh.

Nhà Phật cũng có cách tránh phiền não gây ra *stress*. Theo đạo Phật, con người khổ vì ba nguyên nhân gốc: tham, sân, si. Ba nguyên nhân đó do tâm ý gây ra. Theo nhà sinh vật học Hans Selye (1907-1982), *stress* là một hiện tượng sinh học: khi cơ thể bị một ngoại vật hay nội tâm tấn công, nó có phản ứng là tiết ra chất *catécholamines (adrénaline, noradrénaline)* và *hormones cortcoides.* Phản ứng này gọi là *stress*. Nó giúp tim ta đập nhanh, co mạnh, để cho máu chảy nhanh hơn, phổi thở nhanh hơn, để đem nhiều dưỡng khí vào trong cơ thể; gan huy động chất đường tích trữ trong gan để đem ra máu nhiều hơn; áp huyết được tăng lên v.v... mục đích là để cho chúng ta có thêm năng lực hầu đối phó với các yếu tố gây rối ta. Trong đời sống hàng ngày, *stress* là hiện tượng sinh lý cần thiết cho con người. Nhờ có *stress* ta mới đáp ứng được với các điều kiện thay đổi không ngừng của môi sinh. Ông Selye đã viết: " Không có *stress* là chết".

Nhưng nếu *stress* mạnh quá hay nhiều quá, có thể gây ra bệnh tật. Trong *stress*, yếu tố tinh thần là cơ bản. Nếu tinh thần u tối, rối loạn, thì thấy chuyện gì cũng xấu. Nếu tinh thần trong sáng, an tịnh thì thấy chuyện gì cũng rõ ràng; nhờ vậy mà tìm ra được biện pháp thích hợp để đối phó tình thế. Ví dụ, trường hợp một người đau bệnh nặng có thể chết được. Sợ chết là cái *stress* làm khủng hoảng tinh thần đa số con người. Nếu người bệnh thấy chết là hết, cố bám lấy cuộc sống, sợ mất tất cả và cứ ngày đêm tự hỏi " chết rồi sẽ đi đâu" thì tâm người đó rối loạn không bao giờ an. Còn nếu người ấy tu theo đạo Phật , hiểu rằng: chết là quy luật tự nhiên không ai tránh khỏi, con người là vô ngã, vô thường thì tâm người ấy được nhẹ nhàng hơn. Muốn được sống yên tĩnh và hiểu sự vật rõ ràng, tránh căng thẳng, chỉ có một con đường: thiền. Thiền như thế nào, xin đừng hỏi tôi, vì tôi rất lọng cọng trong chuyện này!

Bước ra ngoài cửa Phật, Đại Học Fudan bên Trung Quốc còn chế ra một phương cách khác để cho anh *stress* đi chỗ khác chơi. Họ tiễn sự căng thẳng bằng cách đón nụ cười. Họ cho thành lập một câu lạc bộ lấy tên là "Cười Thành Tâm" *(Heart-felt Laughing Club).* Chuyện này coi bộ dân phiếm rất khoái. Căng thẳng trong giới học sinh sinh viên, như tôi đã trình bày trên, rất phổ biến. Đụng vào sách đèn là lo lắng ào tới. Một cuộc khảo sát tại quận Yuexiu thuộc tỉnh Quảng Châu cho kết quả: 19,4% học sinh tiểu học, 28,9% học sinh phổ thông, 36,8% học sinh trung học rất lo lắng về kết quả học vấn, bài làm, bài thi dẫn đến mất ngủ. Phân tích kết quả này, chúng ta thấy các học sinh càng học những lớp cao càng lo lắng nhiều hơn. Có lẽ vì kiến thức và tuổi tác tăng thêm khiến học sinh có ý thức về bổn phận nhiều hơn. Ngoài đời cũng vậy. Theo một khảo sát của Liên Đoàn Phụ Nữ Thượng Hải, Trung Quốc, với sự tham gia của 875 gia đình được chọn ngẫu nhiên thì có tới 87% bị *stress*. Cuộc khảo sát cũng cho thấy những gia đình trẻ, có trình độ đại học bị căng thẳng nhiều hơn.

Muốn mời anh *stress* đi chỗ khác chơi, các nhà nghiên cứu đề nghị giúp cho mọi người cười để giải tỏa căng thẳng. Cứ toác miệng ra thoải mái là tinh thần phơi phới ngay. Cười giúp cho các mạch máu làm việc hiệu quả hơn. Các nhà nghiên cứu đề nghị, tại các công tư sở, các đại học, các trường trung học nên thiết lập những phòng cười. Cười cho thỏa thích còn có thể giúp cho tâm hồn trong sạch, tăng cường hệ thống miễn dịch giúp cơ thể sảng khoái, yêu đời.

Như vậy, ngoài việc tới phòng…đập của hai chàng trai trẻ Bryan Nguyễn và Tim Cheung, chúng ta còn có thể thiền hoặc cười cho vơi bớt sự căng thẳng. Thích cách nào, cứ tùy tiện, nhân tâm tùy mạng mỡ! Tôi nhận thấy thiền hoặc cười là nén *stress* vào trong, còn đập là xả *stress* ra ngoài. Cách nào tốt là tùy người đối diện!

Bạn đọc nào nhất định muốn đập cho đã tay, tôi xin tặng hai cái địa chỉ. Nếu ở Montreal xin tới *Sports de Combats*, 5335 Casgrain Ave., điện thoại số 514-613-3894, website: *www.sportsdecombats.com*. Tại Toronto xin tới *Battles Sports*, 26 Ashwarren Rd., gần Allen Rd. và Sheppard., *website*: www.battlesports.ca/rage-room/

*06/2017*

# DƯ

Khi oe oe chào đời, chúng ta được con Tạo phát cho một bửu bối. Bửu bối có hai kiểu nhưng chúng ta không được chọn mà được phát kiểu nào phải nhận kiểu đó. *Bắt dương phận phải dương phận / Cho âm hoa mới được phần âm hoa.* Theo luật pháp hai thứ đều bình đẳng nhưng trên thực tế có sự phân biệt. Ngày nhỏ, cả hai kiểu đều chỉ có một công dụng: công dụng sơ khai. Khi thành nhân mới biết công dụng chính, phức tạp hơn, của mỗi kiểu.

Nhưng, ngay lúc còn thơ, khi chơi đùa với nhau, lũ ôn dịch đã biết phân biệt, dựa theo hình thức. Thường thì phái… dương cụ làm tàng hơn. Có lẽ vì nổi cộm hơn. Vậy nên khi thi hành công dụng sơ khai của bửu bối là thoát nước, đứa con trai thường làm tàng, khoe *cây gậy làm mưa* (chữ của ông nhà văn Đỗ Kh.), đi nhiều đường huê dạng, khiến đám con gái ganh tị. Một bé gái tức khí về khóc lóc với mẹ. Bà mẹ ghé tai căn dặn. Bé gái, mặt tươi như hoa, chạy ra đứng giữa đám quần hùng hai phái, vén lên thách thức: "Mẹ tao bảo nếu tao có cái này thì muốn có bao nhiêu cái của mày cũng được!".

Bé gái nói đúng nhưng dư thứ bửu bối này là điều không tốt. Một là ngô, hai là khoai. Chứ không ra ngô ra khoai là mệt.

Cuối tháng 2 năm nay, 2017, cô người mẫu loại *super-model* tên Hanne Gaby Odiele, người Bỉ, đã thổ lộ sự mệt này trên báo chí. Cô công khai thú nhận mình thuộc loại lưỡng tính, có cả hai thứ. Thường thì sự lệch lạc này được đương sự giấu kín như bưng. Không ai bố cáo cho toàn dân thiên hạ biết như vậy, nhất là một siêu mẫu loại xịn. Hanne là người mẫu của tạp chí Vogue và quảng cáo cho Chanel và Dior. Cô nói trong một *video* được cô cho phổ biến trên *YouTube*: "*Hi*, tôi là Hanne và tôi được sanh ra lưỡng tính. Nghĩa là tôi không đích thực là nam hay là nữ". Năm nay 29 tuổi, khi chào đời cô bị hội chứng "thiếu *androgen*". Người bị hội chứng này thuộc nam giới theo di truyền, có nhiễm sắc thể nam, nhưng thân xác không chấp nhận kích thích tố nam *testosterone* một cách đầy đủ, khiến bộ phận sinh dục và các cơ quan đặc trưng giới tính nam khác không phát triển bình thường. Theo ước lượng thì cứ trong 2000 ca sinh thì có một ca bị hội chứng này.

Hội chứng thiếu *androgen* toàn phần, *Complete Androgen Insensivity,* viết tắt là CAIS, khiến khi sanh ra, đứa trẻ trông giống như một bé gái. Bộ phận sinh dục có thể có hình dạng nữ bình thường, nhưng dư hai tinh hoàn, âm đạo ngắn và không có cổ tử cung, tử cung, vòi *Fallope* và buồng trứng. Bù lại, theo một bài báo vào năm 1998 trên tờ New York

Times, thì các bé gái bị hội chứng CAIS, "thường trở thành một thiếu nữ đẹp một cách lạ thường với cặp chân dài, da trắng, ngực vun và tóc rất dày; một số người mẫu nổi tiếng được cho là có hội chứng CAIS này". Miêu tả này y chang như cô Hanne Gaby Odiele. Nhìn hình, cô là một nhan sắc toàn vẹn, dễ hớp hồn các đấng mày râu. Vậy nên, các cô người mẫu đẹp kỳ bí này rất dễ kiếm chồng loại xịn. Cô Odiele đã tu bổ bộ phận sinh dục và đã lập gia đình.

Đám cưới của cô được cử hành vào ngày 31 tháng 7 năm 2016 tại New York. Chú rể cũng là người mẫu kiêm DJ tên John Swiatek. Nàng 28 cái xuân xanh, chàng hơn nàng một tuổi. Đám cưới người mẫu nên quần là áo lượt dữ. Tác giả của áo cưới là nhà tạo mẫu Alexander Wang. Nghe thì biết vậy chứ tôi mù tịt, chẳng biết ông này là ai. Nhưng chắc cũng là cỡ tên tuổi nên mới được chọn vẽ kiểu áo cho cô dâu siêu mẫu.

Đám cưới của những người nổi tiếng dĩ nhiên phải được nhiều người bàn tán, Nhưng điều được chú ý nhất là câu nói của cô Hanne Gaby Odiele với báo USA Today. Như một trái bom. "Điều quan trọng đối với tôi vào đúng thời điểm này của cuộc đời tôi là phá vỡ sự cấm kỵ. Lúc này, vào đúng ngày hôm nay, thật đúng lúc để tôi nói về chuyện này". Chuyện cô muốn nói là chuyện, theo Liên Hiệp Quốc, có tới 1.7% trẻ em được sanh ra không hợp với những định nghĩa là trai hay gái. Chuyện không thuộc phe này hay phe kia không phải là chuyện cần sửa đổi ngay. Những phẫu thuật ngay khi đứa bé được sanh ra rất không thích hợp. Liên Hiệp Quốc chống lại việc này vì nó có thể làm cho đứa trẻ chịu đau khổ suốt đời, mất cảm giác tính dục và tổn hại tinh thần. Nó cũng vi phạm nhân quyền vì không có sự thỏa thuận của đương sự. Cô Hanne Gaby Odiele cũng đã gặp trường hợp này. Các bác sĩ đã thuyết phục cha mẹ cô để họ làm phẫu thuật ngay, nếu không cô có thể bị ung thư và không phát triển thành một cô gái bình thường được. Cô dõng dạc nói: "Tôi hãnh diện vì là đứa bé lưỡng tính và rất tức giận khi người ta vẫn thực hiện những cuộc giải phẫu sớm này". Cha mẹ cô đã từ chối, dành quyền quyết định sau này cho cô.

Một trong những nạn nhân của sự chỉnh sửa sớm sủa này là Caroline Kinsey, sanh năm 1968 tại bệnh viện Bull Hill ở Dawen, Lancashire bên Anh. Khi chào đời, Caroline đã bị lưỡng tính bẩm sanh với hai cơ quan sinh dục, một nam một nữ. Bác sĩ bàn với bố mẹ cô để cắt bớt đi một bửu bối dư. Ông thấy dấu đi bộ phận nữ dễ thực hiện hơn bộ phận nam. Vậy là họ đồng ý cho cô giới tính nam và đặt tên cô là Carl John Baker. Bác sĩ còn dặn cha mẹ cô hãy giữ kín việc giải phẫu này, đừng cho cô biết lâu chừng nào tốt chừng đó. Khi đi học, cô bị bạn bè chọc ghẹo vì cớ sự trai mà không hẳn trai của cô. Cô nói: "Ngay từ tuổi dậy thì, tôi biết là tôi khác người. Giọng nói của tôi là giọng đàn bà". Mãi tới năm cô 19 tuổi, cha mẹ cô mới cho cô biết sự thực. Cô vẫn là chàng Carl. Cô cũng lập gia đình với một người đàn bà như mọi người đàn ông khác. Nhưng chỉ một thời gian ngắn sau, cuộc hôn nhân đổ vỡ. Cô bị trầm cảm nặng và quyết định "làm lại cuộc đời" bằng cách sống với giới tính thật của mình. Năm 2010, cô ăn mặc như một phụ nữ. Và cô được giải thoát mặc cảm sau 42 năm làm đàn ông!

Theo Hiệp Hội Lưỡng Tính Bắc Mỹ *Intersex Society of*

*North America*, người ta chỉ giải phẫu khi đứa trẻ đủ lớn để biết chúng ngả về giới tính nào. Trong khi chờ đợi được giải phẫu, các bậc cha mẹ có thể giải thích cho con tình trạng bất thường của chúng. Đó là điều riêng tư nhưng không phải là một điều cần giấu giếm. Tuy nhiên chúng không nhất thiết phải nói cho mọi người biết. Đó cũng không phải là một bí mật nên không có chi phải cảm thấy xấu hổ. Như vậy, chúng sẽ không bị mặc cảm với bạn bè. Cô Hanne Gaby Odiele đã sống bình thường như vậy cho tới khi được giải phẫu vào năm 18 tuổi.

Thế nào là một người lưỡng tính? Chúng ta biết hệ sinh dục của con người có ba phần: các tuyến sinh dục, đường sinh dục và bộ phận sinh dục ngoài. Chúng có nguồn gốc cấu tạo khác nhau và chịu ảnh hưởng của các tác nhân khác nhau khi hình thành. Việc bộ phận sinh dục ngoài không rõ ràng được gọi là tình trạng lưỡng tính. Phần lớn là lưỡng tính giả, số lưỡng tính thật rất ít.

Lưỡng tính giả có nhiều loại. Nói tới phía nữ của cô người mẫu Odiele trước. Người nữ, có buồng trứng hẳn hoi, nhưng do tuyến thượng thận sản xuất quá nhiều *hormone* nam *androgen* nên bộ phận sinh dục ngoài bị nam hóa. Âm vật phì đại, hai môi lớn to và dính nhau như bìu.

Lưỡng tính giả ở nam cũng vậy. Người nam, có bộ nhiễm sắc thể 46 XY như mọi đàn ông khác nhưng bộ phận sinh dục ngoài giống nữ. Nguyên nhân vì *hormone* nam *testosterone* và MIS, một chất cần cho sự phát triển giới tính nam, không được tiết ra đủ.

Ngoài hai loại lưỡng tính giả trên, còn có bệnh nữ hóa

có tinh hoàn. Người bệnh có tinh hoàn, có bộ nhiễm sắc thể nam XY, là đàn ông nhưng bộ phận sinh dục ngoài không nhạy cảm với *testosterone* nên không biệt hóa thành dương vật. Họ có âm đạo nhưng âm đạo này thường bị tịt một đầu, không có tử cung, có vòi tử cung nhưng kém phát triển. Tới tuổi dậy thì, ngực lớn nhưng không hành kinh. Các tinh hoàn thường núp ở trong bụng, ống bẹn hay môi lớn. Về phương diện phôi thai học, những người này giống lưỡng tính giả ở nam nhưng họ không có cảm giác lưỡng tính mà tự coi mình hoàn toàn là phụ nữ bởi vì bộ phận sinh dục ngoài như người nữ bình thường, được nuôi dạy như nữ. Thông thường bệnh này được giải phẫu lấy tinh hoàn ra ngay khi phát hiện ra bệnh để tránh xáo trộn tâm lý.

Các trường hợp kể trên là lưỡng tính giả. Lưỡng tính thật lại khác. Hầu hết những người này bề ngoài có dạng nữ. Họ có cả tinh hoàn và buồng trứng nhưng thường không hoạt động. Nguyên nhân vì có bất thường trong quá trình phân định giới tính.

Cũng rất hiếm là bệnh loạn tuyến sinh dục kết hợp. Bệnh nhân có tinh hoàn một bên, bên kia không rõ ràng. Cấu trúc đường sinh dục thường là nữ song đôi khi cũng có vài cấu trúc dạng nam. Bộ phận sinh dục ngoài có thể là nữ, nam hay pha trộn cả hai. Ở tuổi dậy thì, ngực không phát triển và không hành kinh.

Lưỡng tính lôi thôi như vậy nên các bác sĩ thường phải cân nhắc kỹ trước khi phẫu thuật để cho về phe đàn ông hay phe đàn bà. Phải phẫu thuật vì tất cả các dạng lưỡng tính đều có bộ phận sinh dục ngoài mơ hồ.

Có dư mà cũng có thiếu, thủ phạm của tình trạng chẳng ngô chẳng khoai này đích thị là sự vụng về của con Tạo. Người cổ đại dĩ nhiên mơ hồ hơn chúng ta nên quy trách nhiệm cho…thần. Hình như chuyện chi cũng có thần thánh can thiệp vô. Thần thoại kể rằng hai thần Hermes và Aphrodite sanh được một trai. Họ ghép tên vào với nhau để đặt tên cho cậu cả yêu quý này là Hermaphroditos. Chắc thần này đẹp trai nên được nữ thần Salmacis say mê. Chàng thần Hermaphroditos này lại lơ là trước tình yêu của nàng Salmacis. Nàng bèn ước thân thể của hai người nhập làm một. Lời ước được chứng giám. Vậy là xuất hiện loại người bán nam bán nữ. Trên hình tượng của loại người này có cả nhũ hoa lẫn dương vật!

Hậu duệ nổi tiếng của các thần này là cô Tiểu Dân ở Thẩm Quyến, Trung Quốc. Mọi người trên khắp thế giới biết tới cô vì chuyện của cô được *post* trên mạng *internet*. Cô sanh năm 1993. Khi chào đời, cô…dư, có cả hai cơ quan sinh dục nam và nữ. Lúc dậy thì, phần trên của Tiểu Dân nở nang như phụ nữ nhưng cổ họng lại có trái táo Adam như đàn ông. Ngón tay thanh mảnh giống như tay đàn bà nhưng giọng nói lại ồm ồm như đàn ông. Vì có ngoại hình không giống ai như vậy nên Tiểu Dân sống khép kín, rất ngại giao tiếp với người chung quanh. Ngay từ khi sanh ra, đời cô đã long đong vất vả. Mẹ cô thường bị chồng và gia đình nhà chồng chửi mắng đánh đập nên bỏ nhà ra đi. Bà gặp một người đàn ông khác thương yêu nên ăn ở với ông này. Bà mang thai và sanh ra Tiểu Dân. Gia đình chồng cũ, chắc tưởng là con của dòng họ, bắt cô về nuôi nấng. Nhưng khi họ thấy cô có dị tật bèn trả về

cho ông chồng s
ở huyện Điện B
là một thảm kịc
Năm 2013, khi
nghiệm tại bệnh
tiền và các bác s
khăn và tốn kém
tha thiết chữa b
cô được *post* trê
cho một cuộc đờ

Ngược lại v
Độ, cũng dư mộ
đi để cho anh t
*mone* và giới tí
cũng đánh cờ n
anh bị đau bụng
đây, các bác sĩ
bộ phận sanh sả
trứng, cổ tử cun

Ông Frank L
1966, dư rất nh
ngón chân và h
phải là người lư
khi ngài buồn n
nhưng trong qu
song sanh của ô
bám chặt vào x
chân ngắn hơn



này chụp chiếc xe
vẫn chưa thấy ông

Bà con với bi
Cà phê phin Việt
pha với sữa đặc
sữa, cấm được c
lúc mở quán bán
đi mua sữa đượ
nhưng vẫn còn
cà phê uống v
gọi ra mắng v
cà phê phin s
hàng Việt Na

*Xếp h*

# HÈ

Cuối tháng 6 là mùa nghỉ hè, thấy bộ mặt hớn hở của những em học sinh, tôi bỗng nhớ lại những ngày ấu thơ xưa. Đời học sinh chẳng có chi khoái hơn là nghỉ hè. Nghe mang mang một nỗi vui, thênh thang một thời gian không sách vở. Bài thơ cho tới nay tôi vẫn nhớ từng chữ là bài "Nghỉ Hè" của Xuân Tâm. Nghe rộn ràng cả một thời ngây ngô khi sung sướng thoát khỏi trường lớp.

*Sung sướng quá, giờ cuối cùng đã hết*
*Đoàn trai non hớn hở rủ nhau về*
*Chín mươi ngày nhảy nhót ở miền quê*
*Ôi tất cả mùa xuân trong mùa hạ!*
*Một nét mặt trăm tiếng cười rộn rã*
*Lời trên môi chen chúc nối nghìn câu*

Bài thơ như một cung đàn rộn rã này tôi được học thời tiểu học nhưng mỗi kỳ hè sau đó, thời trung học, vẫn thấm. Cho tới khi lên Đại học thì hết ép-phê nhưng nhớ vẫn cứ được ai viết những giòng này. Công việc đã dạy tôi nhiều điều. Chẳng hạn như việc bán vé số được vận hành ra sao, làm sao làm bản cân bằng chi thu, cách kiểm kê như thế nào và làm sao đối đầu với những người say xỉn. Nhưng điều lớn lao nhất mà tôi học được từ công việc ở tiệm là nếu bỏ qua những dị biệt thì những ràng buộc trong cuộc sống sẽ dễ chịu hơn nhiều. Mỗi người chúng ta gặp đều có thể dạy cho chúng ta về con người chúng ta và giúp chúng ta khôn lớn. Có khi mối tương giao tốt đẹp nhất lại phát sinh từ những cơ hội chúng ta tình cờ gặp trong xã hội".

Đi làm hè không chỉ giúp các người trẻ còn mài đũng quần trên ghế nhà trường có thêm chút tiền tiêu xài mà còn giúp các em tự lập và biết giá trị của lao động. Qua các kinh nghiệm được kể lại, người ta thấy việc làm hè đã giúp cho các em định hình được con người của các em trong xã hội. Đó có lẽ là cái "được" quan trọng nhất. Chuyện của ông Patrick Doyle có lẽ là một chuyện lý thú minh giải cho lợi ích của việc làm hè. Ông kiếm được *job* dọn bàn tại phòng ăn của khách sạn Timberline Lodge ở Oregan. Đồng lương ông lãnh là những đồng tiền đầu tiên ông kiếm được trong đời. Nhưng điều mà ông không ngờ đã thu thập được trong công việc đầu đời này là những bài học kinh nghiệm quý giá giúp ông thăng tiến sau này. Đó là những đức tính: đúng giờ, luôn ăn mặc chỉnh tề, đối xử đàng hoàng với khách hàng. "Tôi đã trưởng thành trong mùa hè năm đó!". Ông nhìn nhận như vậy khi đang giữ chức Tổng Giám Đốc Điều Hành công ty *pizza* Domino's.

Truyền thống được tôi luyện trong các công việc làm hè

đã đưa ông Patrick Doyle lên địa vị ngày nay hình như đang gặp trở ngại. Năm 2017 này, các thanh thiếu niên ở Mỹ ít đi làm hè hơn trước. Theo thống kê thì mùa hè năm 1986 có khoảng 57% thiếu niên tuổi từ 16 tới 19 đi làm hè. Nhưng tới năm 2016, tỉ lệ này xuống chỉ còn 36%. Tại sao vậy? Người ta nói tới nhiều nguyên nhân. Có thể là muốn vào đại học ngày nay phải cạnh tranh nhiều nên các em dùng thời gian hè để học thêm hay làm thiện nguyện để có lợi thế khi nạp đơn nhập đại học. Thống kê cho thấy mùa hè năm 1986 chỉ có 12% các em đi học hè. Ba mươi năm sau, năm 2016, con số này tăng lên tới 42%. Cũng có thể ngày nay những người lớn tuổi không chịu về hưu vì kinh tế khó khăn nên công việc hè cho các học sinh, sinh viên giảm đi.

Đi làm hè có cái hay, đi học hè cũng có cái hay. Sự thay đổi, theo tôi, có lẽ là vì xã hội đã thay đổi. Cuộc cạnh tranh trong thế giới loài người đã bẻ vòng những nếp cũ để thích ứng với cuộc sống trong một xã hội đã không còn như xưa. Con em tỵ nạn và du học của chúng ta đã nhập gia tùy tục thì các em thiếu niên bản xứ ngày nay cũng…tùy cơ. “Tùy tục” hay “tùy cơ”, cả hai đều là những khôn ngoan của phận người trong xã hội.

*07/2017*

Màu sắc là thứ k
nghĩa nhất định. Nh
quệt màu xanh cho
là màu của phái nan
nhất định phải man
đúc một cục mà vá
hồng là màu của nữ
thuốc dành cho phái
vào miệng các ông
nếu nhà sản xuất th
hồng cho viên thuố
nếu chơi như vậy thì
thì ăn nói làm sao c
màu hồng. Chuyện
xanh mà hồng trước.

Viagra là thứ ôn
ông đến hẹn lại lên
Buồn chứ! Buồn cho
ảnh hưởng tới cả đôi
nổi tưng bừng, cứ nh
hung hăng con bọ xí
bão thì sao, đâu cứ
chúng ta cùng…lên.
đã than thở về việc
Các hãng dược phẩ
thuê cơ quan nghiên
Tây Lan làm một cu
ông nuốt viên thuốc



*thuốc cường dương cho những đức ông chồng vô tội vạ mà không để ý xem chúng ảnh hưởng thế nào đến các bà. Họ nói các phòng khám bệnh thay vì giúp họ giải quyết những rắc rối trong mối quan hệ vợ chồng như cắt nghĩa cho các cặp vợ chồng lớn tuổi rằng họ không cần phải có hoạt động tình dục thường xuyên. Ngược lại họ chỉ biết cho các ông dùng thuốc cường dương như một phương pháp chữa cháy. Một bà 60 tuổi bảo các nhà nghiên cứu "Chúng tôi không được phỏng vấn mặt đối mặt với các ông, người ta luôn cho rằng đây là vấn đề của quý ông, không, nó là vấn đề chung của nam lẫn nữ, họ phải nghĩ đến cảm giác và tâm lý của chúng tôi nữa".*

Một bà khác nổi tiếng ai cũng biết, bà Oprah Winfrey, cũng mở một cuộc khảo sát riêng với 436 người tình nguyện. Toàn các bà! Kết quả có 50% các bà cho rằng đời sống tình dục của vợ chồng được cải thiện; 37% thấy những cảm xúc gần gũi và sâu xa; 17% cho biết đã nối lại được mối quan hệ gẫy đổ nhờ vào viên thuốc màu xanh. Toàn những chuyện ngon lành. Giờ tới những chuyện không ngon. Có tới 42% các bà cho đây là loại tình dục hóa học giả tạo, chữ thời thượng là *fake sex*; 13% than phiền các ông lậm thuốc nên tiến tới mục tiêu quá nhanh, không có những màn giáo đầu cần thiết; 25% cảm thấy áp lực bị bắt buộc chơi cờ người chứ không có cảm xúc; 33% cho rằng đây không phải là cuộc mây mưa nuột nà mà là một cuộc… lên đồng! Chưa hết. Có 15% các bà kết án Viagra thúc đẩy các ông rời các bà để đi làm ăn bên ngoài, hủy hoại cuộc sống vợ chồng; 12% quyết định ly dị!

Đó là chuyện bên hồng ý kiến với bên xanh. Giờ là chuyện…hồng. Thời buổi nam nữ bình quyền tuyệt đối như ngày nay (mấy ông bạn tôi thấy được bình quyền, mừng húm!), cái chi phe các ông có thì phe các bà cũng phải có. Đã có viên thuốc xanh thì phải có viên thuốc hồng. Tên của em gái anh chàng xanh Viagra là Addyi. Hai anh em có tí ti tương đồng. Dược chất của Addyi là *fibanserin,* dược chất của Viagra là *sildenafil.* Nguyên thủy *fibanserin* được dùng để trị bệnh rối loạn trầm cảm. Do tình cờ sau đó người ta phát giác ra là thứ này làm tăng ham muốn tình dục của phái nữ. Cũng tình cờ, *sildenafil* vốn được dùng để làm thuốc hạ huyết áp, bỗng một ngày đẹp trời nó được người ta phát giác ra là có công hiệu làm đứng dậy thứ bún thiu! Hai thứ sống chết trong cuộc sống tình dục của hai phái đều tình cờ mà nên chuyện. Chắc đây là ý trời. Đó là điều giống nhau duy nhất giữa hai anh em nhà Viagra và Addyi. Sự khác biệt thì nhiều. Mấy ông bạn tôi ưa xía vô chuyện của các nhà nghiên cứu. Nghe thấy nói khác là la làng cho rằng nhất định hai thứ phải khác chứ. Cứ nhìn vào là biết liền. Công nhận là mấy ông trời đánh này có khiếu quan sát nhưng chuyện dược chất là chuyện đâu có nằm trước mắt mấy ổng đâu mà bày đặt. Mặc kệ mấy ông này, chúng ta theo các nhà khoa học coi hai anh em nhà này khác nhau ra sao.

tới tên Add
Họ sẽ chỉ ch
thoại của c
không cảm
một tình nh
mới thấy…

Mặc cho
cho các bà,
chấp thuận
đơn từ cả n

Xanh là
như vậy là
ông các bà
Tiến Sĩ Ir
lý ở San D
có thể dùn
S. Legro, G
Cộng của T
Đại học Pe
lại cho rằn
nói lạ! Cu
thuốc dựng
bà làm chu
nhiều bà b
PD. Đó là
vào chốn r
Viagra có

Vậy là

# KAROSHI

*Karoshi* là tiếng Nhật mà tôi lượm được trên báo tiếng Anh tại Montreal. Tiếng Nhật nằm trong đầu tôi không nhiều. *Kamikaze* có nghĩa là thần phong. Đó là từ để chỉ các cuộc tấn công cảm tử của các phi công Nhật, lao máy bay mang bom, thuốc nổ hay thủy lôi vào tầu chiến của các nước Đồng Minh trong Thế Chiến Thứ Hai. Máy bay nổ tung, tàu chiến chìm, anh phi công trên máy bay cũng tan thành bụi. *Harakiri* là tự mổ bụng tuẫn tiết khi bị thất trận hoặc để tránh bị địch quân bắt và làm nhục

Hai từ tiếng Nhật thông dụng tôi biết được đều là những từ mang theo cái chết tan xương nát thịt, máu me đỏ lòm. Cái từ thứ ba *karoshi* mà tôi vừa học lóm được cũng chết chóc chẳng kém tuy không có máu đổ thịt tan xương nát. Đó là một từ người Nhật dùng để chỉ những cái chết vì làm việc quá sức.

Giữa tháng 10 vừa qua, nhiều tờ báo tiếng Anh chạy tin

về cái chết của một phóng viên đài truyền hình nổi tiếng nhất tại Nhật, đài NHK. Nạn nhân là một cô gái còn trẻ, mới 31 tuổi, tên Miwa Sado. Cô giã từ cõi thế vào tháng 7 năm 2013 sau một cơn đau tim. Sở dĩ cái chết cho tới nay mới được báo chí đăng tải rộn ràng trên khắp thế giới là vì đài truyền hình nơi cô làm việc vừa xác nhận đó là một ca *karoshi.* Đài NHK vừa chính thức kết luận cái chết cách đây bốn năm của cô nữ phóng viên là do làm việc nhiều, dẫn đến trụy tim. Cô Miwa Sado là một phóng viên năng nổ theo dõi cuộc bầu cử. Tháng cuối cùng trước khi từ giã cõi đời, cô đã làm tới 319 giờ! Ở các nước khác, như Mỹ chẳng hạn, người ta chỉ làm việc tối đa 40 giờ một tuần, 160 giờ một tháng. Tính như vậy thì cô Miwa Sado đã làm gấp đôi số giờ làm ở Mỹ. Chủ tịch đài NHK, ông Ryoichi Ueda, phát biểu: "Chúng tôi rất buồn vì mất đi một phóng viên xuất sắc và đã cân nhắc sự việc rất cẩn trọng, bởi sự ra đi của cô Sado được ghi nhận là có liên quan tới công việc. Chúng tôi sẽ nỗ lực để cải thiện điều kiện làm việc".

Một trường hợp khác chứng tỏ thanh niên Nhật đang sống trong một vòng quay nghiệt ngã. Cậu Naoya là một thanh niên khá xuất sắc. Ngay từ khi chưa xong đại học, cậu đã được một công ty viễn thông lớn thu dụng. Đó là một điều rất may nhưng trong cái may có cái rủi. Cậu phải làm việc trối chết với những giờ phụ trội mỗi ngày. Có những bữa Naoya phải làm việc liên tục 37 tiếng không ngủ nghê. Ngày nào cậu cũng chỉ có thể rời công ty vào lúc sát giờ chuyến tàu cuối cùng. Nhiều bữa bị lỡ tàu, Naoya phải ở lại công ty và ngủ ngay trên bàn làm việc. Bà Michiyo Nishigaki, mẹ cậu Naoya, kể lại: "Khi cháu về nhà để dự đám tang của cha tôi, cháu đã không thể ra khỏi giường. Nó nói: 'Để con ngủ một chút, con không thể dậy được, xin lỗi mẹ, nhưng hãy để con ngủ'". Cậu Naoya chết vào năm 27 tuổi, chấm dứt cuộc đời ngắn ngủi chỉ biết chúi đầu chúi mũi vào công việc!

*Karoshi* là từ phát sinh vào năm 1987 khi Bộ Y Tế Nhật xác nhận nhiều ca tử vong đột ngột của giám đốc các công ty. Số người ra đi vì làm việc quá sức gia tăng theo tốc độ khiến chính phủ phải chú ý. Tới năm 2015, bộ Lao Động ghi nhận có 2310 trường hợp *karoshi*. Nhưng Hội Đồng Bảo vệ Nạn Nhân *Karoshi* Toàn Quốc cho đây là con số không đầy đủ. Họ ước tính con số phải lên tới khoảng 10 ngàn ca, tương đương với số người thiệt mạng vì tai nạn giao thông tại Nhật.

Tình trạng đã lên tới mức báo động. Ông Cary Cooper, chuyên gia về *stress* tại Đại học Lancaster, nhận định: "Sau thất bại trong Đệ Nhị Thế Chiến, dân Nhật có số giờ làm việc nhiều nhất trên thế giới. Họ là những người làm việc cần mẫn trong một đất nước có nhu cầu sản xuất cao nhất".

Phải công nhận là sau thất bại ê chề trong cuộc chiến, người Nhật đã cắn răng làm việc để khôi phục quốc gia. Sự nhục nhã của một dân tộc bại trận đã khiến dân Nhật đoàn kết trong ngậm đắng nuốt cay. Họ mê mải làm việc không chỉ vì tiền lương mà còn là niềm vui góp phần xây dựng lại đất nước. Tinh thần yêu nước của người Nhật nổi tiếng là số dách, nhất là trong lúc cùng nhau gánh sự nhục nhã của bại trận. Họ đã thành công. Kinh tế thời hậu chiến của Nhật đã vươn lên như một trái bong bóng bay lên bàu trời. Họ đua nhau quay cuồng với công việc. Số giờ làm việc hàng tuần của họ không phải là 40 giờ là tối đa như các công nhân ở Mỹ, mà là 60 giờ mỗi tuần.

Công nhân đã vậy, các cấp chỉ huy điều hành công việc tại một công ty còn phải làm việc hơn gấp bội mới có thể điều hành công việc được. Hậu quả là họ gục! Theo một khảo sát được thực hiện vào năm 1989, 45,8% giám đốc và 66,1% các sếp trưởng phòng trong các công ty nghĩ là họ sẽ chết vì làm việc quá sức.

Làm việc quá sức sẽ bị *stress* căng thẳng và thiếu ngủ. Căng thẳng ảnh hưởng xấu tới sức khỏe như thế nào, ai cũng đã rõ. Thiếu ngủ trầm trọng làm tăng nguy cơ của bệnh tim mạch, rối lọan hệ thống miễn dịch, bệnh tiểu đường và một số bệnh ung thư.

Những ai đã có dịp tới Nhật đều có thể chứng kiến sự hùng hục trong công việc của dân tộc này. Trên *metro*, họ ngủ gà ngủ gật. Tại các quán ăn bên đường, họ không có thời giờ ngồi vào bàn ăn. Mỗi người đứng trước một chiếc quầy cao, húp vội một bát mì, vội trả tiền và tất bật ra đi. Tô mì không có lấy một miếng thịt. Họa chăng có con ốc con sò hoặc vài miếng cá. Buổi sáng, họ chen nhau trên tầu tới sở làm. Các cô gái chắc vừa nhảy ra khỏi giường, chưa hết ngái ngủ, chẳng tô son điểm phấn. Tại mỗi trạm xe điện hay *metro* chính, thường có một căn phòng rộng. Gắn vào tường là những bàn trang điểm. Có tới vài chục bàn như vậy. Vừa rời khỏi tầu, các cô gái vội nhào tới phòng trang điểm công cộng này để tô son trát phấn trước khi tới sở làm. Trong nhà ga, trai gái đều đi như chạy. Hình như họ không có mắt.

Đụng nhau chan chát. Có lần tôi bị xô gần như té nhào. Vậy mà chàng thanh niên "thủ phạm" tỉnh bơ tiếp tục chạy. Họ không có thời giờ dừng lại xin lỗi tuy dân Nhật là một dân rất lễ phép, cúi lạy như điên!

Các cụ ta ngày xưa đặt ra tiêu chuẩn sung sướng nhất trên đời của một thanh niên: "*ăn cơm tàu, ở nhà tây, lấy vợ Nhật*". Ngày nay các cụ bị việt vị thấy rõ. Cơm tàu nhiều mỡ, lắm *cholesterol*. Ngày nào cũng được vợ cho ăn cơm tàu có mà nhào sớm. Nhà tây ở bên Tây chính cống rất thiếu tiện nghi, mùa đông lập cập bằng thích. Còn vợ Nhật, cho tôi xin! Nhìn các nàng gật gà gật gù trên tàu như bày gà toi nản hết sức. Nên cơm cháo chi với một đấng phu nhân tiêu chuẩn như vậy. Nhưng cũng tội cho các nàng. Lỗi đâu nơi họ. Cái xã hội vụ vào sức làm việc đã giết chết sự duyên dáng và vẻ kiều diễm nơi họ.

Áp lực làm việc đè nặng lên vai tầng lớp lao động Nhật Bản. Một ngày làm việc của họ ít khi chấm dứt vào giờ tan sở. Hầu như ai cũng phải làm *overtime*. Kiểu làm việc trâu bò này bắt đầu từ thập niên 1970 của thế kỷ trước khi mức lương của người lao động tương đối thấp. Ai cũng muốn kiếm đủ tiền cho cuộc sống khá hơn. Vậy nên họ phải làm việc thêm giờ. Các ông bà chủ cũng muốn công nhân làm thêm giờ nên công nhân không dám từ chối vì sợ mất việc. Qua tới thập niên 1980, kinh tế của Nhật lên như diều. Họ trở thành cường quốc kinh tế thứ hai trên thế giới, chỉ sau Mỹ. Truyền thống làm việc nhiều giờ vẫn được duy trì. Tới cuối thập niên 1990 đã xảy ra cuộc khủng hoảng kinh tế, áp lực phải sản xuất nhiều đè nặng lên vai các nhà sản xuất.

Nhu cầu bắt công nhân làm việc nhiều khá cấp bách. Các xí nghiệp phải tổ chức lại, thu hẹp nhân sự. Công nhân nào muốn giữ được việc làm phải ra sức lao động ná thở. Tình trạng làm việc tới kiệt sức xảy ra rất thường. Cái chết vì trụy tim của cô phóng viên Sado là một báo động. Nhưng lúc đó người ta chưa công nhận cô này chết vì làm việc nhiều. Phải tới năm 2015, sau cái chết của một gái 24 tuổi, cô Matsuri Takahashi, nhân viên của công ty quảng cáo Dentsu, dân Nhật mới bàng hoàng tỉnh giấc. Cô Matsuri đã làm trên 100 giờ *overtime* trong vòng một tháng trước khi tự tử chết. Cô đã kêu cứu trên mạng xã hội: "Tôi bị tổn thương cả thế chất lẫn tinh thần. Tôi muốn chết!".

Cái chết của cô Matsuri đã làm xôn xao dư luận Nhật. Báo chí nhập cuộc đòi chính phủ phải có hành động để ngăn chặn tình trạng này. Họ chỉ trích phương cách điều hành công việc của xã hội, ép nhân viên làm việc nhiều giờ để chứng minh tinh thần phục vụ cho cơ quan và xí nghiệp. Cuối cùng Thủ Tướng Shinzo Abe phải lên tiếng. Chính phủ đặt ra giới hạn của giờ làm thêm và ấn định hình phạt cho các công ty để nhân viên làm việc quá giới hạn quy định.

Tại sao các xí nghiệp Nhật lại bắt nhân viên làm việc mờ người như vậy? Họ thiếu nhân công vì tốc độ lão hóa của dân số. Một lý do khác là vì những thanh niên Nhật ngày nay quan niệm rằng làm việc cật lực là cách duy nhất để khỏi bị sa thải cũng như chứng tỏ giá trị bản thân tại cơ quan làm việc. Họ đua nhau lao vào một cuộc thi đua khốc liệt dù tai hại tới sức khỏe và mạng sống. Theo một cuộc khảo sát được công bố vào năm 2016, có tới 25% công ty có nhân viên làm *overtime* tới hơn 80 giờ một tháng. Nhiều công ty đã bị phạt vì bắt nhân viên làm *overtime* quá tiêu chuẩn do chính phủ ấn định. Như công ty quảng cáo Dentsu, công ty có cô Matsuri Takahashi tự sát ở tuổi 24 như đã nói ở trên, đã bị tòa án Tokyo phạt 500 ngàn yen, khoảng 4.400 đô.

Các vụ kiện đòi bồi thường cho các vụ làm việc dẫn đến cái chết *karoshi* đã lên tới 1456 vụ tính tới tháng 3 năm 2015. Trong báo cáo đầu tiên về *karoshi* vào năm 2016, chính phủ cho biết có tới 20% công nhân có nguy cơ tử vong vì làm việc quá sức. Con số cụ thể là trong vòng một năm, từ tháng 3/2015 tới tháng 3/2016 đã có tới 2 ngàn công nhân tự tử vì làm việc quá sức.

Mới đây, vào tháng 2/2017 vừa qua, chính phủ đã tung ra chiến dịch mang tên *Premium Friday*, kêu gọi các công nhân ra về sớm vào mỗi chiều thứ sáu cuối tháng. Trong ngày này, các xí nghiệp tắt đèn cho nhân viên ra về vào lúc 3 giờ chiều. Để làm gương, Thủ Tướng Shizo Abe cũng đã ra về vào lúc 3 giờ chiều ngày thứ sáu cuối cùng trong tháng 3 vừa qua.

Đi làm mà được cho về sớm, sướng mê tơi. Nếu là tôi chắc nhảy chân sáo ra về liền một khi. Nhưng mấy anh chị tre trẻ người Nhật là một...giống khác. Họ không mặn mà chi chuyện sung sướng như vậy. Tại sao? Ông Ryuta Hattori, Trưởng Phòng Quan Hệ Quốc Tế của công ty *Sunny Side Up* ở Tokyo giải thích: "Chuyện này không hợp phong cách của người Nhật. Trong thói quen làm việc của người Nhật, chúng tôi làm việc rất chăm chỉ, làm nhiều giờ và không ai về sớm cả". Chính công ty của ông Hattori đã tích cực tham gia vào chiến dịch tắt đèn sớm vào chiều thứ sáu cuối cùng mỗi tháng nhưng nhân viên không chịu ra về. Thậm chí công ty đã thưởng cho những người chịu về sớm, mỗi người 3.200 yen nhưng họ vẫn không chịu đứng dậy. Kể cũng ngộ. Nhưng người Nhật là như vậy. Nếu đồng nghiệp của họ còn làm việc thì họ vẫn chưa đứng dậy ra về. Cô Parissa Haghirian, Giảng Viên tại trường Đại Học Sophia, cho rằng đó là diện mạo của người Nhật, một đất nước miệt mài làm việc thêm giờ dù có được trả lương giờ phụ trội hay không. Thậm chí ngay công chức, những người mà chúng ta vẫn coi là ăn cơm chúa múa tối ngày, vẫn bám vào công việc. Một đất nước như vậy hỏi sao mà không tiến bộ vượt bực. Tôi thấy làm người Nhật chán thiệt! Đó là những cỗ máy hùng hục làm cho tới khi… hết xăng!

Mới đây, chính quyền quận Toshima ở Tokyo tiến thêm một bước. Họ bắt tất cả các cơ quan tắt đèn vào lúc 7 giờ tối để bắt các nhân viên phải về nhà. Ông Hitoshi Ueno, Quản Lý Văn Phòng Quận, phát biểu: "Chúng tôi muốn làm việc gì đó hữu ích. Không chỉ giảm làm việc quá giờ, chúng tôi còn muốn mọi người làm việc hiệu quả hơn, có năng suất hơn, để họ thoải mái tận hưởng thời gian rảnh. Chúng tôi muốn thay đổi hoàn toàn môi trường công sở".

Những ngày lang thang ở Nhật, thấy những chùm người *complet* đen (nhân viên văn phòng ở Nhật đều ăn mặc sang trọng như vậy khi đi làm), chen lấn vội vã trên tàu, xoải bước nơi đường phố, tôi vẫn tự hỏi: họ còn thời giờ đâu cho gia đình. Có lẽ đây là một vấn nạn xã hội khó giải quyết trong tình trạng tham công tiếc việc của thanh niên Nhật. Không biết có phải tình trạng đầu tắt mặt tối này là đích danh thủ phạm dẫn tới việc thanh niên thiếu nữ Nhật ngày nay rất ngại chuyện lập gia đình? Sống độc thân là một chọn lựa của số đông. Nếu lỡ lập gia đình thì rất lười chuyện sinh hoạt vợ chồng. Lơ là chuyện giường chiếu cũng là một vấn nạn khác của xã hội. Làm quắc cần câu như vậy, hơi sức đâu mà tính tới chuyện hủ hỉ chồng vợ! Sanh con là một chuyện đại rắc rối, giờ đâu cho con nhỏ? Cứ cu ki một mình cho rảnh cái thân. Vậy nên dân số Nhật ngày nay đã bị lão hóa. Số người trong tuổi làm việc giảm mạnh trong khi công việc cho một xã hội phát triển càng ngày càng nhiều. Những người trong tuổi làm việc chia nhau ra gánh hết công việc. Vậy là cong người lên làm. Làm cho tới khi tẩu hỏa nhập ma phải tìm cách trút *stress* ra khỏi người. Cách thông thường nhất là nhậu. Chung quanh khách sạn tôi ở có nhiều tiệm nhậu. Thấy đồ nhậu của họ rất hấp dẫn, nhiều khi muốn thử. Đi ngang thấy có bàn trống là nhào vô. Hớn hở ngồi tưởng sắp được thưởng thức những mực, lươn, cá hấp dẫn. Nhưng anh bồi bàn ra xin lỗi vì bàn đã có người đặt rồi. Trong suốt thời gian hai tuần ở Nhật, tôi chỉ được ngồi vào bàn đúng có một lần. Bàn nhậu của họ ồn ào cười nói. Nam cũng như nữ. Số các cô ngồi nhậu khá nhiều. Mới đầu thấy lạ nhưng sau cũng quen mắt đi. Tối tối, khi đi chơi về ngang tiệm nhậu thấy không còn chỗ chen chân, nhìn bắt thèm! Chẳng lẽ du khách lại tị nạnh với thanh niên bản địa. Mình đi ngao du, *stress* chi đâu mà phải xả. Thôi, mặc kệ cho dân Nhật xả với nhau. Cũng là một cách làm phúc cho xã hội của họ bớt *karoshi!*

*10/2017*

# KHÁCH

Khách là những người được chúng ta mời tới nhà chơi. Khi họ tới chúng ta phải tiếp đãi. Tiếp đãi như thế nào là tùy thân tình, tuổi tác, địa vị của mỗi người. Đó là nói về chuyện cá nhân. Nhìn cao hơn, chuyện của một quốc gia lại khác. Hầu như chủ nhà chỉ nhắm vào địa vị của khách. Thân tình cũng có đó. Như khách của các nước bồ bịch khác với khách của các nước lạnh nhạt. Nhưng chuyện địa vị vẫn là chuyện chính. Ông bà nào được chào bằng 21 phát súng, ông bà nào 19 phát, ông bà nào không có phát nào cả. Lại nữa, ông bà nào được bước trên thảm đỏ, ông bà nào bước trên sàn xi-măng. Ông bà nào được đãi quốc yến, ông bà nào được ăn nhưng không được quốc yến. Có quy định tất cả. Cái đó người ta gọi là nghi lễ ngoại giao. Nghi lễ này còn ngặt nghèo hơn nghi lễ trong đền chùa hay nhà thờ. Họ canh nhau từng bước đi, từng miếng ăn. Lỡ một cái là hậu quả khôn lường. Vậy nên trong các bộ ngoại giao thường có một nha mang tên "Nha Nghi Lễ" lo những chuyện tế toái đó.

Thời Việt Nam Cộng Hòa xưa, nha này có nhiệm vụ mở những lớp huấn luyện về nghi lễ ngoại giao cho nhân viên có phận sự của bộ ngoại giao cũng như của các bộ khác. Tôi có được tham gia một khóa huấn luyện này. Nhiều chuyện phiền phức lắm. Một trong những chuyện tế toái nhất là sắp đặt bàn tiệc. Chuyện muỗng nĩa ly chén rất phức tạp, chuyện chỗ ngồi cũng phức tạp không kém. Người chỉ vẽ cho chúng tôi trong khóa đó là ông Đại sứ Phạm Trọng Nhân, Giám Đốc Nha Nghi Lễ. Ông vốn tính cẩn thận lại thâm niên trong nghề nên chỉ vẽ rất tận tình. Sau ngày nhà tan nước mất, tôi nằm cạnh ông trong cái gọi là trại cải tạo. Lúc đó chúng tôi bị giam tại Long Thành, mới chỉ là những ngày đầu của cuộc khổ nạn, tương đối còn dễ thở. Chức vụ, tiền tài, danh vọng đã rơi tuột mất hết. Chúng tôi chỉ còn đối đãi với nhau như những con người cùng chung số phận. Ông Giám Đốc Nghi Lễ lúc đó bãi bỏ tất cả nghi lễ để may-ô xà-lỏn với nhau, chẳng nghi lễ chi cả. Nhưng có một điều ông…nghi lễ không bỏ được là lúc ăn cơm. Cơm được phát cho từng tổ mười người. Lãnh cơm xong là chúng tôi bạ đâu ngồi đó ăn. Như một lũ ăn mày! Nhưng ông Nhân không vậy. Ông kiếm được một tấm ván nhỏ kê làm bàn, trải chiếc khăn trắng nhỏ tí tẹo, bày chén cơm độn, chén nước lõng bõng được gọi là canh, lấy muỗng nĩa ra ngồi ăn trịnh trọng. Có lần tôi đùa giỡn nhắc ông đây không còn là nghi lễ ngoại giao nữa. Vậy mà ông cười khì nói: "Tính moa như vậy!".

Nghi lễ ngoại giao lôi thôi khó khăn lắm, nói như vậy là đủ. Nói qua chuyện khác: chuyện tiền tiếp khách ngoại giao. Thấy nghi lễ rềnh ràng, chúng ta nghĩ ngay chắc cũng tốn bộn tiền. Nhưng bộn là bao nhiêu, chúng ta khó bám vào một con số nào. Hầu như dân đen chúng ta không có ý niệm chi về số tiền bỏ ra tiếp khách này. Chúng ta rất lơ mơ tuy tiền đó là tiền của chúng ta. Chính phủ Canada vừa công khai số tiền tiếp khách trong hai năm 2015 và 2016. Tất cả là 2 triệu 800 ngàn. Hai năm mà chưa tới ba triệu, cũng tạm được. Đi vào chi tiết có nhiều điều bất ngờ. Vị khách khiến Canada chi nhiều tiền nhất là Thủ Tướng Ấn Độ Narendra Modi và đoàn tùy tùng. Hết 491 ngàn đô. Ông Modi ở với chủ nhà ba ngày, thăm viếng Ottawa, Toronto và Vancouver từ ngày 14 đến 16 tháng 4 năm 2015. Tốn nhiều tiền thứ hai là Tổng Thống Enrique Pena Nieto của Mexico với 407 ngàn. Ông này tới vào tháng 6 năm 2015, khi ông Justin Trudeau vừa nhậm chức Thủ Tướng Canada. Chuyến viếng thăm này không phải là xã giao nhưng là buổi làm việc chính thức giữa hai nước.

Chuyến viếng thăm nổi đình nổi đám nhất là của Tổng Thống Barack Obama. Ông chỉ lưu lại Ottawa có một ngày nhưng hình ảnh chuyến viếng thăm này được các đài truyền hình liên tiếp trình chiếu. Phí tổn cho một ngày này là 99 ngàn đô. Rất rẻ so với lần Ông Obama viếng thăm vào năm 2009, dưới thời Thủ Tướng Stephen Harper. Lần đó, cũng chỉ một ngày, Canada đã phải chi ra tới 563 ngàn đô. Phải công nhận ông Tổng Thống Mỹ da màu này có duyên. Đi tới đâu ông cũng được dân chúng các nước sở tại yêu mến. Có lẽ vì ông có nụ cười tươi, khiếu khôi hài duyên dáng và bình dân, khoái len lỏi vào chốn đông người. Trong lần viếng thăm vào năm 2009 đó, ông làm một chuyện khiến đoàn cận vệ điên cái đầu. Bữa đó là ngày 19 tháng 2, trời Ottawa còn lạnh, đoàn xe gồm 10 xe cảnh sát, 2 xe *limousine* và 2 xe cứu thương đang chạy ngon trớn. Khi đi ngang khu chợ ByWard Market, ông Obama hô tốp. Ông xuống xe, vào chợ, tiến vào tiệm bánh Moulin de Provence. Ông chủ tiệm Claude Bonnet và đám nhân viên bán hàng cuống cuồng khi ông hỏi mua bánh *cookie*. Loại bánh ông chọn có hình chiếc lá phong phủ một lớp đường đỏ, trên có chữ "Canada" viết hoa màu trắng. Ôm gói bánh ông suýt soa: "Tôi yêu đất nước này". Chỉ trong vài tiếng đồng hồ sau đó, mặt ông chủ tiệm tươi như hoa. Người ta đổ xô vào mua bánh *cookie* mà ông *tonton* Mỹ vừa mua. Sau đó, mỗi tháng ông bán được từ 15 ngàn tới 20 ngàn bánh *cookie* này. Nói với báo Maclean's, ông Bonnet thổ lộ là trước khi ông Obama đụng tay tới, ông chỉ bán được chừng 5 ngàn bánh *cookie* mỗi tháng. Từ đó thứ bánh *cookie* hình lá phong của tiệm Moulin de Provence được khách hàng gọi là *"Obama Cookies"*!

Chuyện *cookie* ở Ottawa cũng giống như chuyện bún chả ở Hà Nội năm 2016. Vào lúc 8 giờ 20 ngày 23 tháng 5, *tonton* Obama mặc giản dị có chiếc sơ-mi trắng và chiếc quần sậm màu, tới ăn bún chả tại tiệm Hương Liên. Theo thực khách ở Hà Nội, tiệm Hương Liên không phải là tiệm bún chả ngon nhất nhưng từ khi ông Obama đụng đũa vào, quán bỗng phát đạt hẳn lên. Món "bún chả Obama" trở thành thứ mà thực khách nào cũng muốn *order*. Phải ăn đúng như ông *tonton* ăn. Bà chủ Nguyễn thị Liên phải ghi vào thực đơn món *combo* "bún chả Obama" gồm bún chả, hai chiếc nem hải sản và một chai bia Hà Nội. Giá *combo* này là 85 ngàn đồng. Ba tầng lầu của nhà hàng lúc nào cũng kín người. Người ta ngồi ăn, mua mang về, ngày nào quán cũng hết hàng. Bún chả Hà Nội mất tên để mang danh hiệu mới, không biết có oai hơn không, "Bún Chả Obama"!

Khách viếng thăm Canada được chủ nhà tiếp đãi như thế nào, đó là chuyện...người dân muốn biết. Tùy theo địa vị của khách. Một nguyên thủ quốc gia thăm viếng chính thức được một phòng ngủ tại dinh *Rideau Hall*, dinh thự của Toàn Quyền Canada. Nếu cũng là nguyên thủ nhưng qua hội đàm làm việc chứ không phải thăm viếng chính thức thì chỉ được lưu lại *7 Rideau Gate*, một nhà khách chính thức của chính phủ. Nếu không ở *Rideau Hall* hay *7 Rideau Gate* vì một lý do nào đó thì chính phủ Canada sẽ chịu tiền thuê một *suite* khách sạn cộng thêm 9 phòng thường cho đoàn tùy tùng tại một khách sạn do khách chọn. Chính phủ chỉ trả tiền phòng cộng thuế, khách muốn dùng chi thêm như *order* bia rượu hay cơm nước thì tự móc tiền túi ra trả. Tuy Canada có chế độ bảo vệ sức khỏe miễn phí cho toàn dân nhưng khách không được hưởng dịch vụ này.

Tổng Thư Ký Liên Hiệp Quốc được coi như một nguyên thủ quốc gia. Tháng 2 năm 2016, ông Tổng Thư Ký Liên Hiệp Quốc Ban Ki-moon tới thăm Canada ba ngày, viếng Ottawa và Montreal. Công quỹ Canada đã chi ra 246 ngàn 821 đô tiền khách sạn và di chuyển. Nhưng Tổng Thư Ký Minh Ước Bắc Đại Tây Dương NATO, Khối Thị Trường Chung hoặc khối Pháp Thoại lại chỉ được tiếp đãi như một Tổng Trưởng. Tháng 6 năm 2015, Tổng Thư Ký khối Pháp

Thoại La Francophonie viếng thăm 5 thành phố miền Đông Canada, chính phủ đã tốn 23 ngàn 119 đô tất cả. Vị Tổng Thư ký này không xa lạ với dân Canada: đó chính là bà Michaelle Jean, cựu Toàn Quyền Canada.

Tổng kết trong hai năm 2015 và 2016, Chính phủ Canada đã tiếp 9 nguyên thủ quốc gia tốn 1 triệu 310 ngàn đô, 10 vị cầm đầu chính phủ hết 1 triệu 40 ngàn đô, 35 phái đoàn Tổng Trưởng hết 267 ngàn 693 đô, 27 khách mời của chính phủ hết 140 ngàn 808 đô. Trong các khách mời này, người ít tốn tiền nhất cho chính phủ là chuyến thăm viếng của bà Melinda Gates, đồng Chủ Tịch Quỹ Bill and Melinda Gates Foundation, vào ngày 9/5/2016. Số tiền chi ra chỉ có 420 đô. Thua xa một lần tiếp khách của một dân thường Canada!

Khách được hiểu là một người không phải là thành viên trong gia đình. Nhưng Canada chúng tôi lại có một loại khách là thành viên trong một gia đình. Đó là các vị trong hoàng gia Anh. Quốc trưởng Canada là Nữ Hoàng Anh Elizabeth Đệ Nhị. Bà này là quốc trưởng của nhiều quốc gia nhất thế giới. Ngoài Anh và Canada, bà còn là quốc trưởng của Úc, Tân Tây Lan và Papa New Guinea. Ngoài Papa New Guinea, ba nước Canada, Úc và Tân Tây Lan đều là các quốc gia đã phát triển. Bộ họ không có người sao mà phải nhờ người ngoại quốc nắm đầu nắm cổ đất nước? Các quốc gia này mắc trong cái vòng kim cô mang tên Khối Thịnh Vượng Chung *Commonwealth* vì là các quốc gia do dân Anh thành lập. Chuyện xưa rồi, muốn gỡ cái vòng này ra cũng dễ thôi, nhưng dân chúng không chịu tuy đã từng có những cuộc trưng cầu dân ý tại Úc. Họ vẫn muốn giữ cái gốc Anh nên phải đội trên đầu cả một hoàng gia lắm người ăn không ngồi rồi. Hoàng gia Anh không thể dùng *remote control* để chu toàn nhiệm vụ quốc trưởng của Canada, họ phải có đại diện tại đây. Đó là quan Toàn Quyền và các quan phụ tá tại mỗi tỉnh bang. Tất cả đều có văn phòng hoạt động. Phí tổn nuôi các quan và bộ sậu này, dân chúng phải gánh. Số tiền chi phí hàng năm là 50 triệu rưởi đô. Dĩ nhiên dân Tân Tây Lan và Úc cũng cúc cung đóng góp như dân Canada. Tân Tây Lan chi 4 triệu 300 ngàn và Úc 17 triệu 668 ngàn đô. Chia đều cho mỗi đầu người thì mỗi người dân Canada gánh 1 đô 44 xu, Tân Tây Lan 3 đô 32 xu và Úc 76 xu. Có người chép miệng cho rằng có đáng là bao. Chưa bằng tiền một ly cà phê Tim Hortons, đặc sản của Canada. Tiền chi cho Thượng Viện tốn hơn, tới 2 đô 38 xu, Hạ Viện tới 11 đô 78 xu. Dân Canada loại di dân như dân Việt chúng ta, trở thành dân có quốc tịch Canada chưa đầy nửa thế kỷ, đó là tính cho những người nhanh chân chạy qua từ năm 1975, vẫn cứ băn khoăn tại sao đất nước giàu mạnh này phải cúc cung tận tụy đội lên đầu một vị vua ngoại bang. Nhưng dân bản xứ họ nghĩ khác. Họ khoái giữ nguồn gốc của họ. Có tí hoàng gia làm vương miện họ thấy oai hơn. Chuyện vua chúa vẫn là thứ người ta thích thú, cả trong phim ảnh, truyện thần thoại, tới ngoài đời thực. Trong một cuộc thăm dò dư luận dân Canada, đã có tới 64% thích có nữ hoàng làm vua xứ Canada. Dĩ nhiên dân gốc Pháp của tỉnh bang Quebec không có trong số người này. Ông Robert Finch, cầm đầu hội quân chủ *Monarchist League's Dominion,* đã tung hô: *"Thông thường tôi sẽ nhận được những phản hồi đại loại như 'Trời! Rẻ hết sức' hoặc 'Tôi tưởng hoàng gia tốn nhiều hơn chứ'. Cá nhân tôi, tôi cảm thấy trả 1,53 đô đáng giá hơn thế. Thực ra, nếu cần, tôi sẽ vui lòng trả thêm. Hoàng gia cho chúng ta cảm tính về lịch sử, văn hóa, và trong thời điểm mà chính trị được coi như hỗn loạn, một cảm giác ổn định. Bạn có thể ghét chính phủ này, hay chính phủ trước, hoặc chính phủ sau này, Hoàng gia cho chúng ta một nguyên thủ không bè phái, không chính trị mà mọi người có thể chấp nhận và ủng hộ".*

Tôi vẫn không dấu diếm việc coi hoàng gia là một gánh nặng vô ích cho Canada. Nếu có trưng cầu dân ý, tôi sẽ bỏ phiếu cho hoàng gia đi chỗ khác chơi liền. Nhưng mình tuy là công dân Canada, đi đâu cũng mang thông hành Canada, nhưng là một thứ dân không gốc gác. Nếu phải kể gốc gác, chúng ta nói ngay cái gốc Việt của mình. Nhưng dân bản xứ họ nghĩ khác. Họ cũng có nhu cầu bám vào cái gốc của tổ tiên họ bắt rễ từ bên Anh. Dĩ nhiên mấy anh Tây cà cộ ở tỉnh bang Quebec chúng tôi lại có cái gốc khác, gốc Pháp. Mà Anh và Pháp có bao giờ nhìn nhau âu yếm đâu dù họ chỉ ở cách nhau một bước, bước...*Pas de Calais!* Thành ra, tuy chung một đất nước nhưng quá khứ làm con dân Canada chia rẽ nhau quá trời. Dân tây Quebec nay dọa ly khai, mai dọa ly khai. Hoàng gia Anh đâu có là cái đinh gì với họ.

Các thành viên của hoàng gia Anh qua làm khách của Canada tấp nập. Vậy mà thường họ đâu có bén mảng tới cái xứ Quebec này đâu. Họ vân du bên các xứ gốc Anh. Dù là người nhà nhưng khi họ qua thăm Canada họ vẫn là khách. Mà khách thì phải tiếp. Tiếp thì phải móc hầu bao.

Năm 2010, Nữ Hoàng qua thăm con dân Canada trong

chín ngày, chúng ta tốn mất 2 triệu 790 ngàn. Năm 2011, Hoàng Tử William và cô vợ Kate cũng qua thăm chín ngày, Canada tốn 1 triệu 200 ngàn đô. Năm ngoái, 2016, vợ chồng William mang hai đứa con qua chơi bảy ngày làm dân ta tốn 855 ngàn 600 đô, tính ra là 122 ngàn 229 đô mỗi ngày. Năm 2014, công chúa Anne, em của Nữ Hoàng, qua chơi hai ngày, chúng ta chi ra 128 ngàn đô. Riêng Thái tử Charles và cô vợ già Camilla qua liên miên. Anh chàng này chắc rỗi rãi nên qua ăn bám Canada để tiêu sầu. Cái sầu ngồi chờ tới tê bàn tọa trong bao chục năm mà bà mẹ Elizabeth sống dai chẳng chịu nghỉ ngơi nhường cái ngai vàng cho. Dạo sau này còn bị đe dọa vì Nữ Hoàng có ý bỏ hệ thống quân giai, truyền ngai vàng xuống thẳng cho cháu là Hoàng Tử William. Anh Charles qua chơi Canada tám ngày vào năm 2009 làm Canada tốn hết 1 triệu 440 ngàn đô. Năm 2012 anh lại vác xác qua nữa, Canada chi hết 700 ngàn cho bốn ngày anh lưu lại. Năm 2014, buồn chân cẳng, anh lại qua chơi bốn ngày nữa, Canada tốn 650 ngàn 500 đô. Các phí tổn kể trên chưa tính tới chi phí hộ tống và giữ gìn an ninh, một số tiền khá bộn!

Khách tới nhà phải móc hầu bao tiếp đón. Đó là chuyện đương nhiên. Chúng ta phải chấp nhận. Chẳng lẽ giương mắt ếch làm ngơ. Vậy mà cụ Nguyễn Khuyến của chúng ta làm ngơ thật. Làm ngơ mà...*parce que* (bởi vì) bằng thơ đàng hoàng.

*Đã bấy lâu nay bác tới nhà,*
*Trẻ thì đi vắng, chợ thời xa.*
*Ao sâu, sóng cả, khôn chài cá;*

*Vườn rộng rào thưa, khó đuổi gà.*
*Cải chửa ra cây, cà mới nụ;*
*Bầu vừa rụng rốn, mướp đương hoa.*
*Đầu trò tiếp khách, trầu không có,*
*Bác đến chơi đây, ta với ta*

"Ta với ta" có ra cái chi! Chán mớ đời! Chơi như vậy thì chơi với ai!

*05/2017*

# KIẾM

Cuộc đời của Randy là một phiên bản trung thực của những năm cuối cùng của miền Nam. Anh ra đời vào năm 1971 giữa lúc chiến tranh tàn khốc nhất trước khi tới hồi kết cuộc. Vừa lọt lòng mẹ, anh đã bị mẹ bỏ vào cô nhi viện Thánh Tâm ở Đà Nẵng. Không biết vì anh là đứa con không muốn có của bà hay vì anh là đứa trẻ lai da màu. Sống trong cô nhi viện được 5 năm, anh được xuất viện vì có người xin anh làm con nuôi. Cuộc đời anh tưởng có mái ấm gia đình nhưng không phải. *"Từ cô nhi viện, má nuôi đưa tôi về quê ở huyện Cẩm Hà, tỉnh Quảng Nam. Má có bảy người con, trong đó có năm con trai nhưng cả năm đều chết vì bệnh. Nhà nghèo nên tôi phải đi chăn bò, làm ruộng. Tôi thường xuyên bị bạn bè trêu chọc về màu da hơi khác biệt của mình. Cuộc sống trong gia đình ba má nuôi có thể gọi là cơn ác mộng với tôi, kéo dài hơn tám năm, từ 1976 tới 1983. Tôi đi chăn bò, nếu không may để chúng ăn lúa hoặc lá khoai của người ta, khi về thường xuyên chịu những trận đòn chí tử".*

Những trận đòn là thực đơn thường xuyên của anh. Có lần anh bị bà má lấy guốc đánh gãy sống mũi tới nay vẫn còn vết sẹo. Hình phạt còn gia tăng với cắt không cho ăn cơm, ra ngủ ngoài đồng hoặc nghĩa địa, áp lên má đôi đũa hơ nóng trên bếp lửa.

Năm 1983, anh bị bán cho một gia đình chồng Hoa vợ Việt, có một con trai và một con gái, với giá ba cây vàng. Họ mua anh vì lúc đó có tin con lai sẽ được Mỹ cho về nước. Anh được đi học lúc 12 tuổi và học rất giỏi. Nhưng khi học hết lớp ba, anh bị bắt nghỉ học để đi làm tại một hãng sản xuất xì dầu. Tiền lương chỉ đủ nuôi thân. Lúc đó tin tức cho con lai đi Mỹ đã xìu, họ muốn buông anh ra sau khi đã nuôi báo cô trong bốn năm. Coi như một cuộc đầu tư lộn! Lúc đó là năm 1987.

Ba năm sau, năm 1990, việc con lai được đi Mỹ thành sự thật, họ lại bám vào anh. Nhờ anh mà cả gia đình được qua Mỹ. Vừa tới Mỹ, họ lại lơ là với anh. Anh đang tuổi lớn, ăn rất khỏe, bà vợ dọa: "Mày ăn nhiều như thế người ta cắt tiền trợ cấp đấy!". Bị hắt hủi, anh rất buồn, tính cách tự lập. Anh đề nghị chia đều số tiền trợ cấp cho mỗi đầu người trong gia đình. Phần anh được 180 đô và 40 đô tiền thực phẩm. Anh phải trả 100 đô tiền nhà để được ngủ ngoài phòng khách. Chẳng ai đoái hoài tới anh khi anh bị đau nặng. *"Cả đời tôi khao khát một mái ấm gia đình, mong rằng đến đất lạ xứ người, chúng tôi sẽ xích lại gần nhau hơn. Nhưng rất tiếc mọi thứ đã diễn ra như vậy. Từ đó, dù ở bên cạnh những người cùng sống với mình, nhưng tôi thấy mọi thứ bạc bẽo quá và thực sự thấm cảnh cô đơn trên đất Mỹ. Lúc ấy, tôi rất muốn được trở về Việt Nam và đi làm lại".*

Randy chuyển ra ở riêng, đi làm tại một xưởng may: cắt chỉ, vắt sổ và ủi đồ. Mỗi ngày kiếm được khoảng 60 đô. Anh làm được một năm thì cuộc đời anh thay đổi. Có quốc tịch, anh đi học. Vốn có khiếu hát, anh dự thi hát do cộng đồng người Việt tổ chức. Lần đầu anh được giải khuyến khích và lần thứ hai anh được giải nhất. Trong hội đồng giám khảo có hai nhạc sĩ Nguyễn Hiền và Thu Hồ. Họ giới thiệu anh tới trung tâm ca nhạc Hải Âu. Anh chuyên hát song ca với Mỹ Huyền là con gái của nhạc sĩ Thu Hồ. Cuộc đời anh tới ngã rẽ hanh thông khi tiếng hát của anh được khán giả ái mộ. Anh được mời đi lưu diễn nhiều nơi. *"Tôi thực sự đổi đời nhờ âm nhạc, một cuộc đổi đời ngoạn mục cả về vật chất lẫn tinh thần. Show đầu tiên là ở Úc và từ đó tôi đi diễn nhiều nơi, khắp nước Mỹ và các nước Âu châu có cộng đồng người Việt. Từ năm 1992 đến 1995 là khoảng thời gian vàng son nhất của tôi. Tôi hát nhiều, được đông đảo người hâm mộ và cũng kiếm được rất nhiều tiền. Mỗi tháng, thu nhập của tôi khoảng hai chục ngàn đô!".*

Có quá nhiều tiền, anh không tự kiểm soát được bản thân. Anh vung tiền ra trong những cuộc nhậu nhẹt, đánh bạc, mua xe xịn, cứ kiểu xe nào mới ra là anh tậu ngay. Nhưng rồi anh dừng lại được khi có cuộc hôn nhân đầu tiên. Con đường tìm một mái ấm gia đình của anh cũng gập ghềnh như cuộc đời anh. Anh đã lập gia đình bốn lần tất cả. Càng sống anh càng khao khát kiếm được người mẹ ruột của anh. Đi hát ở đâu, anh cũng xin khán giả giúp anh tìm kiếm. Năm 2007 anh đã về Việt Nam để kiếm mẹ. Từ đó tới nay, anh đã về tới bốn lần. Anh tới cô nhi viện Thánh Tâm, tìm được hồ sơ nhưng không có tên người mẹ. Chỉ biết là mẹ anh đã giao anh cho các sơ vào ngày 26/2/1971, một tháng sau ngày anh chào đời. Tên thật của anh trong hồ sơ là Trần Quốc Tuấn. Quay quắt trong ý nghĩ kiếm mẹ, anh nhờ cả tới nhà ngoại cảm Đoàn Việt Tiến. Ông này nói là mẹ anh đã mất nhưng anh không tin. Trong anh vẫn chỉ có cái bóng lờ mờ của người đã sanh ra anh. *"Tôi vẫn tin rằng, khi giao tôi cho viện cô nhi, mẹ tôi rất khổ đau. Có lẽ do áp lực gia đình, áp lực chiến tranh, mẹ tôi buộc lòng phải làm thế. Nếu mẹ nhẫn tâm, có thể mẹ bỏ tôi đâu đó ngoài đường. Mẹ mang tôi đến tận viện cô nhi, tức là mẹ mong tôi được các sơ chăm sóc tốt, sống nên người"*. Anh đã theo học lớp sáng tác nhạc để viết nên những bản nhạc về mẹ. *Cuộc đời tôi nơi đây, bước chân trên đường xa lạ. Dù là nơi quê cha, vẫn mang nhiều chua xót... Ôi nói sao cho vừa, bao nhớ nhung trong tim tràn dâng"*.

Trường hợp kiếm mẹ của ca sĩ Randy chỉ là một điển hình của biết bao cô nhi Việt Nam đã được di tản qua Mỹ. Báo chí đã nói đến không biết cơ man nào là những cuộc tìm kiếm đẫm nước mắt trong thời kỳ hỗn mang của đất nước chúng ta. Giữa những tiếng súng, giữa những di dời trong vội vã, giữa những thất lạc trong biển lửa, trẻ em đã mất dấu gia đình. Bốn thập niên đã trôi qua, những bàn chân mỏi mệt vẫn còn mải mê trên đường tìm kiếm. Đó là những cuộc tìm kiếm cội nguồn, nặng về tâm lý.

Cũng lần về nguồn cội, nhưng nặng về cứu vớt mạng sống, là những kiếm tìm rốt ráo hơn. Sinh mạng của những đứa trẻ thất lạc nằm trong kết quả tìm kiếm. Tôi mới đọc được hai trường hợp kiếm tìm sống chết này.

Báo chí Canada, vào ngày 20/3/2017, đều có đăng một bài báo của ký giả Douglas Quan về bé gái Hosanna Crowell, sống với cha mẹ nuôi tại Edmonton đã được mười năm. Em bị bỏ rơi trước một bót cảnh sát tại quận Tianzhu, Trung Quốc, khi được một tuổi. Không ai biết tông tích em ra sao. Ông bà Greg và Cathy Crowell nhận nuôi em từ một cô nhi viện ở thành phố Kaili vào tháng 5 năm 2007, chưa đầy một tháng sau khi em bị bỏ rơi. Họ chưa hề gặp em nhưng khi thấy bé gái mở to đôi mắt hình hạnh nhân nhìn hai người lạ trong khi đút hai ngón tay vào miệng để mút, họ đã thấy thương. Họ quyết định nuôi em tuy đã có tới bốn đứa con ruột. Mãi tới tháng 12 năm 2009, mọi thủ tục mới hoàn tất. Một tháng sau,bé Hosanna tới Edmonton. Em được cha mẹ nuôi cho theo học tại một trường song ngữ Anh và tiếng quan thoại. Hosanna rất ham mê thể thao, chơi túc cầu, dã cầu, bơi lội và nhiều môn khác. Khi bị bỏ rơi, trong người em không có bất cứ một thứ giấy tờ hay vật dụng gì cho biết tung tích em. Không có đến cả một cái tên!

Nhưng nay hàng triệu triệu người tại Trung Quốc đều biết em. Tất cả chỉ vì một bức thư. Thư của mẹ nuôi em gửi cho cha mẹ ruột em. Thư được gửi đi vì bé Hosanna bị chứng bệnh rối loạn máu di truyền khiến cơ thể em không sản xuất được huyết sắc tố, thứ *protein* trong tế bào máu chuyên chở dưỡng khí từ phổi tới toàn thân. Bệnh của em đang được chữa trị bằng cách truyền máu. Nhưng vì em đang ở độ tuổi phát triển nên lượng máu truyền cho em phải tăng lên theo thời gian. Hiện em phải truyền máu vài tuần một lần. Tới nay em đã được truyền máu tới 194 lần, mỗi lần cần tới hai người cho máu. Việc truyền máu liên tục làm tổn hại tới thận. Em đã không thể đến trường được nữa. Các bác sĩ đã phải nghĩ tới chuyện ghép tủy cho em. Muốn vậy, phải tìm được gia đình ruột thịt của em. Cha mẹ nuôi của em đã trở lại cô nhi viện để tìm người thân của em hầu kiếm được loại tủy hợp. Nhưng cuộc tìm kiếm thật vô vọng. Cả nhân viên cô nhi viện và nhà cầm quyền địa phương đều bó tay. Cứ như tìm một chiếc kim dưới biển.

Bức thư dĩ nhiên không có địa chỉ người nhận nhưng đã được phổ biến rộng rãi nhờ hệ thống truyền hình Omni Television, một đài có những buổi phát hình bằng tiếng Hoa. Mở đầu bức thư, bà Cathy viết: *"Ông bà có nhận ra hình cháu bé gái đính kèm theo thư này, con của ông bà không? Đứa bé có tật mút hai ngón tay. Cháu đã ở với ông bà một năm, và theo tôi đoán, cháu rất yếu ớt và ông bà không đủ khả năng chữa trị cho cháu, nên phải bỏ cháu. Tôi thông cảm tình trạng khó khăn của ông bà"*. Thư cho biết bệnh trạng hiện nay của Hosanna và khẩn cầu gia đình ruột thịt của cháu giúp đỡ cháu có một cuộc sống tốt đẹp hơn. Một ký giả ở Vancouver tên Bowen Zhang xúc động về câu chuyện thương tâm nên đã hợp cùng vài người bạn ở Bắc Kinh *post* bức thư trên mạng Weibo, một loại *facebook* của Trung Quốc. Bốn triệu người đã vào coi. Nhiều báo đã làm bản tin. Chính quyền tỉnh Quý Châu đã in và phổ biến 50 ngàn bản tới các làng mạc vùng núi với hy vọng bắt tay được gia đình em. Ông bà Greg và Cathy hy vọng sẽ có tia sáng cuối đường hầm. Khi họ chọn cho bé gái cái tên Hosanna, họ chỉ thích thanh âm của chữ này, nhưng nay họ mới được biết Hosanna, tiếng Do Thái, có nghĩa là "cứu vớt"!

Cứu vớt những đứa trẻ lạc gia đình ruột thịt, bị những chứng bệnh hiểm nghèo cần sự giúp đỡ của cha mẹ sinh học, là chuyện xảy ra khá nhiều trong xã hội nhộn nhạo ngày nay. Nhưng chuyện tìm kiếm dưới đây có lẽ là một chuyện hi hữu, đặt con người vào những tình huống rắc rối rất khó quyết định.

Marda là một phụ nữ 35 tuổi, cư ngụ tại một khu dân cư thuộc thành phố Foyer, Ý. Cô có chồng là Peters. Cả hai đều da trắng. Nhưng hai con của họ lại một trắng một đen. Mọi người xì xào về màu sắc tương phản này. Martha cho biết bà nội của cô là người da đen nên mới có sự tái xuất hiện lại giống như vậy. Mùa thu năm 2002, cô bé da đen Monica bị nóng sốt cao. Bác sĩ Andrew phát hiện cô bị bệnh máu trắng và phải chữa chạy bằng cách ghép tủy. Bệnh viện yêu cầu mọi người trong gia tộc làm xét nghiệm để may ra tìm được người có tủy hợp với bệnh nhân. Kết quả không có ai có kết quả thích hợp. Bác sĩ Andrew đề nghị một giải pháp khác: hai vợ chồng phải sanh thêm một lần nữa để có thể lấy máu cuống rốn của bé này truyền cho Monica. Hai vợ chồng xin bác sĩ cho thêm một thời gian để suy nghĩ. Nói như vậy nhưng cả hai vợ chồng đều thấy chuyện này là không tưởng. Nhưng họ đã phải suy nghĩ thiệt, suy nghĩ tới nát óc. Cuối cùng, họ phải xin bác sĩ giữ kín câu chuyện mà họ sắp thổ lộ với ông. *"Chuyện xảy ra vào tháng 5/1992. Lúc đó, con gái lớn của chúng tôi Jelena đã được 2 tuổi, Marda làm việc trong một quán ăn,đến 10 giờ tối mỗi ngày mới được về nhà. Buổi tối hôm đó trời mưa rất to, khi Marda bãi việc trở về thì trên đường đã gần như không còn ai nữa. Khi đi ngang qua một bãi đậu xe bị bỏ hoang, Marda nghe thấy sau lưng có tiếng bước chân, cô sợ hãi quay đầu lại nhìn, thì thấy một chàng trai da đen đang đứng phía sau cô. Anh ta tay cầm một khúc cây,đánh cô ngất đi, và làm nhục cô. Khi Marda tỉnh lại, loạng choạng trở về nhà thì đã hơn một giờ sáng, tôi lúc đó tựa như đã phát điên lên, xông ra ngoài để tìm người da đen kia tính sổ, nhưng đã không còn một bóng người nào ở đó cả. Buổi tối hôm đó, hai vợ chồng chúng tôi ôm nhau khóc thảm thiết, cả bầu trời dường như đều đã đổ sập xuống".*

Sau đó, Marda mang thai. Tháng 3 năm 1993, đứa bé ra đời đúng là con của người da đen đã làm ẩu đêm kinh hoàng đó. Họ định mang đứa bé cho viện mồ côi nhưng mỗi lần thấy bé khóc, họ lại lưỡng lự không thể nhẫn tâm được. Họ quyết định giữ lại đứa bé khác màu da. Nghe xong chuyện, bác sĩ Andrew khuyên họ chỉ còn cách là tìm kiếm cha ruột đứa bé. Ông ướm thử ý định của Marda, bà gật đầu sẽ tha thứ không truy tố kẻ hãm hiếp bà nếu anh ta bằng lòng xuất hiện để cứu Monica. Tất cả vì lòng thương con.

Bác sĩ Andrew soạn một thông báo gửi đăng trên báo. Ông khôn khéo giấu tên người trong cuộc. *"Ngày 17/5/1992, ở bãi đậu xe đường số 5, khu thương nghiệp thành phố, một người phụ nữ da trắng bị một chàng trai da đen cưỡng hiếp. Không lâu sau, người phụ nữ kia đã sinh ra một bé gái da đen. Cô và chồng đã không chút do dự mà gánh vác trách nhiệm nuôi dưỡng bé gái này. Tuy nhiên điều không may là cô bé hiện bị bệnh máu trắng, cần phải cấy ghép tủy gấp. Cha ruột của cô bé chính là niềm hy vọng duy nhất để cứu sống cô, hy vọng người năm xưa, sau khi đọc được lời nhắn này, hãy mau chóng liên hệ với bác sĩ Andrew làm việc tại bệnh viện Elizabeth".*

Bản thông báo lập tức được mọi người thông cảm. Nhiều người tỏ ý muốn giúp đỡ bằng cách xét nghiệm xem tủy của họ có hợp với bé Monica không. Bà Marda từ chối tất cả vì muốn giữ bí mật câu chuyện của họ. Nhưng những người có lòng vẫn kéo nhau tới bệnh viện làm xét nghiệm. Không ai có tủy thích hợp với Monica nhưng nghĩa cử của những người này lại có kết quả bên lề. Nhiều người có loại tủy thích hợp với các bệnh nhân cần hiến tủy khác.

Anh chàng da đen phạm tội ác khi xưa tình cờ đọc được thông báo trên một tờ báo xuất bản ở thành phố Napoli, nơi anh đang làm chủ một nhà hàng sang trọng. Tên anh là Achlia. Anh hiện là một triệu phú. Nhưng tiền không giúp anh giải quyết được chuyện xảy ra vào đêm 17/5/1992, khi anh còn là một tên rửa chén trong một nhà hàng. Bữa đó là sinh nhật 20 tuổi của anh. Anh định xin về sớm để ăn mừng. Nhưng trước khi ra về, anh đã vô ý làm bể một chiếc đĩa. Ông chủ người da trắng túm cổ anh, bắt anh phải nuốt hết những mảnh vỡ. Anh tức giận đấm cho ông một phát rồi tất tưởi rời nhà hàng, lòng căm phẫn quyết trả thù người da trắng. Anh thấy Marda trong lúc đó và đã cưỡng hiếp cô. Khi tỉnh ra, anh vội vã đáp xe lửa lên Napoli, rũ bỏ những ngày tăm tối đó. Số phận đẩy đưa anh tới làm tại nhà hàng của một ông chủ người Mỹ. Trân quý sự chăm chỉ cần mẫn của anh, ông gả cô con gái Lina và giao cho anh quản lý nhà hàng. Tuy gần như thất học, nhưng anh có khiếu quản lý, đã biến nhà hàng thành một chốn lui tới sang trọng của giới thượng lưu. Dưới mắt mọi người, anh là một ông chủ, một người chồng và người cha tốt, nhưng trong thâm tâm anh vẫn còn ám ảnh tội ác năm xưa. Anh luôn nghĩ tới và cầu chúc an bình cho nạn nhân của hành động thiếu suy nghĩ của anh.

Anh đọc thông báo mà lòng dạ rối bời. Đã có lúc anh quyết định theo lương tâm nhưng khi quay số điện thoại chưa xong, anh lại cúp. Anh đang có đủ mọi thứ. Sự mất mát quá lớn để anh thuận theo lương tâm. Trong bữa cơm tối, vợ anh đã nói tới câu chuyện thời sự đang nóng bỏng tại Napoli. Cô khâm phục lòng can đảm và vị tha của cặp vợ chồng trong câu chuyện. Achlia nghe xong rồi hỏi nàng nghĩ sao về kẻ cưỡng hiếp. "*Em tuyệt đối không thể tha thứ cho hắn ta được, năm xưa đã làm sai rồi, vào thời khắc then chốt của bây giờ, hắn ta lại rụt cổ trốn tránh. Hắn ta thật đúng là quá đê tiện, quá ích kỷ, đáng ghê tởm! Hắn ta quả là một con quỷ hèn nhát!*". Nghe lời vợ nói, anh phân vân khôn lường. Những đêm sau đó, anh mất ngủ, người rọc hẳn đi. Cuối cùng, anh thu hết can đảm, thú thật với vợ, có thể người cưỡng hiếp đó chính là anh. Vợ anh giận dữ, mang con về nhà cha mẹ. Nàng thổ lộ sự tình. Cha mẹ nàng cũng rất căm giận, nhưng sau đó đã nghĩ lại và nói với con gái: "*Chúng ta nên tức giận về hành vi của Achlia trong quá khứ. Nhưng con có từng nghĩ qua hay chưa, nó cần có can đảm lớn đến dường nào để có thể bước ra, điều này chứng minh rằng lương tâm của chồng con còn chưa mất đi. Con muốn chồng con là một người từng phạm sai lầm, nhưng bây giờ có thể sửa đổi, hay là muốn một người chồng mãi mãi chỉ biết chôn vùi quá khứ tàn ác?"*. Sáng hôm sau, cô quay về nhà và nói với chồng nên liên lạc với bác sĩ Andrew. Cô sẽ cùng tới với chồng. Ngày 8/2/2003, họ đã tới bệnh viện Andrew thử ADN. Anh chính là cha ruột của Monica! Ngày 18 tháng 2, bệnh viện sắp đặt cuộc gặp gỡ giữa vợ chồng Achlia và vợ chồng Marda. Achlia nói trong nghẹn ngào: *"Xin lỗi, xin hãy tha thứ cho tôi. Câu nói này tôi đã chôn sâu trong lòng suốt hơn chục năm nay, hôm nay, cuối cùng tôi đã có cơ hội để nói với chị"*. Marda cũng xúc động không kém: *"Cám ơn cậu đã xuất đầu lộ diện. Cúi xin Thượng Đế phù hộ, tủy xương của cậu đã cứu con gái tôi"*. Bé Monica được ghép tủy vào ngày 22 tháng 2. Một tuần sau, bé được xuất viện khỏe mạnh. Vợ chồng Marda đã mời bác sĩ Andrew và vợ chồng Achlia tới nhà dùng cơm để tạ ơn. Vợ chồng Achlia không tới, chỉ nhờ bác sĩ Andrew mang đến một lá thư. Trong thư Achlia viết: *"Tôi không thể quấy nhiễu cuộc sống bình yên của anh chị lần nữa. Tôi chỉ hy vọng Monica và anh chị sẽ sống hạnh phúc bên nhau, nếu như anh chị có khó khăn gì, xin hãy nói với tôi, tôi nhất định sẽ giúp đến cùng! Đồng thời, tôi cũng rất cảm kích Monica, từ một góc cạnh khác mà nói, con bé đã cho tôi một cơ hội để chuộc tội, đã cho tôi có được an bình trong nửa cuộc đời còn lại. Đây chính là món quà mà con bé đã tặng cho tôi!"*

Những chuyển đổi, di dời của mỗi người chúng ta vẫn còn tiếp diễn khi chiến tranh, áp bức, bạo lực, đói nghèo, phân biệt chủng tộc còn chưa rời khỏi trái đất này. Mọi người vẫn đang kiếm tìm nhau trong một thế giới quờ quạng!

*05/2017*

# LEO

Dân Việt ta đang rùm beng về chuyện một ông gốc Việt leo rào vào tòa Bạch Ốc lúc 11 giờ 38 phút khuya ngày 10/3 vừa qua. Đó là anh Jonathan Trần Tuấn Anh, 26 tuổi, cư ngụ tại San Jose. Anh đã leo qua rào, tiến tới tòa nhà bên trong mới bị phát hiện. Với bước chân vào tòa Bạch Ốc, anh đã tạo được hai kỷ lục: là người Việt đầu tiên leo rào vào tòa nhà trắng và là người đầu tiên vào thăm ông Trump mà không thèm qua cổng kể từ khi ông này nhậm chức. Anh Tuấn Anh là một kỹ sư điện, tốt nghiệp Đại học San Jose State University năm 2014, bị *stress* trong công việc khiến anh phải nghỉ làm. Khi leo rào, anh đeo một chiếc ba lô trong đó có một sổ thông hành, một chiếc *laptop* hiệu Apple, một cuốn sách do ông Trump viết, một bức thư gửi cho ông *tonton.* Trong túi áo khoác của anh có hai bình xịt hơi cay. Viên mật vụ tại tòa Bạch Ốc tên Wayne Azevedo, trong báo cáo viết tay, đã xác nhận lon hơi cay *mace* thuộc loại xịt hơi để tự vệ. Khi bị bắt, anh Tuấn Anh đã nói: "Tôi là bạn của Tổng Thống. Tôi đã có hẹn trước". Ông bạn này đã tỉnh rụi trả lời khi được hỏi vào bằng cách nào: "Tôi đã leo hàng rào!".

Bản tin nói anh Tuấn Anh bị bệnh tâm thần phân liệt nhưng, bằng vào những gì anh mang theo trong ba-lô, tôi thấy anh rất khôn khéo và nghiêm túc. Tuy leo rào nhưng anh đã mang theo sổ thông hành. Như vậy là anh đã rất nghiêm túc tôn trọng luật pháp. Vào thăm ông Trump mà anh còn nhớ mang theo một cuốn sách của ông Trump, vậy là anh khôn tổ. *Văn mình, vợ người,* các cụ xưa đã dậy như vậy. Ông Trump là người rất khoái *vợ người* vậy nên cái vụ *văn mình* chắc cũng khoái chí tử. Mang sách của ông Trump, anh Tuấn Anh là người rất rành tâm lý. Trong bức thư viết cho *tonton* mang theo, anh có nhắc tới "các *hacker* người Nga", việc anh bị theo dõi và "điện thoại cùng *e-mail* của anh bị đọc lén bởi bên thứ ba", toàn những đề tài mà ông Trump đang chú ý, vậy thì anh Tuấn Anh đắc nhân tâm quá trời. Nói anh bị bệnh tâm thần, tôi nghĩ chuyện này nên xét lại. Nhưng nếu đó là đúng sự thực thì chuyện anh khai anh là bạn của ông Trump cũng đúng. Đây là cuộc thăm viếng của người đồng bệnh với nhau. Mật vụ Mỹ bắt anh là bậy. Ông Trump bày tỏ tình cảm ngay với anh Tuấn Anh. Nghe tin, ông nói là rất buồn và thương cảm cho anh Tuấn Anh bị "*trouble*", có vấn đề! Người có vấn đề rất dễ thông cảm với người khác cũng có vấn đề.

Chiều ngày 11/3, phóng viên báo *The Mercury News* đã tới nhà anh tại một khu vực dành cho tầng lớp lao động ở Milpitas và phỏng vấn người trong gia đình. Bài báo ghi lại như sau: "Trong khi các thành viên trong gia đình ngồi im bên trong, một người phụ nữ nói gia đình không muốn bình luận về việc này. Những người hàng xóm cũng từ chối bình luận hoặc không mở cửa cho phóng viên nói chuyện".

Leo là một hoạt động rất được trẻ nhỏ khoái. Chúng leo trèo không biết mệt. Ngày nhỏ, chúng ta cũng rứa. Tuổi thơ, tôi sống ở Hà Nội. Ngay bên bờ sông có một vườn trồng ổi rất rộng lớn, chẳng có hàng rào chi cả. Vườn ổi này được mọi người quen gọi là Rặng Ổi. Vườn dĩ nhiên có chủ. Trèo leo ở Rặng Ổi là thứ mà chúng tôi rất thích. Không có buổi nghỉ học nào mà chúng tôi không có mặt ở Rặng Ổi. Trời nắng chang chang nên đứa nào cũng đen xì đen xịt. Muốn leo trộm ổi phải hành sự vào buổi trưa vì giờ đó chủ vườn ít có mặt. Muốn trộm cắp phải biết nhẫn nhục. Có khi chưa đúng mùa ổi chín cũng vơ ổi xanh gặm đại. Báo hại nhiều đứa tắc tị đường ruột tới mấy ngày. Có lúc bị chủ bắt gặp, đang toòng teng trên cây, mặt xanh như lá, cuống quýt không biết làm sao. Chủ đứng dưới gốc cây cũng cuống quýt trấn an, sợ mấy thằng ở trên cây té xuống thì đổ nợ.

Sự nghiệp leo trèo của chúng tôi không chỉ xảy ra ở Rặng Ổi mà còn ở nhiều vườn khác. Nhà nào có vườn đều nằm trong tầm nhắm của lũ trẻ ham leo. Những nơi này có hàng rào hẳn hoi mà chúng tôi vẫn hành quân được. Dĩ nhiên chỉ đánh du kích. Đi cả đàn nhưng chỉ những tên leo trèo nhanh mới được cử ra hành hiệp. Còn tất cả đứng ngoài hàng rào đón bắt chiến lợi phẩm do những…biệt kích thảy ra. Thường thì chúng tôi giữ kỷ luật tốt, ngậm tăm tiến tới, nên chủ nhà không hay biết. Khi biết được thì đoàn quân…ma đã rút lui an toàn. Ngặt cái nếu nhà nào có nuôi chó thì vất vả vô cùng. Những tên canh bốn chân này không bao giờ lơ là nhiệm vụ. Chúng mà ngoác cái miệng...chó ra là phải rút lui có trật tự. Cũng có khi xui bị chủ nhà rình tóm cổ. Những biệt kích quân lúc này trông rất bèo nhèo, nước mắt nước mũi tuôn ra thảm khổ, leo xuống một cách e dè. Thường thì sau một màn giáo dục, các tù nhân được thả với lời đe dọa rất hãi hùng. Nhưng cũng có khi gặp các bà...giết giặc thì số phận hẩm hiu hơn. Được các bà chống nạnh cho ăn đủ thứ khó ăn trên đời. Nghề chơi cũng lắm công phu, nghề...trộm còn nhiều nhọc nhằn hơn. Nói cho oai vậy thôi chứ hồi nhỏ tôi nhát thít, chỉ chuyên a dua theo nên cuộc đời không lãnh nhiều chông gai. Kể những trò leo ngày cũ chỉ là một cách dựa hơi. Bạn bè tôi nhiều tên leo trèo rất tài tình. Phóc một cái chúng đã chót vót trên hàng rào cao hoặc trên những thân cây thấu tới trời xanh.

Anh Tuấn Anh năm nay mới 26 cái xuân xanh nên chắc không có tuổi thơ leo trèo như chúng tôi. Vậy nên lớn lên anh mới thèm trèo leo. Leo đâu không leo lại chọn leo ở chỗ canh gác nghiêm ngặt. Vậy nên mới mang họa.

Nhưng nghĩ lại thấy anh đâu có leo khơi khơi mà anh vượt rào nhà...bạn để tới thăm. Bạn anh chừ làm lớn. Vậy mới khổ cái thân anh. Có một điều an ủi là anh không phải là người duy nhất leo rào nơi chốn thâm nghiêm kín cổng cao tường. Nhiều người trước đó đã từng leo.

Báo *Washington Post* cho biết, kể từ giữa năm 1970 tới nay đã có tới 32 vụ leo rào vào tòa nhà trắng. Kể ra cũng không nhiều vì tòa Bạch Ốc rộng mênh mông có tới 142 phòng, 35 phòng tắm và 3 nhà bếp trải dài trên sáu tầng lầu.

Tòa nhà này có chi vui mà phải vất vả leo rào đột nhập? Cũng có vài chuyện vui vui đấy. Tòa nhà được hoàn tất vào năm 1800 và cư dân đầu tiên tới ở là gia đình Tổng Thống John Adams. Không biết có phải vì tòa nhà đã via tới 217 năm kể từ ngày bắt đầu được sử dụng hay không mà trong đó không có một cái máy pha cà phê nào. Người phát hiện ra sự thiếu sót này là tài tử Tom Hanks. Không biết có phải vì tài tử nổi tiếng Hollywood này nghiện cà phê không mà năm 2004, khi được mời vào thăm, ông lại chú ý tới chuyện này. Ông liền mua tặng một chiếc. Sáu năm sau, năm 2010, ông lại được mời lần nữa. Ông đi tìm ngay chiếc máy pha cà phê ông tặng. Ông đã tìm lại được nó nhưng bị gẫy mất một chân! Ông liền mua tặng một chiếc khác. Không hiểu chiếc này hiện nay ra sao, chắc phải hỏi bà Melania Trump.

Gia đình *tonton* không phải là chủ tòa nhà. Đây là tài sản của toàn dân! Họ chỉ được cho ở tạm. Vậy nên các thứ mà gia đình *tonton* xài, họ phải xuất tiền túi ra trả. Mỗi cuối tháng, gia đình ở trọ này sẽ nhận được *bill* tính tiền thực phẩm dùng cho gia đình, kể cả thực phẩm tiếp đãi bạn bè tới chơi. Ngoài ra các thứ lặt vặt như kem đánh răng, giấy vệ sinh, gia đình *tonton* cũng phải móc hầu bao. Khi dọn vào tòa nhà này, có lẽ lòng lâng lâng khoái chí, các bà Đệ Nhất Phu Nhân thường giật mình khi nhận được cái *bill* đầu tiên. Bà Nancy Reagan đã từng giật mình như vậy. Bà nói: "Không ai nói với chúng tôi rằng mỗi bữa ăn của Tổng Thống và phu nhân đều phải trả tiền!".

Cô Lynda Johnson Robb, con gái của Tổng Thống Johnson, tiết lộ bà Đệ Nhất Phu Nhân Lady Bird Johnson rất mê loạt phim truyền hình *Gunsmoke* mà giờ chiếu phim này lại trùng với giờ cơm tối trong nhà trắng. Vậy nên Tổng Thống Johnson đã phải nhờ cơ quan truyền thông của tòa Bạch Ốc thu hình lại cho bà coi sau khi xực phàn.

Trong lịch sử của Mỹ, Tổng Thống Gerald Ford là một tổng thống…lạ. Ông chẳng bao giờ ứng cử, dù là chức phó tổng thống, vậy mà thành tổng thống. Đúng là cái số nó đẩy ông vào tòa nhà trắng. Steve Ford, con trai ông kể lại chuyện ông bố trúng số…tổng thống: "Cha tôi trở thành phó tổng thống khi Spiro Agnew từ chức và sau đó trở thành tổng thống khi Richard Nixon từ chức". Ông Richard Nixon phải vội vã từ chức để tránh bị Quốc hội đàn hặc. Vội đến nỗi không có thời giờ dọn dẹp. Khi Ford nhậm chức thì tòa nhà vẫn còn ngổn ngang gói lớn gói nhỏ của Nixon. Làm sao mà dọn vào được, gia đình ông Ford phải chuyển ra ngoại ô Washington ở tạm vài ngày.

Tọa lạc trên khu đất rộng tới 72.843 thước vuông, hàng rào của tòa nhà này dài dằng dặc được chia ra thành bốn hướng. Dân leo rào thường đột nhập vào hướng nào? Hướng Bắc nằm trên đại lộ Pennsylvania được chiếu cố nhiều hơn cả. Lý do là vì hướng này có khoảng cách gần nhất kể từ hàng rào vào tòa nhà. Chính tại hướng này, vào ngày 3 tháng 10 năm 1978, đã xảy ra vụ đột nhập nguy hiểm nhất. Anthony Henry, 35 tuổi, mặc một bộ võ phục *karate*, leo rào vào. Lập tức anh bị lực lượng an ninh chặn lại. Anh rút ra một con dao, đâm hai lính gác. May là cả hai chỉ bị thương. Mãnh hổ nan địch quần hồ, anh bị bắt. Bị thẩm vấn lý do leo rào, anh nói anh muốn gặp Tổng Thống Jimmy Carter để yêu cầu ông bỏ hàng chữ *"In God We Trust"* trên đồng tiền Mỹ. Anh cho đó là một điều báng bổ thần thánh!

Ba năm sau, năm 1981, lại có người leo rào tại hướng này. Đó là Joseph Tubbs. Lý do? Anh muốn xin việc làm! Năm 1983, thêm một anh leo rào nữa. Năm 1986, ông Hotchkiss cũng đã bị bắt khi leo rào. Năm 2005, trong một cuộc biểu tình chống chiến tranh ở Iraq, một trự hăng tiết vịt trèo hàng rào và bị bắt ngay.

Nhưng vụ xâm nhập đình đám nhất từ phía hàng rào hướng Bắc này là vụ xảy ra vào ngày 19 tháng 9 năm 2014. Omar J. Gonzalez, một cựu binh sĩ đã từng tham gia mặt trận Iraq và bị hội chúng tâm thần sau chiến tranh, đã leo rào và đột nhập được vào tòa nhà chính. Anh bị ách lại. Khám trong người anh, nhân viên an ninh tịch thu được một con dao gấp, có răng cưa, dài 9 phân, dấu trong túi. Anh khai với mật vụ Lee Smart anh muốn báo động với Tổng Thống Obama là bầu khí quyển sẽ sụp xuống để ông cảnh báo với dân chúng. Anh bị truy tố về tội xâm nhập vào một cơ sở với vũ khí là một con dao. Tháng 6 năm 2015, anh bị xử 17 tháng tù và ba năm quản chế. Điều đặc biệt là vì để anh Gonzalez vào sâu trong tòa nhà nên bà Julia Person, Giám Đốc cơ quan Mật Vụ Hoa Kỳ, đã phải từ chức. Bi thảm nhất cho người leo rào phía hướng Bắc này là một tài xế taxi tên Chester Plumbes. Năm 1975, anh đã leo rào thành công, chạy về hướng tòa nhà với vũ khí trong tay. Anh bị bắn chết tức thời.

Cũng mang vũ khí, nhưng leo rào phía Đông Nam là anh Leland Modjeski. Chuyện xảy ra vào tháng 5 năm 1995 dưới thời ông Clinton. Anh này chơi ngon hơn, nói rõ ý định đột nhập vào để ám sát tổng thống. Anh đã tiến tới được khu nhà nghỉ của gia đình tổng thống với một khẩu súng đã nạp đạn sẵn. Anh bị một nhân viên mật vụ nhìn thấy và rượt đuổi. Anh vẫn chạy. Ông này bèn nổ súng trúng vào tay anh. Viên đạn xuyên qua cánh tay anh Leland, chạy ra ngoài và xuyên vào cánh tay của một nhân viên mật vụ đang vật lộn với anh. Cũng như phần lớn các "nhân vật" leo rào tòa Bạch Ốc, anh Leland cũng bị bệnh tâm thần. Nhưng anh là một trí thức bằng biếu đàng hoàng. Anh đã đậu *bachelor* môn tâm lý học vào năm 1989 và *master* vào năm 1992 tại Đại học George Mason ở Fairfax. Học cao nhưng không kiếm được việc làm, anh phải đi giao *pizza* cho tiệm Pizza Hut với số lương chết đói 4,25 đô một giờ. Vậy mà cũng bị *layoff*! Đây là một vụ xâm nhập được kể là nguy hiểm. Chỉ nửa giờ trước khi anh Leland đột nhập vào thì, ngay tại chỗ đó, Tổng Thống Clinton vừa bước ra khỏi xe *limousine*. Khi súng nổ lúc 10 giờ 45 phút, Tổng Thống Clinton đang làm việc với ông Chánh Văn Phòng Leon E. Panetta tại khu nhà ở của gia đình tổng thống. Bà Hillary đã đi ngủ. Cô Chelsea, khi đó vừa 15 tuổi, vừa học bài xong và đang về phòng ngủ. Không ai nghe được tiếng súng nổ. Ngày hôm sau, trong khi chạy *jogging* tại căn cứ quân sự Fort McNair, *tonton* được báo chí hỏi cảm tưởng, ông...phiếm: "Chỉ là một ngày như mọi ngày tại tòa Bạch Ốc!".

Hàng rào phía Nam. Phía anh Tuấn Anh mới thử sức, là nơi ít "khách" viếng thăm nhất. Người ta ghi nhận được hai vụ. Nhưng chỉ có vụ xảy ra vào năm 2001 là đáng kể. Anh

Robert Pickett, gốc Ấn Độ, đã từng theo học tại trường võ bị West Point nhưng bỏ ngang, vào làm cho cơ quan Thuế Vụ Hoa Kỳ, bị *layoff* từ nhiều năm trước, là người gây ra cớ sự. Lúc 11 giờ rưỡi sáng, khi hàng đoàn du khách đang xếp hàng vào thăm tòa Bạch Ốc, anh Pickett xuất hiện với một khẩu súng lục. Một nhân viên mật vụ tới thuyết phục anh trao khẩu súng cho ông. Anh không tuân thủ và bị bắn vào chân, khuỵu xuống. Nơi khu vườn phía Nam này, trước đó một giờ rưỡi, Tổng Thống Bush đang tiếp một số gia đình đã được hưởng lợi với chính sách thuế mới của ông. Đám du khách được di tản ra khỏi khu vực. Ông Bush đang tập thể dục trong khu nhà ở khi được nhân viên trình sự việc. Nghe xong, ông tiếp tục tập. Có điều anh chàng Pickett này hơi dở. Anh mới đứng phía ngoài hàng rào, chưa leo liếc chi được.

Anh Pickett này thua xa anh Tuấn Anh. Chưa chứng tỏ được bản lãnh đã lãnh viên đạn vào chân. Anh Tuấn Anh đã leo qua rào, băng qua sân cỏ trong 15 phút, đột nhập vào tòa nhà hẳn hoi. Anh Tuấn Anh cũng lịch sự hơn, chẳng súng siếc chi cho rắc rối, anh mang vào một *laptop* loại xịn của Apple trái táo đàng hoàng. Trong *laptop* lại có thư gửi Tổng Thống. Anh còn thủ cả sổ thông hành quang minh chính đại. Đã nói là anh đi gặp bạn mà. Bạn anh là ông ba bứa đang ngồi trong tòa nhà trắng.

Xét về mặt nào, anh Tuấn Anh cũng ăn đứt thiên hạ. Đúng là…vẻ vang dân Việt!

*03/2017*

# MARATHON

Tôi vừa có thêm một người để nể phục nữa. Đó là bà Trần Thị Châu, tên được báo Mỹ dùng là Chau Smith, lấy theo họ chồng. Năm nay bà chẵn 70 tuổi. Để ăn mừng tới tuổi thế gian hiếm, bà chạy! Chúa mẹ ơi, bảy chục tuổi còn chạy, tôi phục bà quá đỗi. Tôi cũng có tập thể dục để giữ gìn sức khỏe mà chuyện đi bộ là chính. Đi bộ ngoài đường hay trên máy. Chỉ đi thôi, chạy thì chịu. Vất vả lắm. Có ngày đứt gân máu! Vậy mà bà Châu lại chạy. Không phải chạy tà tà ngoài đường như chúng ta vẫn thường thấy những người trẻ tập tành để giữ sự dẻo dai, mà chạy *marathon*. Chạy *marathon* là chạy một mạch khoảng 42 cây số. Không phải chạy khơi khơi mà tính giờ đàng hoàng. Làm sao mà chạy nổi. Vậy mà bà Châu đã chạy cả thảy 70 cuộc chạy *marathon* trên khắp thế giới. Năm nay, bà tự mừng tuổi bảy chục chẵn bằng cách chạy bảy cuộc *marathon* trong bảy ngày trên bảy lục địa. Bà không chạy một mình nhưng chạy theo cuộc đua do tổ chức *Triple 7 Quest* tổ chức. Dĩ nhiên bà là người nhiều tuổi nhất trong đoàn chạy.

Phải công nhận bà Châu gân thiệt. Cỡ tuổi bà chỉ chạy vài cây số là ná thở chứ *marathon* làm chi cho mệt thân già. Vậy mà bà không phải là tay chạy chuyên nghiệp. Hồi nhỏ bà rất ghét chạy. Mãi tới năm 48 tuổi bà mới chạy lần đầu tiên. Sơ sơ chỉ nuốt đoạn đường có 5 cây số! Cú đầu đã là cú…thầy chạy!

Lần mừng thọ này bà đã chạy, từ ngày 25/1 đến ngày 31/1/2017, mỗi ngày 42,185 cây số tại các thành phố Perth ở Úc, Singapore, Cairo ở Ai Cập, Amsterdam ở Hòa Lan, New York, Punta Arena ở Chile và đảo King George ở Nam Cực. Chạy xong một cú là leo ngay lên máy bay đi chuyển tới châu lục khác. Sáng dậy lại chạy! Chỉ nguyên đọc chương trình chạy của bà, tôi đã thấy mệt. Bà có mệt không? Có chứ, bộ sức trâu hay sao mà không mệt. Nhưng bà cho biết: "Tôi luôn luôn tự luyện tập tâm trí chỉ nghĩ tới chuyện vui. Vậy nên khi mệt mỏi hay đau chân, tôi nghĩ tới những điều tích cực hơn. Vậy nên tôi không than thầm kiểu 'Trời đất ơi, đau quá!' mà nghĩ tới con thác, bờ suối và ao hồ".

Để sửa soạn cho cuộc chạy lịch sử này, bà đã bỏ ra 8 tháng để tập luyện. Trong 4 tháng trước ngày khởi hành, bà đã tập chạy mỗi tuần từ 24 cây số đến 200 cây số. Chạy là một chuyện, cuộc chạy *marathon* tóe phở này còn khiến bà Châu gặp nhiều tình huống dở khóc dở cười. Khi chạy ở Úc, nhiệt độ lên tới 37 độ C khiến bà bị cháy da. Lại nữa, sau khi chạy ở Singapore, bà lên máy bay đi Cairo, Ai Cập. Máy bay bị trễ ở Abu Dhabi, báo hại bà tới Cairo chỉ ít phút trước khi chạy. Bà kể lại: "Chúng tôi chỉ có 10 phút để lên phòng thay đồ. Chìa khóa phòng tôi lại bị trục trặc, chỉ nguyên việc mở cửa đã hết 10 phút! Tôi đã phát khóc!". Thời gian còn lại để chạy chỉ còn 6 tiếng thay vì 7 tiếng. Ban tổ chức đề nghị bà chỉ chạy nửa đoạn đường thôi. Bà không chịu. Cuối cùng bà đã chạy toàn bộ đoạn đường 42 cây số trong 5 giờ 51 phút! Bà cho biết: "Từ đó, họ không bao giờ gợi ý cho tôi chạy chỉ nửa đoạn đường nữa".

Tại sao bà lại chọn con đường vất vả như vậy? Tại vì bà lấy ông Michael Smith. Bà vốn là người Củ Chi, sang Mỹ năm 1972. Sau đó bà theo chồng tới sinh sống ở Tây Đức. Năm 1975, bà trở về Mỹ và hiện sống ở Kansas City, tiểu bang Missouri. Tại Việt Nam, bà chỉ học tới lớp 5. Sau khi cô con gái út vào Đại học, bà mới có thời giờ đi học lại để thi lấy bằng trung học Mỹ. Nói với phóng viên đài truyền hình CNN, bà kể: "Cả đời tôi, tôi luôn làm những chuyện điên khùng. Hồi còn nhỏ ở Việt Nam, tôi là một đứa trẻ cứng đầu. Gia đình chẳng bao giờ biết tôi định làm gì. Tôi luôn chứng tỏ tôi làm được những chuyện mà bọn con trai làm". Chuyện chạy *marathon* 7 lần, trong 7 ngày, trên 7 lục địa, chắc cũng là một chuyện làm điên khùng của bà. Trên thế giới ít ai thực hiện được tham vọng này. Trong toán 10 người chạy với bà, chỉ có bà là via tới bảy bó! Vì "điên khùng" như vậy nên bà nổi tiếng khắp thế giới. Vào *google*, đánh tên bà, hàng loạt bài hiện lên, đọc phát mệt.

Chồng bà, ông Michael Smith là một người rất tận tâm giúp đỡ mọi người, nhất là trẻ em. Thập niên 1970, khi bà Châu gặp ông Smith, ông là một *hippy* chính hiệu con nai vàng. Như mọi *hippy* khác, ông xuống đường chống chiến tranh  Việt Nam. Trong khi đó, trong người bà, chiến tranh còn ở lại với những mảnh đạn. Chính dấu tích buồn phiền của chiến tranh đã cản trở phần nào nghiệp chạy của bà Châu. Bà nói: "Những vết đạn ấy đến bây giờ vẫn còn trong người tôi. Đôi khi vẫn còn đau trở lại, nhất là phía trước bắp đùi. Dường như khi chạy lên hoặc xuống dốc, phía sau bắp đùi lại không đau. Trên cánh tay phải, gần vai, nếu chạy đường dài, tay sẽ mỏi và hay bị đau. Bà Châu còn bị dị ứng rất nặng với mùi thuốc lá và nước hoa. Ngửi thấy hai mùi này làm bà khó thở. Vì vậy bà vẫn phải uống thuốc chống dị ứng khi chạy.

Bảy chục tuổi, cứ đường trường xa như con ngựa xích thố, vất vả cách chi. Được hỏi với số tuổi khá bề bộn, sao bà không chọn cách giải trí đỡ vất vả hơn như đọc sách chẳng hạn, bà cho biết bà vẫn ham đọc sách. Có lẽ vì hồi nhỏ, không được đi học nhiều nên bây giờ bà vẫn thèm sách.

Chỉ tưởng tượng mang thân già chạy một cú dài tới 42 cây số, tôi đã thấy rùng mình. Nhưng chẳng phải chỉ có bà Châu mà nhiều bậc via khác cũng cong lưng chạy. Chắc cái số phải vất vả như vậy. Ở Canada chúng tôi cũng có một cụ via thích chạy. Đó là cụ Ed Whitlock, ngụ tại Milton, tỉnh bang Ontario. Cụ vừa buông xuôi hai tay nghỉ chạy vào ngày 13/3 vừa qua, thọ 86 tuổi. Chỉ đúng một tuần sau sinh nhật thứ 86, cụ bị bệnh ung thư tiền liệt tuyến đánh gục. Thành tích chạy của cụ này huy hoàng lắm. Năm 2003, cụ là người trên bảy chục tuổi đầu tiên chạy đoạn đường *marathon* chỉ mất 2 giờ 59 phút 10 giây. Năm đó cụ 72 tuổi. Chỉ một năm sau, cụ tự phá kỷ lục  với 2 giờ 54 phút 49 giây. Càng thêm tuổi, cụ càng thêm thành tích. Cụ tạo các kỷ lục cho hạng tuổi trên 75, trên 80 và, mới đây, kỷ lục cho người trên 85 tuổi của cụ là 3 giờ 56 phút 38 giây.

Cụ Ed Whitlock có đối thủ không? Có đấy! Đó là cụ Kenneth Jones ở Luân Đôn. Cụ chạy từ lần *marathon* thứ nhất ở Luân Đôn vào năm 1981 cho tới bây giờ là lần thứ 37, không bỏ lỡ một lần nào cả. Dù năm nay đã 84 tuổi, cụ vẫn đường trường trường xa  như thường. Bộ chạy trong 37 năm cụ không ngán sao, cụ gật đầu thú nhận quả có ngán. Lắm lúc cơn lười nổi lên cụ cũng muốn buông nhưng cụ bà không cho buông. Cụ bà Nora năm nay đã 82 tuổi vẫn luôn hết lòng đốc thúc cụ ông chạy. Cụ ông tâm sự với đài BBC: "Có bữa tôi bỗng nổi cơn lười, bả dựng tôi dậy và nói ông không thể về tới đích được nếu ông không chịu tập. Nhiều bữa trời âm u lạnh lẽo, bả vẫn đẩy tôi ra đường!". Có bà vợ như vậy kể cũng cực tấm thân nhưng cụ Jones, tuy đã sống với cụ bà được 57 năm, vẫn cứ nghe lời vợ tăm tắp!

*Marathon* là cái chi mà khiến mọi người chạy long tóc gáy như vậy? Ngày nay, hầu như khắp các thành phố lớn trên thế giới đều có thi chạy *marathon* hàng năm. Montreal chúng tôi cũng *marathon* như ai. Hàng năm cứ vào tháng 9 dân chạy của vài chục quốc gia trên khắp thế giới tụ họp nhau chạy có cờ trên đường phố Montreal. Kỷ lục về số người tham dự là 32 ngàn người vào năm 2013. Những người không chạy như tôi rất không vui khi cả thành phố cấm đường liên miên, đi đâu trong ngày này cũng phải tính toán đường vòng đến mệt cái thân già. Hỏi *marathon* là cái chi mà chạy lòng vòng tới giờ vẫn chưa có câu trả lời! *Marathon* là tên một địa phương của Hy Lạp đã xảy ra trận chiến giữa quân xâm lăng Ba Tư và quân đội Hy Lạp vào năm 490 trước công nguyên. Sau nhiều ngày giao tranh tàn khốc, quân Hy Lạp đã thắng. Anh chiến binh tên Pheidippides, phụ trách đưa thư, đã hộc tốc chạy một mạch từ chiến trường về thành Athena để báo tin chiến thắng. Báo xong tin vui, anh lăn đùng ra chết vì mệt. Khi tổ chức Thế Vận Hội Olympic hiện đại vào năm 1896, môn chạy *marathon* đã được đưa vào như một bộ môn thi tài. Nhưng mãi tới năm 1921 thì chiều dài đoạn đường chạy mới được tiêu chuẩn hóa. Đó là chiều dài đoạn đường từ chiến trường Marathon về tới thủ đô Athena, dài 42,195 cây số. Mãi tới Thế Vận Hội mùa hè năm 1984 tổ chức tại Los Angeles, môn chạy *marathon* mới được mang ra cho nữ giới tranh tài.

Không hiểu bà Châu có tới Montreal chúng tôi chạy *marathon* lần nào không, nhưng bà đã bôn ba chạy hầu như khắp nơi. Kỳ chạy *marathon* đẫm máu ở Boston vào ngày 15/4/2013, bà cũng có mặt. Chắc chúng ta chưa quên năm đó hai quả bom tự chế đã nổ tại vạch đích của cuộc đua làm 3 người thiệt mạng và 282 người bị thương. Trong số ba người thiệt mạng có một sinh viên Trung Quốc và một bé trai tên Martin Richard mới 8 tuổi. Thường những cuộc tụ họp đông người, cảnh sát đã rà bom trước khi sự kiện diễn ra một cách cẩn thận. Lần này cũng vậy. Họ đã cho dò mìn hai lần, lần thứ hai chỉ một tiếng trước khi quả bom đầu tiên nổ. Không có vật chi khả nghi. *Video* quay tại hiện trường sau đó đã cho thấy có hai người đeo ba lô đi vào chỗ đông khán giả đứng theo dõi cuộc đua. Họ đặt hai chiếc ba lô xuống một chỗ khuất và lẩn đi mất. Hai tiếng nổ phát ra cách nhau 13 giây vào lúc 2 giờ 49 phút chiều. Lúc đó các vận động viên đang chạy về đích. Người đầu tiên chạm đích từ hai tiếng trước. Còn 5700 người chưa về tới đích. Thủ phạm của hai vụ nổ này là hai anh em ruột người Checchen đến từ vùng Bắc Kavkaz, tên Tamerlan A. Tsarnaev và Dzhokhar A. Tsarnaev, di cư sang Mỹ vào năm 2002. Cả hai đều theo đạo Hồi. Sau cuộc săn lùng kéo dài nhiều ngày, Tamerlan đã bị bắn chết. Dzhokhar bị bắt sống trong khi núp trong một chiếc thuyền tại sân sau của một căn nhà. Dzhokhar đã bị kết án tử hình vào ngày 8/4/2015.

Trong số 5700 người chưa về tới đích khi bom nổ, có bà Châu. Bà nhớ lại: "Khi nhìn thấy bảng ghi *"One more mile"*, tôi chạy xuống dốc rất nhanh. Đang vui mừng thì cảnh sát bắt dừng lại. Lúc đó chỉ có tôi và vài người nữa. Tôi bắt đầu thấy lạnh và muốn chạy qua. Có nhiều người bị thương và chết".

Con gái bà Châu, cô Thy Trần, đã làm một bông hoa giả bằng giấy gói đồ ăn rất độc đáo để tặng mẹ khi bà về tới đích. Khi bom nổ, cô may mắn không có mặt tại chỗ vì bận đi mua...bún! Ông xã của bà Châu, người đưa bà vào niềm đam mê chạy, ở rất gần chỗ phát nổ của trái bom thứ hai. Nỗi kinh hoàng vẫn lẩn khuất trong ông những năm sau. Bà tâm sự: "Hai năm liền sau đó, khi tới Boston, tôi và ông xã đi ngang qua chỗ đứa cháu trai Richard 8 tuổi xấu số, tôi vẫn bùi ngùi nhớ lại Boston năm 2013. Kinh hoàng! Không bao giờ tôi cầm được nước mắt. Năm 2014, khi *finish*, tôi đã xỉu khi dẫm lên vạch đích. Nhìn bên mặt, chỗ em Richard nằm chết, tôi chỉ biết khóc. Người ta phải dìu tôi vào lều y tế. Tại sao những người vô tội đó phải chết vì cuộc chạy *marathon* của chúng tôi?". Trong 70 lần chạy *marathon*, kỷ lục khá nhất của bà Châu là 4 giờ 21 phút!

Tại cuộc chạy *marathon* Boston kinh hoàng đó, ngoài bà Châu, còn có 31 người Việt Nam khác tham dự, trong đó có 17 bà và 14 ông . Tổng số người ghi danh tham dự lên tới con số 27 ngàn. Người Việt Nam trẻ nhất là anh Lê Khang, 19 tuổi, cư dân Kentucky. Khi bom nổ thì còn 10 người Việt chưa về tới đích. Hai người về đích gần giờ bom nổ nhất là cô Trương Caitlyn chạm mức đến vào lúc 2 giờ 30 phút và anh Lại Evan vào lúc 2 giờ 38 phút. Bom nổ ngay sau đó, vào lúc 2 giờ 45 phút!

Một người Việt Nam, nếu tham dự, chắc sẽ ngon lành. Đó là nhà thơ Trần Mạnh Hảo. Thực ra ông này chẳng giây mơ rễ má chi với *marathon*. Lại nữa, ông ở Việt Nam nên chuyện ông chạy *marathon* Boston là không tưởng. Nhưng tôi vẫn cứ nhét ông vào chuyện này vì ông là một nhà thơ biết chạy. Trả lời phỏng vấn của nhà văn Lê Thị Huệ, ông nhà thơ tiết lộ: "*Tôi vừa giống bố, vừa giống mẹ. Thuở nhỏ, tôi yêu mẹ tôi vô cùng, yêu hơn yêu Chúa Kitô ở trong hồn mình vậy. Nay mẹ tôi đã mất, chỉ còn bố già ở một mình ngoài quê, các em không ai ở chung nổi với cụ, vì cụ khó nết còn hơn đảng cộng sản nhiều. Bố tôi, người đã truyền cho tôi một quái tính là bướng trời sầu quỷ khốc của ông bà dòng tộc để lại. Không hiểu sao, hồi bé tôi rất ghét bố. Có lẽ vì một ông "bướng lớn" rất khó ở với một ông "bướng con" nên ông hay đánh tôi, ngày nào mông đít tôi cũng được ăn lươn cả con. Ghét bố đến nỗi hồi cải cách ruộng đất, bố tôi bị đi tù, tôi lại đến nhà thờ cầu Chúa và Đức Mẹ rằng : " Xin Chúa và Mẹ Maria nhân từ cho bố con đi tù lâu lâu một tí để con nhớn ( lớn), chứ không thì bố con đánh con đến mức không thể nhớn (lớn) lên được ạ !". Khi vào bộ đội, lúc tôi thi chạy, đạt được danh hiệu chạy nhanh nhất sư đoàn; nhà báo Quân khu Ba là anh Lê Lựu ( tức Lê Lựu nhà văn nổi tiếng bây giờ) đến phỏng vấn rằng : " Này đồng chí Hảo, do có phải học nghị quyết xong là đồng chí thi chạy liền, và chạy đúng nghị quyết đảng, nên chạy nhanh ngang gió phải không ?". Tôi trả lời nhà báo: " Thưa không ạ, vì từ bé tí bố em đã đuổi đánh em chạy khắp làng, để ông bắt được là ông đánh nát đít, do đó em thành người chạy nhanh nhất làng Bình Hải ạ ! Nhà báo không tin về làng em mà hỏi, cả làng sẽ kể : ồ, vài ngày lại thấy ông Hiền cầm roi rượt đánh thằng cu Hảo, hai cha con chạy đuổi nhau như đèn cù !"*

Kéo ông Trần Mạnh Hảo vào chuyện *marathon* là một chuyện khiên cưỡng tuy ông đã được ông bố huấn luyện chạy bằng roi từ nhỏ. Nhưng để thêm nhân thêm nhụy vào câu chuyện chạy, vốn là thứ mà tên đại lãn như tôi không muốn dính dáng vào, tôi mời ông vào tham dự cho vui. Để cho ông ấy ngơ ngác giữa những lần chạy quắn đít và thứ chạy có bài bản là *marathon*. Chứ cỡ ông Hảo thì có chạy cũng chẳng ăn cái giải gì. Nhưng đã có người Việt nào ăn được cái giải gì của *marathon* đâu!

Chỉ có một người Việt thành công nhờ ăn theo *marathon*. Đó là cô diễn viên điện ảnh Trần Đông Lan, tên Mỹ là Lana Condor. Cô đóng vai một sinh viên của trường MIT tại

Boston trong cuốn phim nói về vụ bom nổ tại cuộc đua *marathon* năm 2013. Phim mang tên *Patriots Day* do đạo diễn Peter Berg dàn dựng. Sau khi cho bom nổ tại Boston, hai anh em thủ phạm nhà Tsarnaev đã trốn thoát khỏi hiện trường và mưu toan tiếp tục đánh bom tại các thành phố khác. Khi bị săn đuổi, chúng đã giết thêm hai cảnh sát viên và gây thương tích cho 16 người nữa. Một trong hai cảnh sát viên này là Sean Collier, phụ trách canh gác tại trường MIT. Cô sinh viên trường MIT do cô Trần Đông Lan đóng đã có cảm tình với anh chàng sĩ quan cảnh sát này. Họ hẹn nhau đi xem trình diễn ca nhạc. Nhưng buổi hẹn hò không bao giờ thành sự thực vì anh Sean Collier đã bị bắn chết bằng sáu phát đạn trên người khi bọn đào tẩu mưu toan cướp súng của anh.

Phim *Patriots Day* được khởi quay vào tháng 3 năm 2016 và được chiếu lần đầu tiên tại Boston, New York và Los Angeles vào ngày 21/12/2016. Phim được phát hành rộng rãi vào ngày 13/1/2017. *National Board of Review*, cơ quan đánh giá phim, đã liệt phim này vào một trong mười phim hay nhất năm 2016.

Cô Trần Đông Lan là một bé mồ côi, sanh năm 1997 tại Cần Thơ. Cô được một gia đình Mỹ nhận làm con nuôi khi được bốn tháng tuổi. Từ đó cô mang tên Lana Condor do bố mẹ nuôi đặt. Cô lớn lên tại Chicago và Washington DC.

Cùng *marathon*, cùng nổi tiếng, cô Trần Đông Lan chỉ cần điệu đàng, trong khi bà Trần Thị Châu chạy long tóc gáy, tôi khoái cái sự nổi tiếng của cô Lan hơn. Đỡ tốn mồ hôi!

*04/2017*

# MARITIME

## 1

Nói về cách ăn ở trong đời sống, các cụ khuyên: bán họ hàng xa, mua láng giềng gần. Tôi chúa ngại chuyện buôn bán nhưng không thể làm lơ lời khuyên bán buôn của các cụ. Cái chi gần gũi thường bị rẻ rúng. Ông hàng xóm thường không được chúng ta mặn mà vì quá quen thuộc. Chuyện đi chơi cũng vậy. Bước chân chúng ta thường nhảy xa hơn là lò cò gần. Tôi là người có thể bị các cụ đét đít vì không nghe lời các cụ. Bao nhiêu năm đi đó đây, bước ra khỏi cửa nhà là tớn lên đi cho xa. Chuyện ghé chơi anh hàng xóm gần xịt lại ít khi nghĩ tới. Lần này nhất định phải làm cháu ngoan của các cụ, ghé chơi anh hàng xóm. Hàng xóm của tỉnh bang Quebec chúng tôi là vùng biển *maritime*. Nhìn quanh anh em bạn bè, có lẽ tôi là người có lỗi với các cụ nhất. Hầu như người nào cũng đã đi thăm hàng xóm láng giềng cả rồi. Họ nói tới tôm hùm trước tiên, rồi cầu Conferedation, con đường nam châm

*Cầu Confederation phía tỉnh bang Prince Edward Island.*

*magnetic*, Titanic. Chỉ hài ra như vậy thôi, chẳng có ông bà nào kể cho rõ ràng. Nghe không có chi nhiều. Nhân ngày hè nắng gọi, tôi dấn bước thử coi nó ra sao. Vậy là lên đường.

Vùng *maritime* gồm ba tỉnh bang: New Brunswick, Nova Scotia và Prince Edward Island. Bây giờ nếu phải đi thi lại quốc tịch tôi rớt là cái chắc nếu bị hỏi tên thủ đô của ba tỉnh bang này. Có đi thì kiến thức mới nở ra. Thủ đô của New Brunswick là Fredericton, của Nova Scotia là Halifax, của Prince Edward Island là Charlottetown. Trong ba tỉnh bang được bó chung vào một vùng này thì hai tỉnh bang nằm trong đất liền, chỉ có Prince Edward Island là cách xa một rẻo đại dương. Muốn đi từ đất liền ra chúng ta phải dùng cầu. Cầu qua biển, dù chỉ là một rẻo biển, đều rất dài. Mấy ông bạn tôi đi về rất hãnh diện đã vượt qua chiếc cầu Confederation nổi tiếng, có thời được coi là cây cầu dài nhất thế giới. Chiều dài của cầu là 12,9 cây số và chiều rộng là 11 thước. Đây là cây cầu mới được khánh thành vào ngày 31 tháng 5 năm 1997, sau bốn năm xây cất với phí tổn là 1 triệu 300 ngàn đô.

Quả thực tôi có thích thú khi nhìn thấy cây cầu lịch sử này. Gớm, nghe nói tới mi đã lâu mà nay mới được diện kiến. Nếu nhìn theo con mắt mỹ thuật thì cây cầu xấu òm. Đó chỉ là một dải xi măng thấp lẹt đẹt vắt qua biển. Không có những kiến trúc vươn lên cho ra một cây cầu. Thành cầu thấp tới mức tưởng chiếc xe có thể bị gió thổi bay xuống biển một cách dễ dàng. Thỉnh thoảng có những cột đèn xanh đỏ rải rác. Lúc mới nhìn thấy những ngọn đèn như đèn giao thông tại các ngã tư đường phố này bên thành cầu, tôi ngạc nhiên. Có ngã ba ngã tư chi đâu mà đèn đóm. Suy nghĩ một hồi mới đoán đây là những ngọn đèn chỉ tầm nhìn xa của tài xế để xe tùy theo đó mà chạy nhanh hay chậm. Khi xe chúng tôi vượt qua cầu, đèn ánh lên màu xanh lá. Tốt! Trời quang mây tạnh. Thứ ảnh hưởng tới tầm nhìn này là sương mù. Sao mà sương mù khủng khiếp. Có những sáng hoặc chiều tối, sương mù như quấn lấy chân cẳng khi đứng trên những mỏm đất cao trong thành phố. Trên đất liền đã vậy, trên cầu còn mù sương hơn nữa. Thứ khác ảnh hưởng tới tốc độ của xe là gió. Sao mà gió khốn gió khổ. Có lẽ vì vậy mà thành cầu chỉ là những dải xi măng lẹt đẹt thấp chủn chứ không hoa hòe hoa sói vươn cao chi. Chỉ tổ làm mồi cho gió giỡn chơi!

Nhìn từ cầu qua, Prince Edward Island trông như một lưỡi liềm được thả nằm trên nước. Tôi quay nhìn chưa hết

*Tòa nhà lập quốc của Canada ngày kỷ niệm 150 năm.*

tầm mắt đã thấy được cả hai phía của đảo. Diện tích của hòn đảo chính chỉ được 5.620 cây số vuông. Cộng thêm cả 231 hòn đảo nhỏ khác, diện tích cũng chỉ nhỉnh thêm có 66 cây số vuông nữa. Dân số chỉ có 143 ngàn người mà gần phân nửa sống ở thủ đô Charlottetown.

Charlottetown tuy là một thủ đô nhỏ bé nhưng là thứ bé hạt tiêu. Đó là cái nôi lập quốc của Canada. Ngày 1 tháng 9 năm 1864, ba Thủ Hiến của Nova Scotia, New Brunswick và Prince Edward Island gặp  hai Thủ Hiến của Thượng Canada và Hạ Canada tại Charlottetown để bàn về việc kết hợp nhau lại thành một quốc gia. Cuộc họp sơ khởi này đã đưa tới việc thành lập nước Canada vào ngày 1 tháng 7 năm 1867. Năm nay Canada ăn mừng 150 năm thành lập rất trọng thể.

Hầu như mọi nơi trên khắp đất nước đều giăng cờ kết hoa chào đón ngày chẵn chòi 150 năm này. Tòa nhà lập quốc tại Charlottetown, khi tôi tới, đáng lẽ phải được trang hoàng đẹp đẽ nhất lại chỉ có bốn cây cột phía trước được quấn giải vải trắng có những đường vẽ đỏ điểm xuyết. Lý do là vì nó đang được sửa chữa. Điều trớ trêu là tuy Charlottetown là địa điểm tổ chức cuộc họp khai sanh ra quốc gia Canada độc lập, tách khỏi thuộc địa Anh, Prince Edward Island lại bỏ dở cuộc họp, không chịu đi với các tỉnh bang này. Vùng đảo này vẫn khoái là một thuộc địa của Anh hơn! Sáu năm sau, năm 1873, Prince Edward Island mới chịu nhập vào Canada, sau cả Manitoba vào năm 1870 và British Columbia vào năm 1871.

Là một hòn đảo, Prince Edward Island chậm tiến hơn các tỉnh bang nằm trong đất liền. Nguồn lợi chính nuôi sống dân đảo là canh nông. Khoai tây là nông phẩm chính. Tỉnh bang này sản xuất tới 25% số khoai tây của toàn Canada. Khi đi mua khoai tây, nếu để ý, chúng ta sẽ thấy phần lớn mang tên nơi sản xuất là PEI, chữ viết tắt của tên đảo.

PEI có một thứ lôi kéo du khách tới thăm, thơ mộng hơn khoai tây, đó là căn nhà của nàng Anne of Green Gables. Nàng này là ai mà nổi tiếng đến thế? Năm 1985, khi tôi tới định cư tại Canada thì bộ phim *"Anne of Green Gables"* được trình chiếu nhiều kỳ trên đài truyền hình CBC. Năm sau, đài PBS ở Mỹ phát hình lại. Khán giả say mê bộ phim này. Gia đình tôi không phải ngoại lệ. Sau đó bộ phim làm mưa làm gió tại Iran, Do Thái, Âu Châu và Nhật Bản.

Em bé mồ côi 13 tuổi Anne Shirley ở đợ cho gia đình khét

*Căn nhà lưu niệm của Anne of Green Gables.*

tiếng tàn ác Hammond ở Nova Scotia. Sau khi ông Hammond chết, cô bé được gửi vào một viện mồ côi. Gia đình Cuthberg ở PEI xin mang Anne về nuôi. Họ ra đón cô bé ở nhà ga và thất vọng tràn trề. Họ muốn xin một bé trai để phụ giúp công việc đồng áng nhưng không biết vì sao cô nhi viện lại gửi cho họ một bé gái. Hai anh em Matthew và Marilla Cuthbert không thể để Anne lạc lõng tại ga nên họ đành phải mang về trang trại. Tại trang trại Green Gables, cô gái tóc đã trưởng thành sớm và đầy mơ mộng được mọi người quý mến. Được đi học, bé học rất giỏi. Trong trường có một nam sinh tên Gilbert Blythe cũng học giỏi không kém. Hai đứa tranh nhau hạng nhất. Cuộc tranh đua bỗng quẹo qua một khúc ngoặt khi Anne và Gilbert yêu nhau. Cô Marilla ngăn cản cuộc tình duyên vì cho rằng Anne còn quá trẻ để sa vào cuộc tình. Khi ông anh Matthew mất, Marilla buộc phải nghĩ tới chuyện bán trang trại Green Gables. Nhưng nhờ Gilbert kiếm cho Anna một chân dạy học để nàng có thể tiếp tục ở lại giúp đỡ cô Marilla tại trang trại Green Gables.

Chuyện phim không có gì mới lạ nhưng phim đã được tới 9 giải thưởng của *Gemini Awards* vào năm 1986. Trong số giải thưởng này có một giải về trang phục. Ngày nay trang phục của cô nàng Anne vẫn hấp dẫn mọi người. Tại trang trại Green Gables, nay là một địa điểm du lịch ăn khách của PEI, vẫn còn giữ những bộ trang phục này tại các phòng trong căn nhà lưu niệm. Khách thăm viếng có thể bận các bộ đồ của các nhân vật trong phim để chụp hình. Tôi thấy các thiếu nữ thi nhau ướm và mặc thử các bộ đồ kiểu cổ này để cho các chàng trai chụp hình. Trong tiệm bán đồ lưu niệm, cơ man nào là những bộ áo quần may theo kiểu của Anne được bày bán. Bán chạy nhất là những chiếc mũ cói đặc trưng của cô nàng Anne trong phim. Du khách túa tới...thánh tích này tấp nập. Nhiều nhất là các du khách Nhật. Các cặp vợ chồng mới cưới kéo nhau tới đây hưởng tuần trăng mật. Như là một cách lấy hên từ mối tình trong sáng và hạnh phúc của cặp Anne và Gilbert.

Khi đi vào coi từng phòng trong căn nhà mái xanh, tôi như lạc vào quá khứ. Quần áo, giường chiếu và các đồ gia dụng vẫn nằm yên tại chốn cũ, từ những năm xa lắc xa lơ xưa. Căn nhà một tầng lầu lúc nào cũng đông nghẹt người xếp hàng vào coi. Mấy cô nhạc sĩ, mặc trang phục của Anne ngồi kéo đàn giữa sân, mấy cô diễn viên tre trẻ trải bạt trên

*Diễn kịch Anne of Green Gables trên sân cỏ.*

bãi cỏ diễn lại những cảnh trong phim. PEI coi bộ trúng lớn với dịch vụ Anne of Green Gables. Không những ở địa điểm kỷ niệm này mà tại khắp các quầy hàng lưu niệm ở bất cứ nơi đâu trong tỉnh bang tôi cũng thấy có Anne of Green Gables chen chân vào ngồi đón chờ du khách tới thỉnh về.

Xe chạy khoảng chục phút trên cây cầu Confederation, từ Prince Edward Island qua thủ đô Halifax của Nova Scotia, chúng ta phải tới coi…đá! Đá có chi mà coi, tôi nghĩ vậy trước khi tới địa điểm có cột hải đăng cho tàu đi biển nổi tiếng *Peggy Cove Lighthouse*. Cột đèn *Peggy Cove*, tuy là biểu tượng được du khách khoái chụp hình nhất tại vùng biển *maritime,* và được công nhận là một trong những hải đăng nổi tiếng nhất thế giới, nhưng tôi chẳng thấy hấp dẫn chút nào. Bãi đá nằm trải dài trên một vùng rộng lớn, nơi hải đăng được dựng lên, mới là thứ được du khách già trẻ lớn bé thích thú. Những tảng đá bị nước biển va đập trong bao nhiêu triệu năm trở thành một quần thể đá rộng lớn và đa dạng. Du khách bước men theo những khối đá to lớn hoặc nhảy từ khối đá này qua khối đá khác để leo lên chụp hình. Tôi không còn ở tuổi nhảy nhót chi nên cứ rạp người xuống luồn lách trên những khối đá chênh vênh. Kể cũng có cảm giác khi đối đầu với hiểm nguy té ngã. Những khối đá nằm sát dưới nước, rong rêu và đen đủi, được cảnh giác là không nên bước lên, nhưng những thanh niên thiếu nữ trẻ người non dạ vẫn dọ dẫm qua từng khối đá. Tuổi trẻ có thú vui mà những người không còn trẻ thấy...điên. Bất chấp hiểm nguy.

*Hải đăng Peggy Cove trên bãi đá.*

Vui chơi là chính. Lỡ xảy chân là tiêu đời cũng chẳng sao! Đã có nhiều người bị sóng đánh. Cũng đã có người bị hất xuống biển chết đuối, nhưng chưa thấy quan tài chưa đổ lệ, những người trẻ tuổi vẫn vui cười trêu ngươi thần chết trước những cái lắc đầu của những người…như tôi.

Một bà bạn thấy tôi đi vùng biển *maritim*e dã dặn dò ăn giùm bà một con tôm hùm. Đây là quê hương của *lobster*. Tôm hùm là một món ăn khoái khẩu nhưng mau ngán. Sau khi đã nhâm nhi hết thịt, thường chúng ta xử tới đám gạch và trứng ở đầu tôm và…ngán thấy bà. Ăn một con đã ngất ngư con tàu đi, ăn hai con có mà…chết. Nhưng, chiều ý bà, tôi cũng đã ăn tới hai con. Một con ở Charlottetown bên Prince Edward Island và một con ở Halifax bên Nova Scotia. *Lobster* tươi rói, ngọt lừ, quả có ngon hơn *lobster* còn ngọ nguậy bán tại Montreal. Nhưng cái giá phải trả đắng ngắt. Ai cũng tưởng nơi tôm hùm nhiều như tôm…he, theo đúng luật cung cầu, giá phải rẻ hơn. Nhưng chẳng nên bé cái lầm. Một chú tôm nặng khoảng một *pound,* nằm trơ trụi trên đĩa, kèm theo một chén khoai tây nhỏ xíu, một chén rau cũng nhỏ không kém, giá tới 44 đô. Chắc cái giá trên có bao gồm những đợt sóng biển đánh ào ạt bên cạnh nhà hàng!

Nơi quê hương của tôm hùm phải cho tôm hùm lên ngôi là đúng chỉ số. Du khách vẫn hớn hở móc túi chi đẹp. Có hề chi, chơi cho ra chơi. Con tôm hùm tại Shediac, thuộc tỉnh bang New Brunswick, nơi được mệnh danh là “Thủ Đô Tôm Hùm của Thế Giới”, lớn hơn nhiều. Dài tới 11 thước, cao 5 thước và cân nặng tới 90 tấn. Không ai có thể xử được, dù chỉ một cái càng, của chú tôm hùm lớn nhất thế giới này. Du

*Toàn cảnh tượng tôm hùm lớn nhất thế giới.*

*Tượng tôm hùm và cờ Acadia.*

khách chỉ có thể đứng ngắm vì đây là tượng. Phải công nhận bức tượng chú tôm nằm trên bệ đá rất sống động và có đôi chút nghệ thuật. Mỗi năm có khoảng 500 ngàn du khách tới nuốt nước miếng nhìn chú tôm không bao giờ sứt sẹo một cái móng chân này. Chân tôm hùm có móng không, quả thật tôi không để ý tuy đã cắn biết bao nhiêu cái chân tôm trong đời!

Cá thì chắc chắn không có móng, ngay cả chân cũng không có. Tội nghiệp cho những nàng mỹ nhân ngư, muốn tới nơi hẹn hò với tình nhân chỉ biết lết! Quê hương của tôm hùm có tượng tôm hùm lớm nhất thế giới thì quê hương của cá *salmon* cũng có tượng cá lớn nhất thế giới. Đó là vùng Campbellton, cũng thuộc tỉnh bang New Brunswick. Tượng

*Tượng cá hồi lớn nhất thế giới.*

chú cá hồi nhảy lên khỏi mặt nước có chiều cao tới 8 thước rưỡi cũng sinh động không kém tượng chú *lobster*. Khi tôi tới, nhằm buổi trưa, trời nắng trong, những vẩy cá ngậm ánh mặt trời óng ánh. Khung cảnh yên tĩnh lạ thường. Bên kia chiếc hồ có chú cá nhảy lên là một dòng sông xanh trong vắt mang tên Restigouche. Đó là con sông…Gianh! Con sông đẹp hết biết này chia đôi sơn hà giữa tỉnh bang New Brunswick và tỉnh bang Quebec chúng tôi. Chiếc cầu bắc ngang có dáng y hệt như chiếc cầu Jacques Cartier ở thành phố Montreal. Chắc đây là tác phẩm của một ông hay bà kiến trúc sư lười biếng. Băng qua cầu là vùng Pointe-à-la-Croix, cửa ngõ về tỉnh bang nhà của tôi. Nhưng đang đà đi chơi, về chi vội!

Ở New Brunswick có khác chi ở Quebec. Dân cũng nói hai thứ tiếng Anh và Pháp. Cộng đồng nói tiếng Pháp gồm khoảng 35% dân số. Khi tới vùng *maritime*, nếu chú ý, người ta thấy phấp phới khắp vùng lá cờ tam tài của Pháp nhưng có một ngôi sao vàng nho nhỏ phía bên trên lá cờ. Đó là cờ Acadia. Acadia là tên cộng đồng nói tiếng Pháp của vùng *maritime*. Buổi tối, tôi vào một tiệm bán thức ăn sắp đóng cửa. Bà chủ nói tiếng Pháp với khách hàng. Bà hãnh diện nhận là dân Acadia. Tại Canada, họ gồm khoảng 96 ngàn người sống ở vùng *maritime* và một số nhỏ sống ở tỉnh bang Quebec. Họ là hậu duệ của những người Pháp ở vùng Acadia vào thế kỷ 17 và 18. Một số nhỏ hơn, khoảng 30 ngàn người, sống trong tiểu bang Maine bên Mỹ. Khoảng năm 1755 tới 1764, có cuộc chiến giữa quân thực dân Pháp và dân da đỏ địa phương, nhân đó người Anh đã trục xuất hơn 11 ngàn

*Sương mù ở New Brunswick.*

dân Acadia về Anh, vùng Caribbean và Pháp. Khoảng trên 30% đã mạng vong trên đường trục xuất. Một số được người Tây Ban Nha cho di cư tới vùng ngày nay là Lousiana, lập nên một cộng đồng nói tiếng Pháp Cajun. Vậy nên ngày nay, nếu có dịp qua Lousiana dự lễ hội Mardi Gras, coi các em vạch ngực giữa phố phường, chúng ta có thể nghe thứ tiếng Pháp cổ Cajun, loại khác với tiếng Acadia!

Dù với tiếng Pháp Acadia hay tiếng Pháp Cajun, dân Mít ta ở các vùng *maritime*, Quebec và Lousiana cũng khổ lỗ nhĩ khi tiếp xúc với dân bản xứ. Chúng ta, từ nhỏ tới lớn, được học thứ tiếng Pháp *Parisien* đàng hoàng. Thứ tiếng Tây của Mít ta sáng choang ánh đèn kinh đô ánh sáng! Có đâu cục mịch quê mùa như thứ tiếng Tây Acadia hay Cajun!

## 2

Trong phần trên, tôi viết cầu Confederation là cây cầu dài nhất thế giới, điều này không đúng. Cầu dài nhất thế giới là cầu *Danyang-Kunshan Grand Bridge* ở Trung Quốc. Sách kỷ lục Guinness ghi nhận vào năm 2011, đây là cầu dài nhất thế giới với chiều dài 164 cây số 8. Có điều chiếc cầu dài nhất này chỉ là cầu cho xe lửa chứ không phải xa lộ cho xe cộ qua lại. Cầu Confederation, với chiều dài chỉ có 12 cây số 9, là thứ tép riu, đứng tới hạng 45 lận, sau cả cầu Trung Lương của Việt Nam, dài 16 cây số. Nhưng tôi không hoàn toàn sai, chỉ viết thiếu. Cầu Confederation là cây cầu dài nhất thế giới băng qua mặt nước đóng băng!

Có một cây cầu khác ở tỉnh bang New Brunswick cũng nhất thế giới. Cái nhất này được viết rõ trên cầu. Đó là cầu *Hartland Cover Bridge*. Cây cầu được lợp mái, đóng tường ván kín mít. Cũng trên cầu ghi rõ chiều dài của cầu là 1282 feet. Tính ra là gần 400 thước. Dài có vậy mà cũng nhất thế giới! Cầu bắc ngang sông Saint John ở Hartland, tỉnh bang New Brunswick. Người vượt qua cầu đầu tiên là Bác sĩ Estey khi cầu chưa hoàn tất để đáp ứng một ca bệnh khẩn cấp. Đó là ngày 13 tháng 5 năm 1901. Thợ thuyền làm cầu phải bắc tạm những tấm ván cho ông qua. Gần hai tháng sau, ngày 4 tháng 7 năm 1901, cầu mới chính thức được khánh thành. Qua cầu phải trả tiền. Lúc đầu cầu chưa được bao kín. Năm 1920, cầu bị sập hai nhịp phải đóng để sửa chữa. Hai năm sau mới hoàn tất. Cầu được bao kín dù dân địa phương phản đối kịch liệt.

Tôi chẳng hiểu sao họ lại bao kín cầu như vậy. Trong cầu

*Cầu lợp kín ở Hartland, New Brunswick.*

*Đứng trước hành lang dành cho người đi bộ trên cầu Hartland.*

có một đường dành cho người đi bộ. Tôi chui vào thử, tưởng là ngột ngạt lắm, nhưng nhờ có những lỗ trống vuông vức như cửa sổ ở một bên cầu nên cũng không đến nỗi nào. Cầu hẹp, chỉ có một lằn đường cho xe hơi. Mỗi bên đầu cầu có gắn đèn lưu thông. Một bên đi thì bên kia phải đứng trước đèn đỏ. Chờ khi nào bên kia cầu có đèn đỏ, bên này đèn xanh mới được chạy. Cầu bằng cái lỗ mũi nên xe vận tải bị cấm lưu thông trên cầu. Năm 1980, cầu được xếp vào loại di tích lịch sử của Canada.

Một trong những địa điểm du lịch ở tỉnh bang New Brunswick được du khách trầm trồ nhắc nhở tới nhất là ngọn đồi nam châm ở Moncton. Các ông bà bạn tôi đã đi tới đây kể lại kinh nghiệm ngồi xe ở ngọn đồi này như một huyền thoại.

Dĩ nhiên tôi phải tới bằng được để thăm…đồi cho biết sự tình. Ngọn đồi này nằm sát ngay nơi đô hội của thành phố Moncton. Moncton là thành phố lớn nhất của tỉnh bang New Brunwick và là thành phố lớn thứ hai của vùng *maritime*. Nghe oai vậy chứ dân số nơi đây chưa được 72 ngàn người.

Xe chúng tôi vừa rời nơi phố thị không đầy năm phút đã thấy tấm bảng chỉ đường vào vùng *Magnetic Hill.* Ngọn đồi nam châm nằm trong một vùng hẻo lánh, chung quanh là những bãi cỏ hoang. Quả thật tôi có hồi hộp khi xe tiến vào con đường nam châm. Đây là một khúc đường trải nhựa chật hẹp và trơ trọi giữa nơi đồng không mông quạnh. Không hồi hộp sao được khi sắp bị nam châm cuốn hút! Xe tới đầu quãng đường, tài xế gạt càng số sang *neutral.* Xe không còn phụ thuộc vào động cơ. Vậy mà chiếc xe cứ thoăn thoắt leo lên đồi. Như có một ma lực điều khiển chiếc xe leo lên dốc. Lạ thật! Đây là chốn ma thiêng ngự trị chăng? Tôi thắc mắc. Không tin cũng không được. Các ông bạn tôi từng có kinh nghiệm này đã chẳng úp mở kể lại với tôi trước khi biết tôi sẽ tới vùng này sao? Tôi ôm cục thắc mắc này vào cửa hàng bán đồ lưu niệm. Tôi thấy đám đông bu quanh một tấm bảng gắn trên tường phía ngoài cửa hàng. Chen chân vào coi, tôi thấy tất cả sự thực về huyền thoại nam châm được tiết lộ. Tấm bảng giải thích rất rõ huyền thoại gọi là nam châm này. Bảng giải thích chia thành hai phần. Phần trên là một bức hình vẽ ngọn đồi nam châm với độ dốc như mắt thường chúng ta thấy. Bên cạnh là lời giải thích: độ dốc tự nhiên của phong cảnh đã che dấu đường chân trời đích thực của đoạn đường này. Phần dưới là bức hình vẽ những gì chúng ta không nhìn

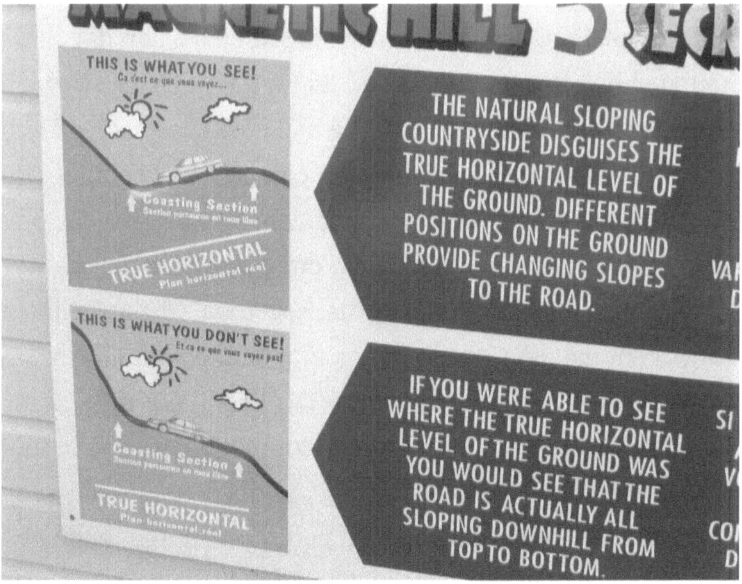


*Bản giải mã huyền thoại nam châm ở Moncton.*

thấy. Bảng giải thích ghi: nếu bạn thấy được đường chân trời đích thực thì sẽ biết là độ dốc ngược lại. Nói cho rõ ràng thì vì phong cảnh chung quanh mà mắt chúng ta nên chúng ta nhìn con đường mà tưởng là xe đang lên dốc. Nhưng thực ra đó là con đường xuống dốc. Khi chúng ta thấy xe tự động leo lên, đó là lúc xe đang đổ dốc xuống. Vậy là chẳng có nam châm chi ráo. Xe tự động chạy bon bon xuống dốc là chuyện dĩ nhiên.

Có điều tôi thắc mắc là tại sao biết đây chỉ là kết quả của phong cảnh đánh lừa tầm mắt của chúng ta mà người ta vẫn để nguyên tình trạng hiểu lầm này. Họ vẫn dùng tên *"Magnetic Hill"*. Cứ như nơi đây có nam châm thiệt! Trong cửa hàng bán đồ lưu niệm toàn những thứ có dính nam châm.

Nam châm đã bị oan ức. Làm chi có thứ nam châm đẩy được những chiếc xe lớn nhỏ. Nếu có thì tôi tưởng tượng sẽ phiền phức lắm. Nam châm hút được cả một chiếc xe khách du lịch có tới năm chục chỗ thì những thứ có kim loại trên người du khách như đồ trang sức của các bà, búc nịt lưng của các ông chẳng hạn sẽ ra sao? Chắc chúng dựng đứng lên tất cả!

Không hiểu tấm bảng lột trần sự thực về huyền thoại nam châm này có từ bao giờ mà mấy ông bạn đi chơi vùng *maritime* trước tôi vẫn úp úp mở mở không nói rõ sự thực. Có lẽ họ có ý tốt khi không muốn tôi mất hứng thú với một nơi được coi là hấp dẫn nhất trong các địa điểm du lịch vùng này. Cứ nghĩ tốt như vậy cho vui cuộc đời. Nhưng thành phố Moncton sao vẫn giữ cái tên *Magnetic Hill* cho vùng này. Chẳng lẽ họ muốn kiếm tí tiền lẻ của du khách vì tôi vẫn phải mua vé vào cửa khu này. Nhưng nay cuộc đánh lừa xuyên qua nhiều năm tháng này coi bộ đã tới lúc hạ màn. Tiệm bán đồ lưu niệm đang bán hạ giá để đóng cửa!

Halifax, thủ đô của Nova Scotia, là thành phố lớn nhất của vùng Đại Tây Dương. Gọi là lớn nhất nhưng dân số, theo cuộc kiểm kê vào năm 2011, chỉ có 390.096 người. Bé nhưng Halifax là thứ bé hạt tiêu. Vì có vị trí nằm đối diện với châu Âu, phía bên kia đại Tây Dương, nên hải cảng Halifax là nơi đón nhận phần lớn dân Âu châu qua định cư vào những thế kỷ trước, khi ngành hàng không còn phôi thai. Là một trong những hải cảng tự nhiên lớn nhất thế giới, Halifax có một vị trí chiến lược quan trọng. Hàng hóa nhập cảng vào Canada qua cửa biển Halifax rất lớn. Số du thuyền ghé bến Halifax khoảng trên 200 chiếc mỗi năm.

Bến tàu Halifax ngày nay là một địa điểm vui chơi của dân chúng với những hàng quán và cửa hàng la liệt chen chân cùng những khu vui chơi giải trí. Lang thang hàng giờ trên bến cảng này, tôi thấy vẫn chưa đi tới đâu. Có quá nhiều nơi phải ghé tới. Biết thế nào là đủ cho một cuộc rong chơi? Có điều làm tôi ngạc nhiên là tuy đã cố gắng chú ý nghe mà tôi không nghe thấy tiếng Việt nơi những người chung quanh. Câu giải đáp có lẽ là vì số người Việt định cư ở đây không đông, chỉ khoảng một ngàn người.

Mắt tôi bỗng chú ý tới một cái cổng đơn sơ dựng lên sát với bờ biển. Cổng được dựng trên một bục gỗ, nối bằng một hành lang cũng bằng ván gỗ, hai bên lan can có gắn hai chiếc phao đi biển. Trên cổng có hàng chữ: *"The Last Steps"*. Những bước chân cuối cùng. Tại sao lại bước chân cuối cùng? Tôi nghĩ, như một du khách, có lẽ đây là một trò vui. Sát bờ biển mà còn dấn thêm một bước nữa thì chỉ có đi thăm Hà bá! Vài du khách bước lên bục chụp hình. Tính tò mò dẫn tôi tới sát cái cổng chơ vơ dưới ánh nắng gay gắt của mùa hè. Tôi thấy một tấm bảng bên cạnh. Ghé mắt vào đọc mới thấy mình bé cái lầm. Không có chuyện vui chơi. Nơi đây là một điểm mốc lịch sử. Đúng chỗ này, ngày 20 tháng 5 năm 1915, những binh sĩ Canada xuống tàu qua Âu châu tham chiến trong cuộc Thế Chiến Thứ Nhất. *"Với hàng trăm binh sĩ, đây là miếng đất cuối cùng của Canada mà họ đặt chân lên. Chúng ta có thể tưởng tượng ý nghĩ của họ khi họ bước chân xuống tàu và nhìn lại hải cảng Halifax mất dần trong tầm mắt họ. Đã có 350 ngàn binh sĩ Canada rời khỏi nơi đây để đi vào một tương lai vô định. Trong số đó, 67*

*Cổng lưu niệm "The Last Steps".*

*ngàn người đã nằm xuống tại Bỉ và Pháp. Riêng tỉnh bang Nova Scotia đã có 30 ngàn binh sĩ tình nguyện ra đi và 3400 người đã không trở về đất mẹ".* Tôi bâng khuâng sau khi đọc tấm bảng ghi dấu này. Đây là một địa điểm lịch sử, nhưng tại sao cái cổng ghi dấu tích này lại đơn sơ đến vậy? Tôi không tự tìm được câu trả lời.

Halifax không phải chỉ là chứng nhân của nhiều thời kỳ trong lịch sử Canada mà còn là một thành phố…trí thức. Nơi đây có nhiều trường Đại học nổi danh của Canada như *Mount Saint Vincent University, Universite1 Sainte-Anne, Dalhousie University.* Tỉnh bang Nova Scotia có mật độ trường Đại học cao nhất so với dân số: 10 trường cho một triệu dân. Dân chúng nơi đây rất trí thức: cứ 4 người dân thì có một người tốt nghiệp đại học. Riêng Đại học Dalhousie hiện có 17 ngàn sinh viên theo học, trong số đó có khoảng 10,5% là sinh viên ngoại quốc từ khoảng 100 quốc gia đến du học.

Halifax còn nổi tiếng vì vụ Titanic. Chuyện Titanic, chiếc tàu du lịch lớn nhất thời đầu thế kỷ 20, bị chìm xuồng là chuyện không ai không biết. Nhưng Halifax thì ăn nhậu chi tới Titanic? Cứ từ từ cho tôi nói rõ ngọn nguồn. Titanic đụng vào một tảng băng hà lớn khiến tàu bị bể và chìm vào ngày 14 tháng 4 năm 1912. Ba ngày sau, tàu Mackay-Bennett của Canada rời bến cảng Halifax để giúp tìm kiếm thi thể các nạn nhân. Họ vớt được 328 xác nạn nhân, trong đó có 119 thi thể bị hư hại nặng không thể nhận diện được. Số thi thể…xấu số này được thủy táng ngay giữa biển. Có 121 thi thể được chuyển về chôn cất tại nghĩa trang Fairview Lawn Cemetery ở Halifax khiến nghĩa trang này có số thi thể nạn nhân của tàu Titanic được chôn cất nhiều nhất thế giới. Một số mộ có bia ghi tên người chết đàng hoàng. Trong số đó có một ngôi mộ mang tên J. Dawson.

Năm 1997, khi cuốn phim *Titanic* nổi tiếng của đạo diễn James Cameron được trình chiếu, hầu như giới mộ điệu điện ảnh khắp thế giới biết tới nam tài tử chính Leonardo DiCaprio. Anh chàng tài tử trẻ tuổi, đẹp trai này đóng một vai mang tên Jack Dawson. Ai cũng tưởng Jack Dawson trong phim là người nằm dưới ngôi mộ có tấm bia đề J. Dawson trong nghĩa địa Fairview ở Halifax. Ngôi mộ này bỗng dập dìu người tới viếng thăm. Những vòng hoa phúng viếng đầy tràn ngôi mộ mỗi ngày một nhiều. Ông đạo diễn Cameron la hoảng lên là tên nhân vật trong phim là do ông khơi khơi đặt ra, không có liên quan gì với người nằm dưới mộ. Những cuộc điều tra sau này mới tìm ra ông J. Dawson dưới mộ là một công nhân đốt than trên tàu tên Joseph Dawson. Ông công nhân đốt than không thể là chàng hành khách đào hoa Jack Dawson do DiCaprio đóng được. Ngoài nghĩa trang Fairview còn có hai nghĩa trang khác có chôn cất thi hài các nạn nhân của tàu Titanic với số lượng không đáng kể. Bởi vậy Halifax mới...ăn theo, trở thành một địa danh nổi tiếng trong các thành phố Âu châu thời đó.

Có lẽ không muốn mang tiếng ăn theo nên 5 năm sau, tại chính Halifax, đã xảy ra một vụ nổ tàu rất rùng rợn được sử sách ghi lại dưới cái tên *"Halifax Explosion"*. So với vụ Titanic thì con số nạn nhân trong vụ này nhiều hơn. Vụ Titanic chỉ có gần 1.500 người mạng vong trong khi vụ này có tới hơn 2 ngàn nạn nhân. Ngoài ra có khoảng 9 ngàn người ở cảng Halifax bị thương tích và hàng chục ngàn người mất nhà cửa. Vụ nổ xảy ra vào ngày 6 tháng chạp năm 1917. Chiếc tàu chở chất nổ của Pháp tên Mont-Blanc, trên đường đi từ Nữu Ước tới Bordeaux của Pháp, đã ghé 1ại cảng Halifax. Tại đây tàu đã va chạm với tàu Imo của Na Uy. Số chất nổ trên tàu Pháp tương đương với 2,9 tấn chất nổ TNT, đã phát nổ làm tan tành mọi thứ trong vòng bán kính 800 thước. Vụ nổ này không được "nổi tiếng" bằng vụ Titanic có lẽ vì Titanic là một du thuyền mà nạn nhân là các vương tôn công tử và các mệnh phụ quyền quý thời đó.

Sẵn đà nói tới các tai nạn của tàu thủy thời đầu thế kỷ 20, tôi lan man thêm ra một vụ nổ khác. Đó là vụ tàu *Empress of Ireland* đụng tàu *Storstad* của Na Uy trên sông Saint Lawrence vào ngày 29 tháng 5 năm 1914, chỉ hai năm sau vụ Titanic. Có tất cả 1477 người trên hai con tàu, 1012 người đã thiệt mạng. Đây là con số tử vong cao nhất tại Canada trong thời bình. Thủ phạm của vụ đắm tàu này là sương mù đã che khuất tầm nhìn của thủy thủ đoàn. Năm 2005, cuốn phim *The Last Voyage of the Empress* đã được trình chiếu ghi lại đầy đủ thảm kịch này.

Tôi đã được coi cuốn phim này tại nơi tưởng niệm vụ đắm tàu. Hàng người đông đảo xếp hàng vào rạp trước mỗi xuất chiếu. Rạp nhỏ, khán giả ngồi trên những hàng ghế dài. Phim chỉ dài khoảng 45 phút nên người ngồi coi vẫn thoải mái, chưa kịp cảm thấy cái cấn cái của những hàng ghế thiếu tiện nghi. Bù vào những khiếm khuyết về tiện nghi, rạp lại

*Khu trưng bày hiện vật vớt được từ con tàu đắm "Empress of Ireland".*

*Phòng chiếu phim và triển lãm hiện vật của tàu "Empress of Ireland" được xây nghiêng như con tàu đang chìm.*

được trang bị để chiếu phim bốn chiều 4D. Màn ảnh không chỉ nằm ở phía trước mà còn chạy nối tiếp qua hai bên tường rạp tạo thành một màn ảnh vòng cung khiến khán giả có cảm tưởng đang thực sự tham dự vào khung cảnh của phim. Ngoài âm thanh nổi diễn tả trung thực những tiếng động được chạy vòng quanh rạp, khán giả còn cảm thấy rõ chiều thứ tư của phim bằng những làn gió biển thực thụ thổi tung tóc, cảm thấy cái hừng hực của lửa nóng khi con tầu bốc cháy. Kỹ thuật phim bốn chiều 4D làm khán giả được mắt nhìn, tai nghe và thực thụ cảm thấy hơi nóng, gió thổi theo các diễn tiến trong phim. Tôi phải thú  thực đây là lần đầu tiên được coi một phim bốn chiều 4D nên rất khoái. Không biết như vậy mình có quê không? Tuy phim 4D đầu tiên được trình chiếu vào năm 1984, nhưng có rất ít rạp được trang bị để chiếu phim 4D. Vậy nên có lẽ tôi cũng không quê lắm. Ít nhất đã biết mùi vị 4D chỉ chậm có 23 năm!

Rời khỏi rạp, khán giả bước vào phòng triển lãm với các hiện vật thực thụ của hai con tàu mà người ta vớt được trong các cuộc tìm kiếm. Chưa bao giờ tôi được đắm mình vào những gì xảy ra từ hơn trăm năm trước. Nhất là khi rạp chiếu phim và khu triển lãm hiện vật nằm trong một tòa nhà được xây nghiêng như hình con tàu bị đắm.

Địa điểm di tích này nằm trong vùng Pointe-au-Père ở Rimouski. Mà Rimouski lại thuộc tỉnh bang Quebec. Ủa! Chúng ta rời *maritime* hồi nào ta?

*08/2017*

# MƯỚN

Ra khỏi nhà, không có xe, lại không muốn ngửi mồ hôi người khác trên những chuyến xe buýt chật chội hay những toa *metro* đầy nhóc người, chúng ta leo lên một chiếc *taxi*. Đi du lịch, chẳng lẽ ngủ đường ngủ phố, chúng ta mướn phòng khách sạn. Đó là chuyện dĩ nhiên. Chúng ta vẫn thường làm như vậy. Như đã thành nếp.

Cái nếp này ngày nay đã khác. Mướn *taxi* nhưng nay chúng ta cũng có thể mướn xe Uber. Mướn phòng khách sạn nhưng nay chúng ta cũng có thể mướn phòng của một ngôi nhà thường qua Airbnb. Đó là hai thứ mới xuất hiện, bạn bè với các thứ đại loại như Amazon, eBay, Google, Craigslist, Netflix, Skype...Ông Ngô Nhân Dụng gọi đó là những "phát minh xáo động": *"Danh sách các công ty mới đã thành công trong mươi năm qua cho chúng ta thấy cảnh "phát minh xáo động" diễn ra khắp nước Mỹ và thế giới: Amazon, eBay xâm nhập ngành bán lẻ và đang làm các công ty siêu thị nhức đầu, Google chiếm chỗ các thư viện, Craigslist làm rao vặt mua bán trên mạng, Skype len vào thị trường viễn thông, Uber đang gây khốn đốn cho các taxi, trong khi Airbnb làm khổ tâm các khách sạn, Netflix cũng khiến các rạp hát điêu đứng, Facebook, Twitter đang thế chỗ các công ty truyền thông! Tất cả đều là hiện tượng "disruptive innovation."*

Những thứ mà ông Ngô Nhân Dụng kể ra là những thứ chẳng có bột mà gột nên hồ. Họ là những công ty thành công lớn từ con số không. Họ không có hàng hóa, không có tài sản, tất cả chỉ là óc làm ăn. Và họ đã phá đi cái nếp làm thương mại từ trước tới nay, thứ thương mại phải bỏ vốn mới có được lời lãi.

Chúng ta nói tới Uber trước. Nó là cái chi chi? Đó là một thứ *taxi* không có bảng hiệu, không đón khách trên các tụ điểm, chỉ hoạt động trên mạng *internet*. Muốn gọi một xe Uber, người ta phải *download* phần mềm của hãng trên *cellphone* hay *tablet*. Tôi ít khi đi *taxi* vì có xe riêng. Khi nào ngại kiếm chỗ đậu xe, như xuống *downtown* chẳng hạn, tôi dùng *metro*. Tại Montreal, những người từ 65 tuổi trở lên được cấp cho một thẻ có hình, được hưởng giá rẻ, chỉ bằng nửa giá thường. Vậy nên khi xuống phố, cứ để cho *metro* nó cõng đi, chẳng cần kiếm chỗ đậu lôi thôi rắc rối. Đã hưu hiếc nên thời gian là thứ rất thừa thãi, đợi tới hết giờ đi làm hoặc giờ từ sở về mới đủng đỉnh ngự *metro*, chẳng phải chen lấn khổ sở. Vậy nên *taxi* nằm ngoài nhu cầu của tôi. Nhưng tôi vẫn *download* cái *app* của Uber trên *cellphone*. Cho nó oai! Nhưng chưa làm oai được vì chưa bao giờ dùng tới. Không biết thì vận dụng tới cái miệng. Tôi hỏi những người trẻ. Khi mình gọi xe Uber tới cõng đi, màn hình sẽ cho mình biết chi tiết về tài xế và xe sẽ tới đón, đoạn đường mình đi tốn bao nhiêu tiền và mất bao nhiêu thời gian. Tài xế Uber không được nhận tiền mặt. Khi download phần mềm, khách hàng của Uber đã phải cho luôn số thẻ tín dụng hoặc số *paypal*. Tiền sẽ được trừ vào những thẻ này. Khi xuống xe, hành khách thơ thới ra đi, không phải đưa thẻ ra cho tài xế quẹt chi cả.

Xe Uber không phải là xe của hãng Uber mà là xe riêng của tài xế. Họ lợi dụng giờ rảnh rỗi, thay vì để xe ở không, họ xách ra đường đi làm *taxi* kiểu mới. Vừa vui vừa kiếm được chút cháo. Tiền khách trả được chia tứ lục. Uber lấy 40%, tài xế lấy 60%. Uber coi như ngồi mát ăn bát vàng. Họ chẳng có cái chi cả, chỉ có óc kinh doanh. Tên nào khôn quá tổ như rứa? Đó là hai ông Travis Kalanick và Garrett Camp ở San Francisco, California. Họ thành lập Uber vào tháng 3 năm 2009. Tính tới tháng 12 năm 2014, Uber đã hoạt động tại 200 thành phố trên 53 quốc gia. Uber được định giá tới 40 tỷ đô! Lối kinh doanh của Uber thành công đến nỗi đã phát sinh ra từ *"uberification"* (Uber hóa) để chỉ cung cách làm ăn mới này.

Mới nhưng hơi sỗ sàng. Giới taxi đang làm ăn ngon lành, một mình một chợ, có quy củ. Các giấy phép cấp cho *taxi* hoạt động có giá rất cao, có nơi lên đến vài chục ngàn. Cả đống tiền bỏ ra tự nhiên bị một tên lạ hoắc nhảy vào ăn cướp, tức là cái chắc. Vậy nên giới *taxi* đã biểu tình lung tung khắp nơi để chống lại cái anh cướp giật chén cơm chén cháo của mình. Tây Ban Nha và vài thành phố ở Ấn Độ

Đúng ba trự. Hai chàng nợ như chúa chổm. Năm sau, 2008, hai người bôn ba xoay sở kiếm tiền theo cách khác. Nhân Đại Hội của đảng Dân Chủ đề cử ứng viên tranh cử Tổng Thống được tổ chức tại Denver, họ làm những hộp *cereal* có hình Obama và McCains, hai ứng viên của hai đảng Dân Chủ và Cộng Hòa, được vẽ một cách khôi hài rất tếu. Họ bán với giá 40 đô một hộp. Họ lời được 30 ngàn đô. Số tiền này được dùng làm vốn khởi đầu một bước mới. Cái tên Air Bed & Breakfast (Nệm Hơi và Bữa Ăn Sáng) không thích hợp nữa vì lần này cho thuê phòng đàng hoàng, họ đổi thành Airbnb. Vừa nhớ tới thuở hàn vi cũ, vừa gọn gàng hơn. Họ thành công. Mọi người thích thú tham gia. Việc làm ăn của hai thanh niên lên như diều gặp gió. Theo tạp chí Fortune, tính đến cuối tháng 1/2017, Airbnb có khoảng 67 ngàn người cho thuê với khoảng 2 triệu địa điểm tại 34 ngàn thành phố trên 191 quốc gia. Số khách thuê là trên 80 triệu lượt người. Được định giá vào đầu năm 2017, trị giá của công ty Airbnb là 30 tỷ đô!

Dân ta làm ăn theo dịch vụ này khá đông đảo. Theo một bài báo của ký giả Hà Giang trên báo Người Việt, thì tại Fountain Valley có ông Dũng Taylor làm đại diện cho Airbnb. Ông Dũng này, dân ta thường gọi bằng tên thân mật "Dũng Đen", là một bầu show rất quen thuộc trong cộng đồng người Việt. Ông đã cho mướn phòng được hơn một năm. Ông nhận xét: "Airbnb có lợi cho cả hai bên. Người *guest* vừa được ở nơi có không khí gia đình ấm cúng, vừa rẻ. Người *host* có thể kiếm tiền gấp đôi gấp ba tiền cho *share* phòng kiểu xưa. Tại sao không?". Muốn thuê phòng qua Airbnb phải *down-*

*load* phần mềm kết nối với *e-mail* của mình. Cần phòng ở vùng nào, thời gian nào, người mướn tha hồ tìm trên phần mềm này. Khi kiếm được phòng vừa ý, sẽ trả tiền bằng thẻ tín dụng. Người có nhà cho mướn cũng tạo một tài khoản trên Airbnb, *post* hình của mình và hình căn phòng hoặc nhà muốn cho mướn. Khi có khách đặt phòng, Airbnb sẽ nhận tiền, trừ đi 3% lệ phí rồi gửi số tiền còn lại cho chủ nhân căn phòng. Airbnb cũng có hệ thống đánh giá chủ và khách gọi là *review*. Khách để lại nhận xét về phòng và chủ cho thuê, chủ cho thuê cũng có thể nhận xét về khách. Những người khách sau có thể nghiên cứu những nhận xét này để chọn lựa.

Khách du lịch là những người coi trọng sự tiện nghi và sạch sẽ. Vậy phòng cho mướn cũng phải ngang cơ với phòng khách sạn. Theo ông Dũng Taylor: "Trước khi đưa phòng nhà mình lên Airbnb, phải biến nó thành một khách sạn thu nhỏ, đầy đủ tiện nghi, trang trí đẹp đẽ mới cạnh tranh được". Nhu cầu thuê phòng rất cao, nhất là vùng Little Saigon. Người Việt từ khắp nơi muốn hưởng không khí và hương vị Việt Nam tìm về nơi quê hương ngoài quê hương này rất đông, nhất là trong dịp hè hoặc dịp Tết. Ông Dũng Taylor nảy ra sáng kiến mới: "Nhiều nhà những ông bà cụ, con cái đi hết rồi, nhà trống phòng không ai ở. Tôi đang tính kết hợp với những người đó, đầu tư vào nhà của họ. Tôi sẽ ký hợp đồng với họ, bỏ tiền ra xây sửa, trang trí, rồi mướn lại phòng của họ với giá rẻ. Sau đó tôi đưa nhà họ vào Airbnb, cho mướn với giá cao hơn rồi lấy sự khác biệt đó làm lời". Phong trào mướn phòng Airbnb thay vì mướn khách sạn khi đi du lịch ngày càng phát triển. Theo ước tính, hiện nay có khoảng

35% khách giao du với Airbnb, mướn nhà hơn là ở trong khách sạn vô hồn.

Dịch vụ Airbnb, cũng như dịch vụ Uber, giật khách của khách sạn, dĩ nhiên gặp sự chống đối của giới làm ăn chuyên nghiệp từ trước tới nay. Nhưng Airbnb là một dịch vụ hợp pháp tùy theo thành phố. Như thành phố Long Beach có thứ thuế đánh vào dịch vụ cho thuê ngắn hạn này, gọi là thuế *"Transient Occupancy Tax"*. Trái lại ở thành phố Huntington Beach lại cấm cho thuê nhà dưới 30 ngày. Vậy nên giới khách sạn, ức thì có ức, nhưng chỉ biết nuốt vào cái cục ức này.

Sự chống đối của giới khách sạn không thấm chi với sự chống đối của hàng xóm láng giềng. Việc khách thuê kéo va ly ra vô rầm rập, ồn ào vào giờ khuya khi du khách đi chơi về, khiến mất sự yên tĩnh của khu gia cư. Mặt khác, không phải các gia chủ chỉ cho thuê phòng không dùng tới trong nhà mà có những người cho thuê cả căn nhà. Có nhiều người muốn đầu tư đã mua nhà với mục đích cho du khách thuê ngắn hạn. Việc này khiến giá nhà tăng, nhiều cư dân không mua nổi nhà để ở.

Tại thành phố Montreal chúng tôi, cư dân tại nhiều khu gia cư đã lên tiếng. Trên báo The Gazette ngày thứ bảy 15/7/2015 vừa qua, đã có một bài phản ánh tình trạng này. Cư dân Bernard Sanchez nói với ký giả: "Chúng tôi không còn sự yên tĩnh. Chúng tôi không còn những con phố sạch sẽ. Chúng tôi không còn sự an toàn cho con nít. Việc này đã ảnh hưởng tới giá trị căn nhà chúng tôi ở". Thật ra tỉnh bang Quebec đã có luật về việc cho thuê nhà ngắn hạn đàng hoàng được ban hành vào tháng 4 năm 2016. Chủ nhà muốn cho mướn phải đóng lệ phí 250 đô khi được cấp giấy phép, nhà phải được bảo hiểm tối thiểu 2 triệu đô, đóng thuế lợi tức cho chính phủ. Vi phạm sẽ bị phạt từ 2 ngàn rưỡi tới 25 ngàn đô. Trên thực tế, đã có 474 đơn xin nhưng mới chỉ có 99 giấy phép được cấp. Người ta ước lượng, trên địa bàn thành phố Montreal, số phòng và nhà quảng cáo trên Airbnb đã lên tới trên 10 ngàn! Số thanh tra về chuyện cho thuê này chỉ có 27 người cho cả thành phố Montreal rộng rãi! Ông Bernard Sanchez uất ức với tình trạng này và xin gặp Đô Trưởng Denis Coderre vào tháng 6 vừa qua. Ông Coderre chỉ biết trấn an: "Dù có ban hành bao nhiêu luật cũng không giải quyết được tình trạng này. Tôi muốn tìm cách thuần hóa một con dã thú. Bởi vì nó chính là một con dã thú!".

Con dã thú này được các nhà phân tích gọi là "nền kinh tế chia sẻ". Theo định nghĩa đơn giản nhất, nền kinh tế này là "một mô hình kinh tế trong đó cá nhân này có thể mượn hay mướn tài sản thuộc sở hữu của cá nhân khác". Với sự bùng nổ của thời đại *internet*, những rào cản thời gian, không gian, địa lý, khả năng tiếp thị, vốn liếng làm ăn và khác biệt văn hóa đã bị đập tan.

Gặp thời, những con dã thú như *Google, Facebook, Skype, Twitter, Amazon, eBay, Craigslist* và nhất là *Uber, Airbnb* cứ ngang nhiên lộng hành. Cản chi nổi!

*07/2017*

# NGHỈ

Ông vừa ra đi. Tên ông là Hugh Hefner. Chắc có nhiều người thấy cái tên này lạ hoắc. Nhưng nếu nói đó là chàng *playboy* thì ai cũng biết. Các ông biết hơn ai hết. Đó là người các ông rất ngưỡng mộ hoặc rất ghen tỵ. Ông nằm bên phía cộng của sự bất công, mọi ông khác nằm bên phía trừ. Nói theo các cụ: người ăn không hết, kẻ kiếm không ra. Thứ ông ăn đến nghẹn họng là cái nõn nường. Chung quanh ông lúc nào cũng đầy ắp những sinh vật mà các ông có nằm mơ cũng không được gần cận. Rao nam rao bắc mãi, nói toạc ra cho rồi. Ông chủ báo *Playboy* này sở hữu cả bày mỹ nữ ngả ngớn, phổng phao rất hợp với sự mong muốn thầm lặng trong đầu các ông.

*Playboy* là tờ báo ông nào cũng khoái...đọc nhưng lại ngại người khác biết. Ông Bùi Bảo Trúc thì khác. Khi sinh thời ông vẫn rao cho bà con thiên hạ biết là ông có đặt mua báo hàng tháng. Đến hẹn lại tới, các cô thỏ con đều đều tới cửa nhà ông, mở rộng tấm lòng cho ông chiêm ngưỡng. Ông họ Bùi này, chiêm ngưỡng thì có chiêm ngưỡng, nhưng biện minh cho tờ báo này là không chỉ hình hạp như mọi người nghĩ mà còn có những bài viết rất trí thức. Chuyện này chúng ta sẽ tính sau.

Trước hết, *Playboy* là một tờ báo dành cho các ông. Ngay trong số đầu tiên tờ báo đã thẳng thừng viết: "Nếu là chị, vợ, mẹ vợ của ai đó, vô tình cầm tờ tạp chí này. Xin làm ơn đưa nó cho người đàn ông của mình và trở lại với vai trò phụ nữ của mình". Vậy là các bà bị cấm cửa. Cấm là phải vì số đầu tiên này ra mắt vào năm 1953, khai trương với hình khỏa thân của cô đào núi lửa Marilyn Monroe. Lúc đó xã hội Mỹ còn "quê" lắm, thuốc ngừa thai còn bị cấm, trên sân khấu người ta còn không được đề cập đến chuyện bầu bì. Vậy mà phô hình tênh hênh của cô đào *sexy* số một thế giới này là chuyện bom nguyên tử nổ.

Quả bom nguyên tử *Playboy* này chào đời cũng có nguyên do của nó. Đó là một sự phản bội. Năm 1949, Hugh Hefner kết hôn với với cô Mildred "Millie" Williams, tình yêu đầu đời của ông. Sau đó ông nhập ngũ và sống xa vợ. Ở nhà vợ ông vẫn theo học tại Đại Học Illinois. Hai năm sau ông trở về. Bà vợ thú thật là trong thời gian ông vắng nhà, bà đã ăn nằm với người khác. Tan nát cõi lòng, ông nhớ lại: "Đó là lúc đau lòng nhất trong cuộc đời tôi. Kể từ đó tôi luôn cảm giác có một người đàn ông khác đang nằm trên giường cùng vợ chồng tôi". Ông chấp nhận tha thứ cho vợ nhưng trong thâm tâm ông vẫn ám ảnh khôn nguôi hình ảnh vợ trong tay người khác. Chiếc sừng trên đầu ông quá nặng để có thể quên được, ông mắc vào một sai lầm lớn: ngoại tình! Bà vợ mang mặc cảm phản bội chồng trước kia nên đành nhắm mắt cho ông đi hoang. Cuộc sống bên lề nhau kết thúc sau 10 năm chung sống. Họ chính thức ly dị nhau vào năm 1959. Ông có hai con với bà vợ đầu tiên này.

Ba chục năm sau, năm 1989 ông mới tái hôn với cô Kimberley Conrad, người đẹp trong năm *playmate of the year* năm đó. Cô dâu 27 tuổi, chú rể 63 niên kỷ. Lệch nặng nhưng không lệch không phải là Hefner. Thời gian này ông đã trở thành một *playboy* hết mực ăn chơi. Trước ngày cưới, bạn bè hỏi ông có cần tổ chức *bachelor party* không, ông thoái thác: "Tôi đã tham dự loại tiệc này trong ba chục năm qua rồi. Tại sao lại cần có một buổi tiệc như vậy nữa!". *Bachelor party* là tiệc giã từ độc thân thường do bạn bè của chú rể tổ chức đêm trước ngày cưới. Họ uống rượu tới say mèm và không thể thiếu tiết mục mời một vũ nữ nhảy chuồng cười sà gọn vào lòng chú rể để chàng hư lần chót trước khi bước vào vòng hôn nhân.

Ông chẳng vướng vào cái vòng hôn nhân lục tục thường tình này lâu. Chỉ 8 năm sau họ ly thân nhưng đến năm 2010 mới chính thức ly dị. Ông có hai trai với bà vợ thứ hai này.

Cuộc hôn nhân thứ ba nhiều kịch tính hơn. Ngay sau ngày chính thức ly dị với cô vợ thứ hai vào tháng 12 năm 2010, ông cầu hôn với cô Crystal Harris, 26 tuổi. Lúc này chàng đã 84 tuổi. Chắc sợ chiều hôm tối rồi nên kỳ này ông mót lấy vợ sớm. Thực ra lấy vợ hay không đối với ông cũng dzậy dzậy. Bên ông luôn có hàng trăm thỏ non sẵn sàng phục vụ ông. Chính ông đã cho biết là ông đã lên giường với cả ngàn thiếu nữ trong "cung" của ông. Vậy tại sao ông lại muốn có vợ nữa, ông trả lời: "Chỉ những người không hiểu mới nhìn chúng tôi một cách rập khuôn theo kiểu ông già và người đẹp. Tất cả bạn bè thân thiết của tôi đều cho rằng cuộc hôn nhân của tôi giống như ở trên thiên đường. Tôi cảm thấy mình vô cùng may mắn khi tìm được nàng. Tôi đã kịp cứu vãn cuộc đời mình một cách tuyệt vời nhất".

Sự cứu vãn này không suông sẻ. Năm ngày trước ngày cử hành hôn lễ, người đẹp Crystal Harris bất ngờ xách va ly ra đi. Ông đau như hoạn! Ngày 14/6/2011, ông thông báo không có lễ cưới: "Chia tay thật đau đớn nhưng chấm dứt bây giờ tốt hơn là sau này khi đã kết hôn. Vì thứ bảy này không có đám cưới nên tôi sẽ xem phim "Cô Dâu Chạy Trốn" có lẽ rất thích hợp trong hoàn cảnh này".

Cô Crystal này ác. Cô tiết lộ là Hugh Hefner bất lực! Nhưng một năm sau, cô quay lại. Một nhân viên của Hefner cho biết: "Họ rất hạnh phúc và quấn quýt nhau như trước đây, như thể chuyện chia tay chưa bao giờ xảy ra". Họ đã chính thức làm đám cưới vào đêm giao thừa năm 2012. Chú rể 86 tuổi bên cạnh cô dâu 28 tuổi. Cách nhau tròm trèm 60 năm.

Theo chân ông *playboy* thứ thiệt Hugh Hefner thật chóng mặt. Ai cũng nghĩ ông tay chơi này chỉ biết tới phần dưới, cái phần thấp nhất của con người. Lầm to! Phần trên của ông cũng rạng ngời ra trò. Năm 85 tuổi, Hugh Hefner thổ lộ: "Tôi chưa bao giờ tìm thấy bất cứ người tri kỷ nào". Ông cô đơn giữa bày mỹ nữ. Cũng như ông không được người đời hiểu những suy nghĩ của ông. Ngay khi ông cho ra đời tờ

*Playboy* ông đã có lý tưởng rõ ràng: tin vào Tu Chính ÁnThứ Nhất về quyền tự do tư tưởng của người dân Hoa Kỳ. Con gái của ông, bà Christie Hefner, người điều hành sản nghiệp của *Playboy* từ thập niên 1990, giải thích: "Ngay từ những ngày đầu thành lập tờ tạp chí *Playboy*, Hef đã có một niềm tin mãnh liệt rằng: các quyền tự do cá nhân chính là nền tảng cho tờ báo và là triết lý của ông. Vì cho rằng không có quyền công dân nào căn bản hơn các quyền được bảo vệ bởi Tu Chính Án Thứ Nhất, nên ông luôn tâm niệm rất rõ ràng là cuộc đấu tranh để bảo vệ và củng cố những quyền ấy vốn không có điểm dừng".

Một trong những triết lý của *Playboy* được Hefner vạch ra là: "Tiến bộ xã hội đi kèm với một nhu cầu cấp thiết, đó là phải hoán đổi những tư tưởng lỗi thời bằng những điều tốt đẹp và mới mẻ hơn. Muốn được vậy, chúng ta phải có thứ văn hóa biết chấp nhận mở ra mọi phương pháp đối thoại, để tất cả các tư tưởng mới mẻ, dù chúng có vẻ sai lầm, không chừng mực hay kỳ dị đến đâu đi chăng nữa, đều có cơ hội được tham khảo, thử thách cho tới khi được xã hội chấp nhận hoặc chối bỏ toàn bộ hay từng phần. Chính lợi thế quan trọng này của một xã hội tự do đã khiến cho chế độ độc tài trở nên lép vế, vì chỉ khi được tự do trao đổi tư tưởng thì những ý kiến tốt nhất mới giành được thắng lợi cuối cùng".

Nguyên tắc là như vậy nhưng cái hay của con người mà ai cũng nghĩ chỉ là một tay ăn chơi vô tích sự là giữ đúng nguyên tắc đó trong hành động. Thập niên 1960, nước Mỹ còn phân biệt chủng tộc rất nặng nề, người da đen là công dân hạng nhì, bị xịt ra trong xã hội. Vậy mà câu lạc bộ *Play-*

*boy* tại Chicago đã chấp nhận tất cả các sắc dân, không phân biệt màu da.

Nếu dễ dãi một chút, người ta có thể tôn vinh Hefner như một nhà cách mạng xã hội. Năm 1955, trên *Playboy* xuất hiện một truyện ngắn của nhà văn Charles Beaumont. Nội dung truyện đề cập tới trường hợp một người đồng tính bị truy sát trong thế giới của người bình thường. Độc giả phản ứng không thuận lợi. Hefner dõng dạc trả lời: "Nếu mọi người cảm thấy truy sát người đồng tính trong một xã hội gồm những người bình thường là một điều sai trái thì cùng hành vi ấy, khi hoán đổi trật tự vị trí của hai giới, cũng là một sai trái không kém". Và, ngay từ ngày đó, ông cổ xúy cho hôn nhân đồng tính. Ông gọi cuộc đấu tranh này là "một cuộc chiến cho tất cả các quyền của chúng ta".

Các tác giả "cách mạng" không được chấp nhận trên các diễn đàn khác đã tìm tới *Playboy*. Tờ báo tưởng chỉ biết đăng hình khỏa thân đã cho đăng các bài có ý tưởng mới lạ chưa được công luận chấp nhận của các nhà văn nổi tiếng như Joseph Heller, Margaret Atwood hoặc Norman Mailer.

Cũng chỉ có *Playboy* thực hiện những cuộc phỏng vấn các nhân vật có những ý tưởng đi trước xã hội như các cuộc phỏng vấn tác giả truyện Lolita là nhà văn Vladimir Nabokov vào năm 1962, mục sư Martin Luther King Jr vào năm 1965, vợ chồng John Lennon và Yoko Ono vào năm 1981, Steve Jobs của Apple vào năm 1985. Đó là những bài báo mà ông Bùi Bảo Trúc cho là *Playboy* không chỉ là những tấm hình của các giai nhân ngại mặc áo quần mà còn có những bài cổ vũ cho sự tiến bộ và bảo vệ tới cùng tự do của con người, trong đó quyền tự do ngôn luận là căn bản. Đó là lý do ông đặt mua năm tạp chí Playboy!

Tôi nghĩ mọi người, trừ ông Bùi Bảo Trúc, đã nghĩ sai về nhân vật tên Hugh Hefner. Tội cho ông. Đường đường là một đấng nam nhi đàng hoàng, có tư tưởng, biết tôn trọng những giá trị của cuộc sống lại bị coi như một tên ăn chơi đàng điếm, mất nết và đáng khinh bỉ. Tôi nghĩ chính ông trời cũng đã hiểu nên mới để ông trụ trên trần thế tới 91 năm. Các cụ ta xưa có câu nói: tốt mái hại trống. Ông là con trống duy nhất giữa một bày con mái quá phổng phao quyến rũ. Lẽ ra ông phải về với đất vào lúc tuổi cỡ tam, tứ tuần như các vị vua nước tôi, những con người có một hậu cung nhan nhản những cung phi trẻ đẹp sẵn sàng nằm trên long sàng. Vì ông không làm vua mà quá vua. Long bào của ông là bộ đồ ngủ bằng nhung đỏ thẫm, y phục của các cung nữ của ông toàn thứ tiết kiệm vải tới mức tối đa. Cứ như sẵn sàng tất cả. Vậy mà ông thọ hơn gấp đôi các bậc quân vương của chúng tôi. Đó chẳng phải ân huệ của tạo hóa sao?

Cuối cùng thì ông cũng nằm xuống vào ngày 27 tháng 9 vừa qua. Thôi thì sinh ly tử biệt, tôi cầu chúc cho ông được an nghỉ. Nhưng ông có được an nghỉ không, tôi nghi quá. Ông đã sửa soạn cho ngày về bằng cách mua sẵn ngôi mộ trong nghĩa trang *Westwood Village Memorial Park Cemetery* ở Los Angeles. Không phải ngôi mộ chôn dưới đất mà là những ngăn cất xác cái nọ chồng lên cái kia, giống như một đơn vị trong một chung cư. Căn phòng sau cùng của ông nằm ngay cạnh ngăn của cô Marilyn Monroe, người đã khai trương tấm bìa đầu tiên của *Playboy* bằng tấm hình ít vải vào tháng 12 năm 1953. Ông rất thú vị khi tậu được cái hộc quý báu này. Trong một cuộc phỏng vấn vào năm 2012, ông hoan hỉ nói: "Tôi sẽ nằm bên cạnh nàng. Tôi sẽ tiêu hao phần còn lại vĩnh cửu của tôi với Marilyn". Trong cuộc sống, ông chưa bao giờ gặp cô đào chiếu bóng *sexy* nhất thế giới này. Bây giờ, khi thân xác đã mất sự sống, ông mới được nằm cạnh nàng. Dù ông đã ăn nằm với cả ngàn cô gái trong cuộc đời trên gian trần của ông thì tôi nghĩ ông vẫn không thể không rung động khi được nằm cạnh một tuyệt sắc giai nhân như vậy. Vậy thì làm sao ông an nghỉ cho được?

Chẳng những chỉ có vậy, ông còn phải tranh đấu để dành dật người đẹp với bốn ông nằm vây quanh cô Marilyn Monroe. Ông nằm phía trên Marilyn Monroe là ông Richard T. Poncher. Chính ra cái hộc này là của chàng Joe DiMaggio, chồng của nàng. Nhưng năm 1955, hai người ly dị nhau. Cái hộc phía trên không còn lý do để cho chàng DiMaggio ngả lưng nữa. Để anh cầu thủ bóng chày này nằm đó có mà cãi nhau tối ngày làm mất sự yên tĩnh của nghĩa trang! Vậy nên nàng Marilyn đã phát mại hộc mộ. Và ông Poncher đã lanh tay vớ được. Ông tới nằm với nàng vào năm 1986. Ông này tinh quái có bằng cấp. Ông dặn vợ bỏ ông vào quan tài theo thế nằm sấp. Ông còn dọa bà nếu không làm theo lời ông thì ông sẽ về ám bà suốt đời. Bà vốn yếu bóng vía nên chiều theo. Phải mất 23 năm, bà mới…vùng lên. Năm 2009, vì cần tiền để trả hết cho căn biệt thự của bà ở Beverly Hills, bà rao bán đấu giá cái hộc quý hóa này. Giá khởi đầu được đưa ra là 500 ngàn đô. Cuối cùng, người đấu giá cao nhất là một ông Nhật không tiết lộ danh tánh. Ông này đã chịu móc hầu bao chi ra 4 triệu 602 ngàn 100 đô để được nằm trên người đẹp huyền thoại sau khi ông Poncher đã ong bướm suốt 23 năm. Ông Nhật này là người bất nhất, chỉ ba ngày sau ông giở chứng không mua nữa. Một ông khác nhảy vào thế chỗ với giá hời hơn chút đỉnh. Ông chỉ phải trả đúng boong 4 triệu rưởi.

Đó là cái chỗ nằm trên nàng Marilyn Monroe. Chỗ nằm dưới và một bên của nàng tôi không rõ ông hay bà nào nằm. Tôi nghĩ phải là ông vì nếu để một bà nằm thì phí của! Tôi đã mò mẫm vào coi một *video* chiếu rõ tòa chung cư đắt tiền này. Từ ngoài nhìn vào, chỗ bên phải và phía dưới đã có chủ nhân. Chỗ của Hugh Hefner ở bên trái ngăn của nàng Marilyn. Ông đã mua cái ngăn này vào năm 1992 chỉ với giá 75 ngàn đô. Sao rẻ vậy không biết! Trưa ngày thứ bảy cuối tháng 9 vừa qua, gia đình đã rước ông Hefner tới nằm tại nghĩa trang. Không biết ông có đòi gia đình cho ông nằm nghiêng không.

Nghĩa tử là nghĩa tận, xin chúc ông an nghỉ. *Rest in Peace!* Nhưng có an nghỉ được bên cạnh huyền thoại *sexy* nhất hành tinh được hay không là tùy ông.

*10/2017*

# NGỰA

Cuối tháng 8 này, tại khu phố cổ Montreal, lần đầu tiên có một cuộc biểu diễn của ngựa gọi là *rodeo*. Nhóm bảo vệ súc vật vào cuộc liền. Họ gồm khoảng 60 người biểu tình chống đối, ngăn cản khách tới ngày hội *rodeo*. Theo Luật 54 của tỉnh bang Quebec chúng tôi thì các chủ ngựa phải bảo đảm là ngựa "không phải là loài vật bị quấy rối hay ngược đãi có thể nguy hại cho sức khỏe của chúng". Phát ngôn viên của nhóm chống đối *Association Terriens,* bà Christina Vassilatos, cho rằng nhóm người tổ chức lễ hội *rodeo* đã làm ngược lại. Họ nêu ra một tai nạn vào tháng 5 vừa qua tại hội *rodeo Festival Western St-Tite*, gần thành phố Quebec, khiến một chú ngựa 6 tuổi tên Grady chết. Nhóm tổ chức cãi lại đây là một môn thể thao đã có từ lâu đời, việc một chú ngựa chẳng may gặp tai nạn chết chỉ là một rủi ro của bất cứ môn thể thao nào. Người cũng có những trường hợp...hy sinh cho thể thao. Không vì vậy mà người ta bãi bỏ môn thể thao đó.

Cũng xảy ra ở Montreal, lần này liên quan tới bày ngựa làm một công việc hạ tiện hơn: kéo xe. Kéo xe chở du khách nhẩn nha du ngoạn là thứ mà hầu như thành phố du lịch nào cũng có. Montreal không là ngoại lệ. *Con ngựa kéo xe, con ngựa xe kéo* là chuyện thường tình. Con trâu thì phải cầy bừa, con người cũng cầy bừa, chuyện có chi mà ầm ỹ? Nhưng hình như ngựa là một loài cao quý nên người ta phải bảo vệ. Bà Mirella Colalillo, phát ngôn viên của nhóm chống đối xe do ngựa kéo đã *post* một đoạn *video* quay cảnh chú ngựa Johnny ốm yếu mà vẫn phải kéo xe lên Facebook. Trước đó, đã có *video* quay cảnh ngựa bị tai nạn lật xe, ngựa té lăn cù dưới đất khiến những người yêu ngựa bất bình. Ông Đô Trưởng Denis Coderre đã ra lệnh chỉ cho xe ngựa du lịch tại Montreal hoạt động một năm nữa rồi dẹp. Lệnh của ông Đô Trưởng Montreal bị tòa Tối Cao Quebec bác bỏ.

Tôi rất thích ngựa. Nhưng ngựa kéo xe cho du khách đi vãn cảnh có chi mà phải phàn nàn. Ít nhất chúng cũng sướng hơn thứ ngựa kéo xe thổ mộ chở khách suốt ngày tại Sài Gòn. Du khách thuê xe ngựa không nhiều. Mỗi xe may lắm cũng chỉ được vài cuốc mỗi ngày. Ngồi trên xe thường là hai khách, tối đa cũng chỉ có bốn khách. Nhẹ tưng! Kéo xe thổ mộ ở Việt Nam mới đổ mồ hôi sôi nước mắt. Mỗi xe chở cả chục người. Lại còn hàng hóa lỉnh kỉnh chất đầy xe. Chuyến nào chuyến nấy nặng tới vẹo lưng. Mỗi ngày đâu chỉ có một hai chuyến mà đi lên đi xuống suốt ngày. Vậy mà dân ta đâu có ai phàn nàn chi. Lại còn nhìn thấy nét thơ mộng của xe thổ mộ là đằng khác!

Nhà thơ Cao Thoại Châu viết về lần đầu gặp gỡ xe thổ

mộ: "*Cho đến hơn mười tuổi tôi chưa một lần nhìn thấy con ngựa. Chỉ tới khi vào Sài Gòn, ngày đầu tiên đi ngang nhà thờ Đức Bà tôi mới thấy con ngựa bằng xương bằng thịt đang gõ móng dòn dã kéo chiếc xe thổ mộ. Những năm đầu, gia đình tôi sống trong khu lao động gần đường Cách Mạng Tháng Tám ngày nay. Tờ mờ sáng gia đình tôi đã có chiếc đồng hồ báo thức là tiếng lóc cóc leng keng của những chiếc xe thổ mộ của nhà vườn từ phía Bà Điểm chở hàng bông vào nội thành. Trời còn sương, ra đứng trước nghĩa địa Đô Thành vắng vẻ, với nỗi sợ ma kinh khiếp, đứng đón xe ngựa với tờ giấy một đồng xé làm đôi, đi tới trường. Leng keng là tiếng của cái chuông đồng lúc nào cũng bóng loáng, lóc cóc là tiếng vó ngựa gọn thon thanh mảnh đều đặn nghe miết trở thành một âm thanh không thể tách rời*".

Tác giả Phan văn Thanh nhớ tới những cái lắc lư trên chiếc xe đơn sơ nhưng đầy thi vị: "*Cứ mỗi khi gà gáy canh tư, người "xà ích" lại trở dậy, lặng lẽ đánh xe ra chỗ hẹn với bạn hàng để cùng nhau tất tả cuộc sống mưu sinh. Những chuyến xe ngựa nối đuôi nhau chở hàng bông từ ngoại ô đưa vào bán ở những buổi chợ sớm. Hàng ngày, những chiếc xe có mui khum khum như "nấm mồ" chở các bà, các chi gồng gánh, rong ruổi trên những con đường đất đỏ, rồi đường được rải đá, trải nhựa để những chú ngựa gầy gò vẫn đều đặn ngày hai buổi cần mẫn tung vó gõ móng lóc cóc đi về... Xe thổ mộ như một nét đẹp mộc mạc, dung dị vốn đã có từ bao đời của vùng đất phương Nam nắng gió ngày xa xưa. Cái thú ngồi trên xe ngựa là được nghe tiếng nhạc leng keng từ chú ngựa gầy gò, nhỏ con vẫn đều đặn ngày hai buổi cần mẫn nện cái móng sắt lọc cọc đóng dưới chân cùng chiếc xe lắc lư theo nhịp ngựa phi, chậm rãi ngang qua những cánh rừng vắng còn thơm mùi đất, mùi lá mới, qua những con dốc nhỏ đi vào phố chợ, rồi chợt nghe thấy tiếng "họ! họ!" lạ lẫm và tiếng thở phì phò của chú ngựa sau chặng đường dài. Một chút tình quê rộn rã nhưng yên lành, mộc mạc mà thú vị".*

Nhà thơ Trần Mộng Tú đắm mình với những kỷ niệm: "*Xe thổ mộ thì tuyệt vời, không phải ở đâu cũng có. Sài Gòn không có xe thổ mộ đã lâu lắm rồi. Tôi nhớ chỉ một hai năm đầu vào Nam thấy xe thổ mộ đưa các bà đi chợ. Sau này mỗi lần từ Sài Gòn xuống Bình Dương, tôi được đi xe thổ mộ từ bến xe đò Bình Dương về nhà dì tôi ở đường Châu văn Tiếp, quá miếu tử trận một chút. Tiếng vó ngựa gõ lóc cóc trên đường nghe hay lắm, lúc đó chẳng biết diễn tả thế nào, âm thanh khô và dứt khoát, xe đi dọc bờ sông Bình Dương (do sông Bé chảy qua tỉnh), đường xá rộng, xe ít, người thưa, gió từ sông thổi lên, chiếc xe lắc nhẹ như đưa võng, thỉnh thoảng nghe tiếng roi của người xà ích quất nhẹ vào mông ngựa. Cái cảm giác cô gái tỉnh thành được về quê chơi, cái gì cũng thấy hay, cũng lạ tai, lạ mắt, cũng đẹp. Xe đưa về đến sát hàng rào nhà dì tôi, nhìn thấy cái giếng nước trong sân mới phải nhảy xuống. Thời niên thiếu quê nhà, chao ơi, làm sao tả!*".

Tôi phải thú thực là chưa ngồi xe thổ mộ ở Sài Gòn nhưng nghe các tác giả kể về thú ngồi xe thổ mộ tôi cũng cảm thấy lắc lư những nhịp sống ngày cũ. Ngựa kéo xe, tôi không mặn mà lắm. Tôi khoái những tuấn mã xoải bốn vó trên đường thiên lý. Những bắp thịt chắc nịch nhịp nhàng chuyển động như những phím đàn tung ra muôn điệu hào hùng. Ngựa như thế mới là ngựa! Ngựa oai hùng như vậy tôi chỉ mới thấy trên màn ảnh. Từ tuổi thơ tôi với chàng Zorro trong quần áo chẽn màu xanh, chiếc khăn bịt miệng hình tam giác cũng xanh, ép mình trên lưng ngựa tới cứu một giai nhân đang mắc nạn, giữa tiếng vỗ tay vang rền của các khán giả nhí, át cả tiếng nhạc dồn dập theo vó ngựa. Cũng nhộn nhịp tiếng vó ngựa là những màn phi nước kiệu của những chàng cao bồi rạp người trên lưng tuấn mã làm tung bụi sa mạc mù mịt trong các phim miền viễn tây khiến đứng tim các khán giả đang bước vào tuổi *teen*. Vó ngựa như dính liền vào cuộc sống ảo nhưng rất thật. Từ đó, tôi mê ngựa.

Ngựa là loài chạy nhanh nhất. Chẳng vậy mà các cụ ví thời gian qua nhanh như vó câu qua cửa sổ. Nói như vậy là nói theo cảm tính. Thực ra ngựa đứng thứ mười trong những loài vật chạy nhanh. Tốc độ của ngựa trung bình chỉ khoảng 70 cây số/giờ. Tốc độ nhanh nhất được ghi nhận là 88 cây số/giờ, thua xa tốc độ của loài chạy nhanh nhất là con báo *cheetah* phi tới 120 cây số/giờ. Nhưng ngựa là loài vật chạy nhanh nhất thân thích với người. Vì thân với người nên ngựa mới dại, bị loài người lợi dụng đủ chuyện. Kéo xe và tham gia chinh chiến là hai thứ chính. Đua ngựa là thứ cực nhọc cho ngựa nhưng vui thú cho người. Trần thân ra chạy dưới làn roi của nài, nếu về nhất, vinh quang nài hưởng, tiền bạc dân đánh cá hưởng, ngựa chỉ được nghỉ cho khô mồ hôi. Cùng lắm là được một bữa ăn…thịnh soạn không thịt cá!

Trò đua ngựa là do người Pháp mang tới cho chúng ta.

Dân ta không biết trò này, chỉ biết trò chọi trâu. Học giả Vương Hồng Sển cho biết là cuộc đua ngựa đầu tiên được tổ chức vào ngày 15/8/1864 tại Sài Gòn, nhân lễ Vạn Thọ Pháp *Fête de l'Empereur*. Lúc đó nài ngựa còn mặc y phục khăn áo An Nam. Địa điểm tổ chức được nhà nghiên cứu Sơn Nam chỉ rõ: "*Đua ngựa là môn giải trí, với xác suất khá khoa học nhưng vẫn còn yếu tố may rủi, lần hồi trở thành trò chơi " đỏ đen ". Khi chưa chiếm trọn Nam Kỳ Lục Tỉnh, người Pháp đã mở trường đua ngựa, tại vùng đất nghĩa địa (mặt bằng Bộ Tư Lệnh Thành ngày nay), đến năm 1932 nhằm mở rộng cho hợp với tiêu chuẩn quốc tế, dời về Phú Thọ, góc đường 3 tháng 2 và Lý Thường Kiệt ngày nay*" . Vùng đất nghĩa địa mà Sơn Nam nói tới chính là vùng Mả Ngụy, nơi vua minh Mạng cho chôn tập thể 1137 người theo Lê văn Khôi chống lại triều đình. Trường đua Phú Thọ thì ai cũng biết, khỏi phải chỉ chỏ lôi thôi.

Hai mươi hai năm sau, ngày 15/7/1886, đua ngựa mới được tổ chức tại Hà Nội. Tài liệu không nói cuộc đua này được tổ chức tại đâu. Nhưng vào tháng 3 năm sau, 1887, một cuộc đua được tổ chức tại nơi mà dân Hà Nội gọi là Quần Ngựa, nằm giữa điện Kính Thiên và Cột Cờ.

Khán giả coi đua ngựa hầu như không chú ý tới nước chạy của ngựa mà chỉ lo đánh cá. Đua ngựa trở thành một loại cờ bạc, tuy loại cờ bạc này không hẳn vụ vào may mắn. Dính vào cờ bạc nên nhiều người say mê. Nhiều ông bạn tôi đã mê mải với đua ngựa. Nhiều người bị ngựa đá ngược, tán gia bại sản theo nước rút của ngựa.

Ngựa, với tôi, là nét đẹp của sự khỏe mạnh, nhanh nhẹn.

Tôi mê tranh và tượng ngựa. Đi du lịch tới nơi đâu, nếu có tranh hay tượng ngựa là tôi khó dứt bước đi tiếp. Dĩ nhiên là những tranh tượng nghệ thuật. Những thứ ngây ngô không giữ được chân tôi.

Tranh của ông bạn họa sĩ Đinh Cường thường là tranh thiếu nữ. Người đẹp trong tranh họ Đinh thường có thân hình nghiêng ngả như uốn theo gió. Đinh Cường rất ít vẽ ngựa. Và khi vẽ ngựa cũng không rời được thiếu nữ. Thứ nam của họa sĩ, anh Đinh Trường Chinh, mới phổ biến trên *Facebook* một bức tranh ngựa của Đinh Cường. Đây là bức tranh ngựa đầu tiên của Đinh Cường mà tôi được coi. Ngựa của Đinh Cường khá vất vả: phải vác một người đẹp trên lưng! Được cái an ủi là người đẹp này khỏa thân. Khỏa thân hay kín cổ cao tường, đối với ngựa, chắc cũng xêm xêm như nhau. Nhưng với một thi sĩ thì chuyện này có khác. Đinh Trường Chinh ghi lại nhận xét của một nhà thơ không được tiết lộ danh tánh như sau: *"Khi vào trang website Damau , mới nhìn vào bức tranh, thoáng một vài phút suy nghĩ, tôi tự hỏi " Tại sao Đinh Cường lại vẽ ngựa và thiếu nữ như thế, thiếu gì cách vẽ ngựa và phụ nữ, để tránh việc người xem tranh hiểu lầm? Vì trong dân gian ta hay nghe những cuộc chửi lộn giữa phụ nữ với nhau: " Đồ đĩ ngựa". Xem bức tranh nói trên của Đinh Cường, tôi liên tưởng ngay đến câu chửi rủa này".*

Chạy nhanh là một ưu thế của ngựa. Dân ta hình như có vẻ khinh thường ngựa nên cái ưu thế của ngựa lại là một thứ bị dè bỉu khi so sánh nó với đạo đức của phụ nữ. Sự lồng lộn trong tư thế chạy của ngựa được đồng hóa với sự bứt phá ra khỏi vòng lễ giáo của người đàn bà trong cuộc sống xã hội. Thật oan cho ngựa.

Nỗi oan đó còn lâm ly hơn khi người Huế dùng nhóm chữ "ngựa thượng tứ". Trong một bài viết, Tô Kiều Ngân đã làm rõ nghĩa nhóm chứ này như sau: *"Ở Huế, khi nói về một người đàn bà hung dữ, có lời ăn tiếng nói thô lỗ, cử chỉ vùng vằng, người ta thường ví kẻ đó như con ngựa Thượng Tứ . Thượng là thuộc về của Vua . Tứ là xe bốn bánh do ngựa kéo . Gần cửa Đông Nam, một trong tám cửa của kinh thành Huế, xưa có khu vườn nuôi ngựa để kéo xe cho vua . Những con ngựa này thường là dữ dằn phải do đội phi kỵ vệ và khinh kỵ vệ nuôi dạy, huấn luyện cho ngựa trở nên thuần . Người đàn bà dữ dằn lúc nào cũng lồng lên như ngựa chứng thì có gọi là "ngựa Thượng Tứ" cũng đúng thôi . Cửa Đông Nam vì ở gần khu Thượng Tứ nên cũng được dân Huế gọi luôn là cửa Thượng Tứ, không ai còn để ý đến hai chữ Đông Nam ghi trên vọng lâu nữa"* .

"Đĩ ngựa" hay "ngựa thượng tứ" đều là những thứ khó nuốt, chẳng ai muốn vận vào người. Vậy mà một nhóm các cây viết nữ trẻ, khi đặt tên nhóm đã dùng tên "Ngựa Trời", một từ ngữ cũng...ngựa không kém. Họ là năm nữ lưu làm thơ viết văn trẻ, có độ tuổi sanh từ năm 1981 đến 1985: Thanh Xuân, Phương Lan, Lynh Bacardi, Khương Hà và Nguyệt Phạm. Văn thơ của họ đã xuất hiện trên Hợp Lưu, Văn, Tạp Chí Thơ, các *website* Tiền Vệ, *E-van*. Cũng hách xì xằng lắm chứ! Họ chung vai nhau ấn hành một tập thơ mang tên "Dự Báo Phi Thời Tiết". Sách do nhà xuất bản Nhã Nam và Hội Nhà Văn đứng tên. Cũng ngon lành. Nhưng thứ thời tiết quanh họ là thứ họ không dự báo được. Sách bị cấm phát hành. Lý do: nội dung tác phẩm không phù hợp với văn hóa Việt Nam, hình bìa sách không chấp nhận được. Hình bìa sách là chân dung năm tác giả được quấn kín đầu trông như những xác ướp Ai Cập với bông băng dán đầy trên mặt, được sắp xếp theo biểu tượng *linga*.

Tôi yêu ngựa nên rất bất bình khi ngựa bị xúc phạm. Nhưng tài hèn sức yếu, tôi chẳng làm gì được cho ngựa. Đành tìm về với chú ngựa hồi thơ ấu. Trẻ con thế hệ tôi có một trò chơi rất phổ biến: trò cưỡi ngựa. Châu đầu vào nhau oẳn tù tì ra cái gì ra cái này, đứa thắng đứa thua được lựa ra. Đứa thua phải làm ngựa cõng đứa thắng. Bài ca khải hoàn *nhong nhong ngựa ông đã về / cắt cỏ Bồ Đề cho ngựa ông sơi* được tên trên lưng hát một cách sảng khoái.

Trò chơi sau này vận vào trò đời. Được đó, thua đó. Cuộc đời lá sấp lá ngửa, biết khi nào thắng, lúc nào thua. Lên voi xuống chó như tuồng ảo hóa. Hồi nhỏ tôi đã từng có lúc làm ngựa. Vào đời tôi cũng đã từng có lúc phải cong mình cho người ta cưỡi trên lưng. Vậy nên tôi mới yêu ngựa. *Biết rồi, khổ lắm, nói mãi!*

*08/2017*

# NHẪN

Tại tỉnh bang Alberta, Canada, vừa xảy ra một chuyện hy hữu. Cách đây 13 năm, vào năm 2004, bà Mary Grams, đã đánh mất chiếc nhẫn cưới trong khi đang làm vườn. Đất đai đâu có biết nói nên nó ngậm câm. Cũng đành. Bà Mary coi như thất lạc. Chiếc nhẫn cưới này bà đã đeo trong tay, không bao giờ rời, từ năm 1951. Đó là một kỷ niệm vô giá. Sợ chồng buồn, bà giấu không cho ông biết và lẳng lặng đi mua một chiếc khác tương tự, coi như không có chuyện chi xảy ra. Giấu chồng như vậy bà cũng áy náy. Bà tâm sự: "Có lẽ tôi đã làm sai, nhưng nếu chuyện xảy ra cho bạn thì chắc bạn cũng lo lắng như vậy". Chuyện xảy ra chỉ có anh con trai bà biết vì anh đã cùng xục xạo trong vườn tìm nhẫn với bà. Bà nay đã già, chẳng vườn tược chi được nữa. Thửa vườn xưa bà giao lại cho con trai. Mới đây, trong một lần ra vườn đào cà rốt nấu ăn, cô con dâu tên Colleen Daley bỗng thấy một củ cá rốt có hình thù kỳ dị. Cô định vứt bỏ đi. Nhưng cô cũng bỏ chung vào một chiếc rổ mang đi rửa. Khi rửa sạch, nhìn kỹ, cô thấy có một chiếc nhẫn bao quanh phần giữa của củ khiến phần này teo lại như muốn cắt đôi củ này ra. Cô vội mang vào cho chồng coi. Anh nhớ lại chuyện cũ, biết ngay chiếc nhẫn này là của mẹ. Anh gọi cho mẹ và mang chiếc nhẫn tới. Bà Grams mừng rỡ: "Tôi nhận ra nó ngay lập tức!". Mừng nhưng tiếc. Cụ ông đã mất năm năm trước đó. Phải chi ông còn sống. Cụ cũng có chút máu tếu bật mí là khi sinh thời cụ ông là người thích bông đùa, chắc cụ ông chẳng giận mà thấy câu chuyện về chiếc nhẫn này thật tức cười!

Sau 13 năm vắng bóng chiếc nhẫn, khi tra chiếc nhẫn vào ngón tay, nó vẫn vừa vặn, như chưa từng bao giờ bỏ cụ đi giao du với cà rốt.

Cà rốt và nhẫn, hình như có duyên. Năm 2011, một phụ nữ Thụy Điển cũng đã từng tìm thấy chiếc nhẫn thất lạc từ 16 năm trước, Chiếc nhẫn cũng bao quanh thân một củ cà rốt!

Lại nữa, tháng 11 năm 2016, ở Đức cũng xảy ra chuyện nhẫn và cà rốt. Ông này năm nay đã 82, sống ở thị trấn Bad Muenstereifel, hưu hiếc lâu rồi, nhưng nhất định giấu tên. Ba năm trước, năm 2013, trong khi làm vườn, ông mất chiếc nhẫn cưới. Buồn thêm một điều là chiếc nhẫn thất lạc đúng lúc hai vợ chồng kỷ niệm ngày cưới. Bà vợ an ủi ông, tiên đoán là chắc chắn chiếc nhẫn sẽ xuất hiện lại. Nó đã xuất hiện lại thật. Nhà "tiên tri" vợ, buồn thay, không có mặt để thấy lời tiên đoán của bà đã ứng nghiệm. Bà mất trước đó sáu tháng!

Cà rốt là một thứ củ ăn vào rất tốt cho mắt, tôi nghe loáng thoáng như vậy. Nay tôi tin. Rất tin. Chẳng vậy mà những củ mang màu…cà rốt này đã tìm được những chiếc nhẫn kỷ niệm cho bàn dân thiên hạ, từ Canada, Đức qua Thụy Điển. Đâu có dễ gì chui vào những chiếc nhẫn bị vùi trong đất để mang trả lại cho các khổ chủ. Chắc mắt chúng sáng phải biết!

Nhưng mất nhẫn đính hôn hay nhẫn cưới ở vườn rau không phải là chuyện thường xảy ra. Mất nhiều nhất là ở bờ biển. Hoặc trong cát, hoặc giữa sóng trùng dương. Để diễn tả một việc khó dàn trời, các cụ thường so sánh khó như "tìm kim dưới đáy biển". Phó mặc chiếc nhẫn cho sóng nước coi như…bai bai, một đi không trở lại. Vậy mà chúng trở lại hà rầm mới ngộ chứ.

Chuyện vừa xảy ra, mới toang. Đài CBS Philadelphia vừa đưa tin một cư dân ở New Jersey tìm thấy một chiếc nhẫn bị sóng biển cướp mất. Người may mắn là ông Mickey Walsh. Một năm trước, vào ngày 16/8/2016, ông đang cùng với vợ con giỡn sóng biển thì chiếc nhẫn bị đánh văng ra khỏi ngón tay ông. Coi như thua. Một chiếc nhẫn chìm dưới đại dương thì cách chi mà vật hoàn cố chủ được. Một năm trôi qua, chiếc nhẫn bò từ miền Nam lên miền Bắc tiểu bang. Ngày 17 tháng 8 năm ni, cậu bé Daniel Barr, 11 tuổi, đang chơi trên bãi tắm Ocean City thì bắt gặp chiếc nhẫn trong đống cát. Cậu bé chạy tới đưa cho mẹ. Bà mẹ tên Kristen Barr cùng con đi khắp bãi tắm hỏi từng người coi có ai mất nhẫn không. Không ai mất cả. Trở về nhà, bà lên *Facebook* nhắn tin: *"Hôm nay, 17 tháng 8 năm 2017, con trai tôi tìm thấy chiếc nhẫn cưới đàn ông tại bãi biển nằm giữa đường số 7 và số 8 ở Ocean City, New Jersey. Trên nhẫn không có trạm chữ. Xin mọi người làm ơn giúp tôi tìm chủ của nó".* Vài ngày sau, vợ ông Walsh đọc được đoạn nhắn tin này. Bà vội *text* cho chồng lúc đó đang đi làm. Ông Walsh hồi tưởng lại: "Tôi đang làm việc thì nhận được *text* của vợ tôi nói có người tìm được chiếc nhẫn của tôi". Ông vội liên lạc với bà Barr, cho biết chi tiết về chiếc nhẫn. Thấy đây đúng là chủ nhân chiếc nhẫn, bà Barr đã trao lại cho khổ chủ. Bà nói: "Tôi cảm thấy vui vì có thể trả lại cho người khác vật gì đó có giá trị tình cảm đối với họ". Bà còn vui hơn vì chiếc nhẫn đã được bà trao lại cho ông Walsh đúng lúc hai vợ chồng kỷ niệm năm thứ chín ngày cưới!

Cậu bé Daniel Barr vô tình tìm thấy chiếc nhẫn mang lại niềm vui lớn lao cho vợ chồng ông Mickey Walsh. Chúng ta vẫn nghĩ là chuyện vật hoàn cố chủ là chuyện may mắn, trời cho ai người nấy được. Nhưng Mỹ là một nước có tổ chức, chuyện chi cũng có thể kiếm được những tổ chức giúp đỡ. Chuyện tìm nhẫn thất lạc cũng vậy. Họ có những hiệp hội chuyên đi tìm nữ trang thất lạc. Tôi tìm thấy một hội mang tên *The Ring Finders* chuyên mò mẫm tìm tòi. Họ rao hàng như vầy: "*Muốn thuê một máy nam châm tìm kiếm? Tại sao không tìm tới một chuyên viên tìm kiếm bằng nam châm có thể giúp quý vị tìm thấy vật mà quý vị tưởng sẽ mất vĩnh viễn. Bằng cách tiếp xúc với một chuyên viên của The Ring Finders, quý vị sẽ có cơ hội lớn tìm lại được vật thất lạc. Chúng tôi chuyên tìm kiếm nhẫn, đồng hồ, giây chuyền và ngay cả điện thoại cầm tay hoặc chìa khóa. Thất lạc tại bãi biển, công viên, ao hồ hay bãi cỏ, hãy liên lạc ngay với chuyên viên của chúng tôi trong khu vực gần với quý vị nhất*". Vậy đây là một tổ chức lớn, có nhiều chi nhánh tại khắp nơi. Cho tới nay họ đã tìm lại được 3868 vật dụng trị giá 6 triệu 800 ngàn đô.

Một trong những nạn nhân được tổ chức này giúp đỡ là bà Wendy Porter. Chuyện của bà dĩ nhiên là chuyện mất nhẫn. Chuyện xảy ra vào năm 2013. Chiếc nhẫn của bà là nhẫn cưới. Bà đã đeo vào tay từ ngày 23 tháng 12 năm 1967. Đã 45 năm rưỡi trôi qua, biết bao vật đổi sao dời. Chồng bà đã mất 13 tháng trước ngày bà mất nhẫn. Đó là ngày 28/7/2013, ngày đau buồn nhất của bà vì chiếc nhẫn kỷ niệm đeo trên tay suốt ngày đêm là mối dây liên kết bà với người chồng nay đã quá cố. Mà mất đâu có xa, ngay trong vườn nhà khi bà đang tưới nước cho đám hoa trước và sau nhà. Bà và anh con rể đã tìm nát nước trong vườn mà chiếc nhẫn kỷ niệm vẫn biệt tăm. Cuối cùng bà vào *internet* và liên lạc được với ông Chris Turner của tổ chức *The Ring Finders*. Năm ngày sau, ngày thứ bảy 3/8/2013, ông tới giúp bà. Chỉ chưa đầy năm phút ông đã tìm thấy chiếc nhẫn ở sân sau! Ngay chỗ mà hai mẹ con đã quần nát nước trước đây mà không thấy tăm hơi chi. Có lẽ bà đã đạp lên chiếc nhẫn khiến nó chui xuống bùn đất dưới chân cỏ chăng? Bà mừng rỡ khi lại xỏ chiếc nhẫn vào tay. Ông Chris thật chuyên nghiệp! Bà cám ơn rối rít, gọi ông là thiên thần mang lại phép lạ cho bà. Bà không bao giờ quên được cảnh ông nhặt chiếc nhẫn, trao vào tận tay bà.

Cặp vợ chồng Rosa và Rudy Pineda ở Visalia, tiểu bang California thường cùng cả gia đình tới tắm biển ở Pismo Beach. Khi họ đang nhảy chuyền trên những tảng đá thì chiếc *cellphone* của Rosa rớt ra khỏi túi. Rosa kể lại với phóng viên đài ABC: "Sóng biển dồn dập vỗ vào bờ đá. Khi tôi bước xuống cát thì té trên cát ướt, chiếc điện thoại rớt xuống nước. Tôi thọc tay đào vào cát để kiếm. Năm phút sau tôi tìm được điện thoại". Rosa vội mang điện thoại tới cửa hàng sửa chữa. "Khi tôi tới quầy trả tiền, tôi mới thấy không còn chiếc nhẫn trên ngón tay. Tôi nhìn chồng tôi và bật khóc. Tôi buồn tới lả người đi!". Coi như mất tiêu vì ai có thể tìm được chiếc nhẫn giữa những cơn sóng biển. Rosa gọi tiệm kim hoàn hỏi giá chiếc nhẫn để mua thế vào chiếc nhẫn đã mất. Nhưng chồng bà lại tính đường khác. Ông Rudy vào *internet* và kiếm được ông Larry Royal của tổ chức *The Ring Finders*. Ông chuyên viên này hết sức tự tin, bảo nếu cho ông biết chính xác chỗ mất nhẫn thì ông chắc chắn tới 99,9 phần trăm sẽ tìm lại được. Nghe đã con ráy chưa! Ngay sáng hôm sau họ tới lại bãi biển với tấm hình chiếc nhẫn. Rosa chỉ chỗ đánh rớt nhẫn. Mặt nước chỗ này đầy rong biển. Phải mất 19 ngày ròng rã, ông Royal, 65 tuổi, mới thấy máy dò kim loại của ông có tín hiệu. Ông kể lại kết quả sau những ngày gian nan tìm kiếm: "Chỗ đó nước ngập tới đùi, tôi đẩy chiếc máy dò tới kẽ đá và thấy có tín hiệu. Nó nằm kẹt dưới rìa một tảng đá cách chỗ Rosa chỉ khoảng 3 thước. Tôi biết đó là chiếc nhẫn nên tôi đào sâu vào. Khi tôi nhấc chiếc vợt lên, chiếc nhẫn đã nằm gọn trong đó". Đó là chiếc nhẫn thứ 38 ông Royal đã tìm được trong năm. Ông không bao giờ tính tiền công. Ông nói: "Tìm được vật thất lạc đã là một phần thưởng cho tôi rồi. Khách muốn trả bao nhiêu cũng được. Điều quan trọng là tôi nhất quyết phải trả lại đồ tìm thấy cho khách".

Rosa đang thất nghiệp nên vét hết tiền còn trong túi để trả cho ông Royal. Được có 300 đô! Cái mà Rosa mang ơn ông Royal là sự liêm khiết của ông. Nếu ông không trả lại thì ai biết đó là đâu. Rosa cho biết là bà mang ơn ông suốt đời, còn 300 đô không có nghĩa lý chi. Bà tâm sự: "Quanh ta lúc nào cũng có những người tốt. Tôi cầu xin để có nhiều người như ông Royal Larry. Ông như một món quà của Thượng Đế gửi xuống trần cho chúng ta. Ông thật là tuyệt diệu!"

Tiền bạc không quan trọng với ông Royal. Ông chỉ làm để thỏa mãn ước vọng nhận được niềm vui của người nhận lại chiếc nhẫn tưởng không bao giờ nhìn thấy lại được. Tiền ông nhận được, mỗi tháng ông thường trích ra một phần để tặng các hội thiện. "Nhiều năm trước, khi tôi còn là một thanh niên trẻ, gia đình tôi nhiều lúc suy sụp. Lúc đó có một ngân hàng thực phẩm đã giúp chúng tôi. Nay tôi trích lại 10% số tiền kiếm được tặng cho các hội thiện để trả ơn họ".

Quanh ta là những người tốt, nhiều chuyện đã xác minh cho quan niệm tích cực của bà Rosa. Tôi đơn cử ra một chuyện mới xảy ra vào ngày 3 tháng 6 năm nay. Cô Brianne Watt tới Chicago để tham dự đêm nhạc của nhóm U2 tại sân vận động Gillette. Coi xong, trên đường trở về khách sạn, cô đánh mất chiếc nhẫn cưới. Cô chấp nhận sự mất mát này nhưng tin tưởng chung quanh còn có nhiều người tốt nên cô nhờ tới *Facebook*. Cô kể chuyện mất nhẫn cưới và chỉ rõ đoạn đường cô đã đi từ nơi hòa nhạc về khách sạn. Đài truyền hình NBC vội tiếp xúc với cô để biết thêm chi tiết. Cô cho biết là vì lúc đó tay cô bị sưng nên cô đã tháo chiếc nhẫn ra và bỏ vào trong bao kính cùng với thẻ tín dụng. Về tới khách sạn, cô mới biết bị mất. Chiếc nhẫn này chồng cô đã long trọng đeo vào tay cô bảy năm trước. Lập tức trên *Facebook* có nhiều phản hồi chia sẻ với cô. Người thì cầu nguyện cho vật hoàn cố chủ, người thì kêu gọi mọi người tìm kiếm. Chưa ai tìm được nhưng sự chia sẻ cũng đã làm ấm lòng người mất nhẫn. Rồi cũng đã có người tìm được một chiếc nhẫn. Đó là bà Noelle Rudloff. Bà cho biết là chồng bà nhặt được một chiếc nhẫn hột xoàn tại bãi đậu xe trước khi ban nhạc U 2 trình diễn. Bà nói với phóng viên đài phát thanh *WVZ NewsRadio 1030:* "Tôi nghĩ đây là một vật quý của một người nào đó đã đánh mất. Nhất định đây là một vật vô giá của một ai đó". Hai vợ chồng tìm tới trụ sở ban an ninh của buổi trình diễn, rồi tới bót cảnh sát. Nhưng họ cho biết không có ai khiếu nại mất nhẫn cả. Thất vọng vì chưa trả lại được chiếc nhẫn, bà Rudloff *post* lên *Facebook*: "Đó là một chiếc nhẫn rất đẹp. Tôi không biết tại sao người ta lại đánh rớt nó. Tôi không biết điều chi đã xảy ra. Có thể chủ nhân đã tháo ra bỏ vào túi. Tôi không rõ". Chiếc nhẫn có khắc chữ nhưng bà Rudloff không tiết lộ chữ khắc này hầu có thể trả đúng chủ nhân của nó khi họ cho biết đúng hàng chữ khắc. Lập tức có hơn 100 ngàn người đã *share* lại. Mọi người xúm nhau lại tìm chủ nhân chiếc nhẫn. Người được chú ý nhất là người mất nhẫn đã có…bố cáo trên *Facebook* là cô Brianne Watt. Nhưng một tay trinh thám hạng bét như tôi cũng biết là không phải nhẫn của cô này.

Này nhé, có hai chi tiết khác với chi tiết cô Brianne cung cấp. Thứ nhất, cô đi bộ tới nghe nhạc và khi về cũng đi bộ. Chiếc nhẫn chồng bà Noelle Rudloff lượm được lại ở trong *parking* xe hơi. Trật lất! Thứ hai, ngày cô Brianne mất nhẫn là ngày 3 tháng 6. Ngày chiếc nhẫn được nhặt lại trước buổi trình diễn nhạc là ngày 25 tháng 6. Cũng trật lất! Y chang, cô Brianne Watt đã lên *facebook* cho biết chiếc nhẫn đó không phải là nhẫn của cô. Cô ước mong là chủ nhân chiếc nhẫn sẽ sớm nhận lại được. Và cô cũng cám ơn tấm lòng của mọi người.

Chuông điện thoại của cô Brianne vẫn đổ hồi liên tục. Tình người vẫn tươi rói. Người thì khuyên cô nên tổ chức cuộc tìm kiếm lại, với sự tham gia của các thiện nguyện viên, trên đoạn đường cô đi. Người khác khuyên cô nên báo cho cơ quan quản trị công viên Chicago và nhà bảo tàng, nơi nằm trên con đường cô đã đi. Một người khác, bà Karen Kaller Galey, lại hướng chuyện mất nhẫn qua một chuyện khác. Bà viết trên *facebook* : "Hy vọng cô đã kiếm thấy chiếc nhẫn nhưng lý do tôi viết những hàng này lại khác. Gia đình bên mẹ tôi cũng có tên họ là Watt. Chúng tôi là dân Iowa. Thường thì họ Watts phổ biến hơn là Watt. Vậy thì tôi tự hỏi là cô có họ hàng chi với mẹ tôi không?".

Chiếc nhẫn tròn vành vạnh như một kết nối được coi là thứ làm nên duyên. Những chiếc nhẫn thất lạc cũng không quên nhiệm vụ này. Nó không những nối kết được cả trăm, cả ngàn những tấm lòng xa lạ tụ lại giúp đỡ nhau mà không chừng còn có cơ nối kết được họ hàng thất lạc nhau. Nếu được thì hết xảy!

*09/2017*

# PHÁO

Tết có chi vui? Ngày nhỏ thích tết vì được nghỉ học, ăn bánh chưng bánh tét, mứt và đốt pháo. Về già chẳng còn phải học hành, ăn chẳng được nhiều, mứt nhiều chất ngọt sợ bệnh, cái thích hầu như chỉ thu gọn lại còn có một thứ: pháo! Tôi mê pháo. Pháo có hai thứ tôi thích: tiếng nổ và mùi pháo. Hồi nhỏ thích tiếng nổ, bây giờ cảm mùi pháo. Đó là cái mùi khó diễn tả, chẳng khét mà cũng chẳng ngai ngái, chỉ thấy một mùi thơm rất tết.

Chuyện pháo và tuổi thơ là chuyện tới bây giờ tôi vẫn không quên được. Sao tiếng pháo hồi đó quyến rũ làm sao. Nghe tiếng nổ là ba chân bốn cẳng chạy tới. Hiện trường mờ mịt khói. Trẻ em vây quanh vòng trong vòng ngoài. Những ánh lửa nhoang nhoáng trước những cặp mắt đang nhắm chỗ để sửa soạn a-la-sô xông vào. Khi những ánh lửa vừa tàn, tràng pháo đã cụt ngủn tới đầu cây sào, chúng tôi chen vào kiếm những chiếc pháo chưa banh càng. Đứa nọ đẩy đứa kia, mồm miệng la choi chói, tiếng chửi thề bay lả tả, hai tay vội lượm những đám giấy khét lẹt, rũ rũ ra coi có chiếc pháo nào lẩn ở phía trong không. Tuổi trẻ thế hệ chúng tôi hầu như đứa nào cũng có kinh nghiệm cướp pháo như vậy. Tìm những… đồng chí đồng rận thời cướp pháo ngày xưa không khó. Nhảy vào internet, tôi tìm ngay được người đồng hội đồng thuyền nơi tác giả Đỗ Ngọc Trang: *"Tôi nhớ thủa tôi còn nhỏ ở Cầu Kè, Trà Vinh. Vào ngày Tết, nhóm "nít ranh" chúng tôi tụ năm tụ ba ở ngoài đường. Hễ nghe thấy tiếng pháo nổ ở nơi nào là chúng tôi chạy thục mạng tới chỗ đó, rồi đợi vừa lúc tràng pháo nổ hết là à-lát-sô nhào vô lượm pháo thối và pháo tịt ngòi. Ấy thế mà có tên vớ được quả pháo đại chưa nổ. Cả bọn vừa dành nhau, vừa la hét om sòm. Sau đó chúng tôi kéo nhau đến một góc phố, moi chiến lợi phẩm trong túi ra, sửa lại ngòi pháo, rồi đốt. Tôi nhớ có anh lớn biểu diễn cầm cái pháo bằng hai ngón tay cho nó nổ. Tiếng nổ vang trời, khói bay xanh lè, nhưng tay anh vẫn không sao. Tôi dại dột bắt chước làm như vậy mà bị sưng bàn tay. Sau này tôi tự khám phá ra cái mánh là phải cầm ở tận đít quả pháo thì pháo nổ trăm lần cũng chả hề hấn chi. Lại có mấy anh lớn ở xóm đạo tụ nhau ngồi rình bên vỉa hè. Khi mấy cô từ nhà thờ ra về, đi ngang qua, mấy ảnh ném pháo ra đường khiến các cô vừa nhảy tưng tửng, vừa kêu Chúa oai oái. Các anh được dịp ôm bụng cười lăn lộn".*

Dùng pháo để chọc gái cũng là chiêu trò phổ biến của chúng tôi khi đã đạt tuổi *teen*. Nơi hành hiệp thường là những buổi đi dạo chợ tết. Thấy mấy cô gái áo dài trắng tinh dắt díu nhau đi, chúng tôi gây tiếng nổ làm văng mối thân tình cái một. Họ bỏ tay nắm, chạy mỗi cô một ngả, mặt mày xanh lè cắt không ra một giọt máu. Nhưng dùng pháo nổ như tác giả Đỗ Ngọc Trang kể là hạng xoàng. Đây là chiêu rất lích ca lích kích vì phải đánh diêm hoặc bật hộp quẹt lấy lửa, dí ngòi pháo cho bén lửa rồi mới tung vào chân các nường. Mất biết bao thời gian, có khi đối tượng đã đi xa mất tiêu. Bọn tôi ngày đó chơi thứ pháo tiện lợi hơn nhiều. Đó là pháo ném. Viên pháo hình vuông, gói bằng giấy màu như những thanh ô mai cam thảo trông rất vô tội. Trong viên pháo có nhồi thuốc nổ và những viên sỏi nhỏ. Trông thấy đám con gái tới gần, chúng tôi chỉ cần móc túi, lấy viên pháo ra, ném mạnh xuống đường là pháo nổ. Đối phương bị bất ngờ vùng chạy, mặt xanh nanh vàng, hớt ha hớt hải, khiến chúng tôi khoái chí tử vì chiến công khá quang vinh của mình.

Ngồi nghĩ lại lối nghịch ngợm với pháo ngày đó thấy lũ trẻ chúng tôi thật…dã man. Lỡ trong đám thanh xuân đó có cô bị bệnh nhát, ngất xỉu tại hiện trường, hoặc trầm trọng hơn có cô bị bệnh tim nằm lăn quay ra đó thì sao. Bây giờ, tính tình cẩn thận hơn nên mới đặt giả thuyết chứ ngày đó chơi là chơi, đâu có lường trước hậu quả. Ngộ một cái là chẳng có nàng nào bị lâm vào cảnh phải leo xe ò e về bệnh viện. Con gái ngày đó đều thuộc loại chì chăng? Chắc vậy! Chúng tôi ngày đó cũng là hạng cao thủ tất cả vì chẳng có tên nào bị phú lít tóm cổ mang về bót cho phụ huynh tới nhận về sau một bài giảng luân lý rất khó chịu.

Có điều lối đốt pháo của chúng tôi không đúng sách vở. Pháo không phải là thứ để nghịch ngợm mà là thứ có…lễ nghĩa đàng hoàng. Ngày tết, người ta không đốt pháo khơi

khơi cho vui mà có mục đích rất nghiêm chỉnh. Đó là nghi lễ đón năm mới, rước tổ tiên về quây quần với con cháu trong những ngày đầu xuân. Tác giả Hoàng Công Danh nhắc lại nghi lễ này: *"Đêm giao thừa trời tối như bưng, nhà nhà treo pháo trên những cây cao, phong pháo dài ngoẵng dõng xuống như cái lưỡi thè liếm vào đất mơn man xuân. Phút chuyển khắc, hướng đông hướng tây, xóm trên xóm dưới thi nhau pháo nổ. Việc châm lửa đốt pháo thường do người đàn ông lớn tuổi nhất trong nhà thực hiện. Ông nội năm nào cũng chít áo đóng khăn từ sớm, đi quanh mấy vòng như để quấy lên cái không khí mùa xuân. Ông đi ra ngõ, tôi đoán chắc ông đi rước tổ tiên về ăn Tết cùng cả nhà. Dạo xong ông tới chỗ cây mít trước nhà, ở đó phong pháo đã móc sẵn từ đầu hôm, ông châm lửa vào và pháo nổ lên những tiếng "Tết! Tết!"*.

Tết phải có pháo. Cũng như phải có bánh chưng. Thiếu chúng, tết không còn là tết. Nguyễn Công Trứ đã vịnh Tết bằng bốn câu thơ:

*Bánh chưng chất chặt chừng hai chiếc,*
*Rượu thuốc ngâm đầy độ nửa siêu.*
*Trừ tịch kêu vang ba tiếng pháo,*
*Nguyên tiêu cao ngất một cành tiêu!*

Pháo đón tổ tiên nhưng pháo cũng còn dùng để trừ khử tà ma. Ngày xưa niềm tin của con người còn mông muội, quanh cuộc sống luôn có những bóng dáng của ma quỷ quấy phá con người. Bất cứ một biến cố thiên nhiên nào như mưa, bão, gió cũng có một quỷ thần bảo kê. Vị thần chịu trách nhiệm trong đêm trừ tịch là vợ chồng Na Á. Hai vị thần này rất tàn ác và hung dữ. Ngon lành là vậy nhưng họ có một nhược điểm. Đó là rất sợ ánh sáng và tiếng nổ. Hai vị thần ác này thường bị các thần thiện chuyên bảo vệ dân lành trấn áp. Mỗi năm, khi giao mùa trong đêm trừ tịch, các vị thần thiện phải về trời chầu Ngọc Hoàng nên hai vợ chồng Na Á mặc sức phá phách, tác oai tác quái, nhũng nhiễu dân gian, gây nên không biết bao nhiêu sóng gió. Các vị thần thiện thương dân gian, muốn tiếp tục bảo vệ họ, nhưng không thể kháng được lệnh về chầu Ngọc Hoàng. Họ ra đi mà bụng không yên. Các vị thần thiện nghĩ ra được một kế sách để ngăn vợ chồng Na Á lộng hành trong những ngày họ phải về trời: thắp nhiều đèn và đốt pháo gây tiếng động để xua đuổi vợ chồng Na Á không cho chúng tác oai tác quái. Vậy nên mới có vụ đốt pháo, thắp sáng trong đêm trừ tịch.

Pháo của những ngày mông muội khi quỷ thần còn hoành hành đó không thể là thứ pháo chúng ta đốt ngày nay. Bởi vì pháo chỉ được một đầu bếp Trung Hoa gặp hên phát minh ra cách đây khoảng hai ngàn năm khi ông này tình cờ trộn than, lưu huỳnh và diêm trắng vào với nhau và nén trong một ống tre. Các vật liệu trên đều là những thứ có sẵn trong bếp vào thời đó. Một giả thuyết khác cho rằng ông tổ sáng chế ra pháo là đạo sĩ Lý Điền, sống vào thời nhà Tống (960-1279) phát minh ra khoảng chỉ một ngàn năm trước đây.

Các học giả Tây phương đều cho rằng Trung Hoa là nước phát minh ra thuốc súng, cũng là vật liệu làm pháo. Nhưng học giả Đào Duy Anh phản bác lại, cho rằng khi người Mông Cổ sang chiếm Âu châu, người Âu châu mới biết thuốc súng từ đó.

Nhưng một số tài liệu Trung Hoa lại cho rằng chính người Việt Nam mới là tác giả của thuốc súng. Họ cho biết quân đội Trung Hoa trước đời Minh Thành Tổ, từ năm 1403 đến 1427, không hề có pháo binh. Tới khi Minh Thành Tổ mang quân qua chiếm Việt Nam, bắt được Hồ Quý Ly, mới học được cách chế thuốc súng. Từ đó quân đội Trung Hoa mới có binh chủng Thần Cơ Doanh, tức là pháo binh. Sách Cô Thụ Biều Đàm của Trung Hoa chép: "Lê Trừng, con của Hồ Quý Ly, được nhà Minh cho làm Thượng Thư bộ Hộ để chế tạo súng cho nhà Minh. Minh Sử cũng chép Lê Trừng từng làm binh bộ thượng thư. Sách Thù Vực Chu Tư Lục, cũng của Trung Hoa, chép rằng Lê Trừng, em của Hồ Hán Thương, tiến dâng cách thức chế tạo thần sang, được vua Minh phong cho làm quan.

Vậy là pháo chỉ có từ sau này, còn thời mung lung của huyền sử, chỉ có thứ pháo gọi là pháo đất. Đây là một loại pháo cổ làm bằng đất, tương truyền là được làm từ thời Hai Bà Trưng. Người ta lấy đất sét, nặn thành một cái nồi trống miệng. Nồi đất này được người ta hè nhau tung lên cao cho rơi xuống đất. Hơi nén trong nồi phá vỡ đáy nồi phát ra tiếng nổ. Vậy là chẳng cần thuốc nổ chi cả. Ngày nay tại vùng Hải Dương, Bắc Việt, vẫn còn những cuộc thi pháo đất trong lễ hội ngày xuân.

Thời chúng ta sống, quỷ thần đã mất dạng nhưng chúng ta vẫn đốt pháo trong giờ khắc giao mùa giữa năm cũ và năm mới. Để mừng xuân! Năm 2010, trong dịp tới Cali ăn tết, tôi có tới chùa Điều Ngự đón giao thừa. Chưa bao giờ tôi được thấy một dây pháo dài như vậy. Ba con ngựa sắt xếp nối tiếp nhau phủ đầy pháo hồng. Pháo giăng giăng dây lên dây xuống. Đúng giao thừa pháo nổ. Sẵn máy quay *video* trên tay, tôi quay suốt thời gian pháo nổ. Mười ba phút rưỡi tất cả. Pháo nổ liên tục không ngừng nghỉ, khói bay mù trời. Ban hợp ca trên sân khấu hát bài " Ly Rượu Mừng" giữa tiếng pháo. Hát đi hát lại không biết bao nhiêu lần mà pháo vẫn chưa ngừng nổ. Tôi lo cho các ca sĩ Asia trên sân khấu. Khói mù mịt che lấp ban hợp ca. Lỡ có ca sĩ nào mở miệng ra mà đớp phải khói thì hát hổng chi nổi. Nhưng với tôi, bữa đó tôi đã no mùi tết mà tôi hằng ao ước được ngửi lại.

Nổi tiếng về pháo tết là pháo Bình Đà. Bình Đà là một làng thuộc xã Bình Minh, huyện Thanh Oai, tỉnh Hà Tây. Pháo Bình Đà nổi tiếng là pháo tốt, nổ giòn. Với thời gian và sau cuộc chia cắt đất nước vào năm 1954, pháo được sản xuất hầu như khắp nơi tại miền Nam. Khi pháo được sản xuất lan tràn như vậy, có thứ xấu,có thứ tốt. Nhưng pháo của tôi cam đoan là tốt. Không tốt sao được khi sang tới Canada, gần sáu chục năm sau, tôi vẫn…nổ!

Chuyện làm pháo của tôi là có thật. Khi đó là vào cuối thập niên 1950, thiên hạ sống trong cảnh thanh bình, chiến tranh còn như tiếng pháo đẹt, đời sống ổn định và dễ chịu nên tết đến dân chúng đốt pháo như điên. Thường thì tới những ngày cận tết, tìm mỏi mắt không ra một bánh pháo để đì đùng với thiên hạ. Đúng lúc thịnh hành của pháo, ông anh họ tôi rủ gia đình tôi chung vốn làm pháo. Vậy là cả nhà tôi đổ xô vào pháo. Người thì đi tìm mua các vật liệu, người tổ chức thuê người làm, người liên lạc xin giấy phép. Tôi đốc thúc công việc, chạy long tóc gáy từ Sài Gòn tới Xóm

Mới (?), nơi có cộng đồng người Bắc di cư biết nghề pháo. Trời Sài Gòn nắng chang chang trong mấy tháng trước tết đã nhuộm tôi thành một tên…Maroc! Từ một tay mơ chẳng biết chi, tôi trở thành chuyên viên chất nổ! Nghề pháo lắm công phu. Từ cuộn giấy, cắt pháo, vào ngòi, tôi đều thông thạo. Hồi đó hãng sản xuất của gia đình tôi chỉ chế tạo những bánh pháo dài khoảng hai trăm viên pháo. Có thứ pháo rẻ tiền cuộn bằng giấy báo ở trong, chỉ bao một lớp giấy hồng phía bên ngoài. Có thứ pháo đắt tiền hơn gọi là pháo toàn hồng, từ trong tới ngoài toàn dùng giấy nhuộm hồng. Khi đốt, pháo tung ra toàn một màu hồng rất đẹp mắt. Công đoạn nguy hiểm nhất là khi nhồi thuốc. Những viên pháo đã được cuộn, vào ngòi, xiết chặt ở đầu ngòi, được xếp thành hình vuông, phần đuôi pháo chổng lên, bày ra những lỗ hổng đều tăm tắp. Người ta dùng một tờ giấy vuông vức khổ lớn dán kín trên phần các đuôi pháo này. Sau đó đục lỗ trên từng đuôi pháo, bày ra những lỗ hổng như một tổ ong có mặt bằng phẳng trơn tru. Thuốc pháo sẽ được nhồi vào những lỗ này.

Khi các chất tạo thành thuốc pháo đã được trộn lẫn với nhau, hỗn hợp này rất nguy hiểm, có thể nổ bất cứ lúc nào. Vì vậy, để tránh nguy hiểm, việc nhồi thuốc pháo không được làm trong nhà mà làm tại những túp lều sơ sài ngoài đồng trống. Thuốc pháo được trải đều trên tờ giấy tổ ong có những lỗ thông xuống ruột viên pháo. Thợ làm pháo dùng một bàn chải thật mềm, nhẹ nhàng xoa đều thuốc cho thâm nhập xuống những chiếc lỗ vào thân pháo. Nếu chạm mạnh thuốc sẽ nổ. Đã có nhiều vụ nổ cháy tan lều xảy ra khi thợ sơ ý làm mạnh tay. Khi thuốc pháo đã được nhồi xuống đầy đủ trong từng viên pháo, thợ mới dùng đất sét bít các lỗ đuôi pháo này lại, để khô, tháo ra thành từng viên. Lúc này viên pháo đã hoàn chỉnh, có thuốc trong bụng viên pháo, thợ mới tết thành từng bánh pháo, cho vào hộp, dán nhãn, bán ra thị trường.

Điều gia đình tôi không ngờ là vì pháo rất hút vào năm trước, càng cận tết, giá pháo càng…thăng thiên, dân buôn pháo vớ bộn tiền. Thấy ngon ăn, năm nay nhiều người đổ xô ra buôn pháo. Cung nhiều hơn cầu, càng cận tết giá pháo càng xuống như…pháo xì! Những ngày cuối năm, pháo còn đầy kho, chúng tôi vội bán tháo bán chạy. Cả nhà chia ra bán rong tại các khu chợ. Tôi trấn nơi chợ Bến Thành. Lúc đó tôi còn là sinh viên Văn Khoa. Trường nằm trên khu Khám Lớn cũ, đường Nguyễn Trung Trực, chỉ cách chợ Bến Thành đúng có một *block*. Rất có nhiều khả năng gặp các bạn học. Tôi chụp chiếc mũ gần kín mặt, đứng rao hàng bán pháo bên ngoài chợ, người đi chợ tết đông như trảy hội, vừa bán vừa nhìn láo liên chung quanh, thấy khuôn mặt quen là cúi xuống, ngưng rao hàng. May được ông thần pháo thương, trưa ba mươi tết, bán đổ bán tháo được hết số pháo. Không lời nhưng cũng không lỗ. Lỗ nhất là công khó của cả nhà trong mấy tháng trở thành công cốc!

Ngày nay, nhìn những bánh pháo, tôi vẫn thấy như gặp được người thân. Việt Nam đã cấm đốt pháo từ năm 1995 tới nay. Tiếng pháo không còn trên quê hương. Nơi tôi ngụ cư ngày nay cũng không có tiếng pháo. Kể ra cũng có đấy chứ, nhưng là thứ pháo điện xoẹt xoẹt giả dối, tiếng kêu tách tách như đuổi ruồi. Mùi pháo thì chịu. Muốn ngửi được cái mùi ngai ngái thơm thơm thân thuộc, người ta phải tới vùng thủ đô của người Việt tỵ nạn. Tôi đã tới và đã được ngửi. Nước mắt chỉ chực chờ nơi khóe mắt, tôi cố kìm nỗi xúc động của người được thấy lại quê hương.

*11/2017*

# RĂNG

Cái răng cái tóc là gốc con người, các cụ ngôn như thế. Nhưng tóc lấn sân hơn răng. Có lẽ bởi vì tóc điệu đàng hơn. Điệu đàng nên các ông thơ thẩn vác vào thơ lia chia. Tôi có thể bảo đảm với bạn đọc là ông nào đã dính vào thơ nhất định phải dính vào mái tóc. Chẳng lẽ lôi ra hết. Bất khả. Tôi trình làng hai nhà thơ lớn thôi. Ông Nguyên Sa:

*Buổi chiều và mái tóc em*
*Bắt đầu phủ xuống những miền núi xa*
*Anh nằm khi tóc bay qua*
*Đám mây tình tự thịt da nhẹ nhàng*
*Giống như trời lấy áo choàng*
*Đắp lên thân thể võ vàng từ lâu*

Tóc của nhà thơ Nguyên Sa hòa với vạn vật, tóc của nhà thơ Đinh Hùng gây nhớ.

*Nhớ xuân từ độ còn hoa*
*Nhớ em từ độ thướt tha suối thề*

*Xa trời, lưu lạc hồn quê,*
*Có phai xin để ngày về hãy phai*
*Viễn phương mái tóc bay dài*
*Nghiêng vai sương lạnh, thương hoài vầng trăng*

Người tình nào cũng thích vuốt tóc người tình. *Anh vuốt tóc em, anh vuốt tóc em, một lần cuối cùng rồi thôi.* Vậy nên tóc mới nhiều chuyện. Toàn những chuyện êm ả tình tứ. Răng, bạn đứng với tóc trong câu nói của các cụ, không được như vậy. Đâu có ai vuốt răng! Nhưng răng cũng có thớ chứ không thua chi tóc. Ngày xưa ca dao khen nức nở hàm răng hạt huyền. Khi răng hết được làm duyên với thuốc nhuộm, thơ thẩn lại nức nở với hàm răng đều tăm tắp như hạt lựu. Răng đều tăm tắp được khen, răng không đều, có chiếc răng khểnh, còn khen ác liệt hơn. Ông Quan Dương có một bài thơ mang tên "Thời Khóa Biểu Cho Một Tuần", nghe như chuyện học hành. Nhưng tuổi ông thì còn học hành chi nữa. Thời khóa biểu của ông được phân chia ra bảy ngày trong tuần, mỗi ngày ông hóa thân thành một thứ thân thiết của người tình. Ngày thứ hai ông làm chiếc gương soi, thứ ba thỏi son, thứ tư chiếc nơ xanh, thứ sáu tấm *cheque,* thứ bảy chiếc khăn tay và Chủ Nhật con đường em đi. Tôi dành lại ngày thứ năm vì ngày này ông biến thành thỏi *chewingum* nằm trong miệng người tình.

*Ngày thứ năm*
*anh làm chiếc* chewingum
*để em ngậm cho đời bớt đắng*
*em thật ác ý có hàm răng khểnh*
*nhai nát thân này không chút xót thương.*

Tóc và răng trong thơ của các nhà thơ đều là tóc và răng của em thời tình nhân. Khi em không còn ngây thơ, không còn tuổi xuân, chuyện bi thảm thấy rõ. Tóc bây giờ thưa thớt, răng chiếc còn chiếc mất, gây ra rất nhiều phiền toái. Tóc đi chơi chỉ gây phiền toái chút đỉnh cho khiếu thẩm mỹ nhưng khi răng gây sự thì sự việc phiền toái hết mức.

Ông nha sĩ của tôi vừa đè tôi ra ghế lấy đi thêm một chiếc răng hàm nữa. Đứng trước gương, nhe miệng ra đếm, hàm dưới của tôi chỉ còn đúng chục chiếc thay vì 16 chiếc của tuổi thanh xuân. Sáu chiếc đã đi chơi. Cũng may những anh chàng bỏ xứ này đều là những anh cốt đột núp trong bóng tối. Nhờ vậy cái mặt tiền trông vẫn còn lịch sự. Sáu anh răng bỏ nhà ra đi toàn là răng hàm, thứ dùng để nhai. Lịch sử của cuộc…di tản của những chiếc răng hàm này là một lịch sử dài.

Chúng ta đều biết bốn chiếc răng hàm trong cùng của hai hàm răng trên và dưới được gọi là răng khôn. Răng này chỉ mọc khi chúng ta ở trong độ tuổi từ 18 đến 25, khi xương hàm đã ngừng tăng trưởng và phát triển. Mọc chậm như vậy nên chúng bị thiệt thòi. Có trường hợp chúng không trồi lên được vì xương hàm bị những chiếc răng mọc trước lấn chiếm hết chỗ. Có khi trồi lên được thì mọc lệch do xương hàm không đủ chỗ. Trong trường hợp răng của tôi, bốn anh răng khôn này ăn vạ, mọc ngang. Người ta đang đứng thẳng đều tăm tắp, anh răng khôn này chơi ngang, đẩy chiếc răng hàm bên cạnh làm xiêu vẹo cả hàm răng. Bốn chục năm trước, ông bạn nha sĩ của tôi đã đè ra nhổ tuốt bốn chiếc răng khôn này để bảo vệ sự hiên ngang cho hai hàm răng. Bây giờ, mỗi khi đi rửa răng, cô nha tá nào cũng hỏi tôi nhổ răng khôn khi nào. Trả lời mãi cũng chán, tôi...phiếm: "Nhổ lâu rồi, vậy nên bây giờ tôi mới...ngu!". Thường trả lời như thế, các cô lăn ra cười là xong. Nhưng có nhiều cô chưa cho xong, hỏi giỡn tiếp: "Chú mà ngu!". Tôi lại phải phiếm: "Không ngu sao lại dẫn xác tới đây, há mỏi miệng cho các cô hành, rồi phải trả tiền!".

Giỡn hớt vậy cho vui chứ chiếc răng khôn này lớn chuyện lắm. Nó ghi dấu sự tiến hóa của loài người. Tổ tiên chúng ta có bộ hàm to lớn và hàm răng khỏe hơn hàm răng của chúng ta rất nhiều. Nguyên nhân là vì hoàn cảnh sinh sống. Thời đó, con người ăn các loại hạt, rau và thịt sống. Vậy nên họ phải có một bộ nhai thật rắn chắc, đủ sức xé được những miếng thịt dai và dày dính vào xương các loài vật làm thực phẩm. Những chiếc răng khôn giúp đáp ứng cuộc sống khó khăn thời đó. Với sự tiến hóa, con người đã tìm ra lửa và cải tiến các công cụ dùng để cắt và xẻ, nên một bộ hàm to khỏe hay những chiếc răng khôn không còn quá cần thiết nữa. Cũng trong quá trình tiến hóa, não bộ của loài người ngày càng phát triển về kích thước. Do đó, xương hàm phải thu nhỏ lại để cân đối với phần dưới hộp sọ. Hệ quả là không còn chỗ cho răng khôn. Nhà nghiên cứu Alan Mann của Đại Học Princeton bên Mỹ, đã bỏ công nghiên cứu nơi bộ tộc người Inuit sống ở Canada, Groenland và Alaska. Ngày xưa, bộ tộc này có kích thước răng lớn hơn bình thường. Nhưng khi não bộ phát triển, xương hàm thu hẹp lại, răng khôn mất chỗ, nên hiện nay có tới 45% dân số không có răng khôn. Theo ước tính của các nhà nghiên cứu thì có khoảng 35% dân số mới sinh sẽ không có răng khôn nữa.

Đó là lịch sử tiến hóa của loài người khiến răng khôn mất chỗ đứng. Tôi cũng thuộc loài người nên, sau năm 1975, tại bệnh viện Saint Paul, anh bạn nha sĩ mới phải đè tôi ra chơi luôn bốn chiếc răng khôn. Hai chiếc răng bên cạnh răng khôn ở hàm dưới của tôi bị hai anh răng khôn gây thương tích. Ít lâu sau cũng phải bóp bụng nhờ nha sĩ xa lìa chúng. Vậy là mất bốn chiếc răng hàm của hàm dưới. Còn trần xì lại hai chiếc, mỗi bên hàm một chiếc. Chỉ mới năm ngoái, một chiếc sanh chứng. Đau nhức! Ông nha sĩ chụp hình, chân răng đã gãy, không giữ được. Nhổ! Thầm nghĩ trong bụng không biết có phải sở thích gặm xương gặm sụn khi nhậu nhẹt là thủ phạm không. Nghĩ vậy thôi, không cung khai sợ bị ông nha sĩ ít tuổi hơn mắng! Năm nay, chiếc răng hàm đối xứng lại sanh chuyện. Lại vác cái thân già tới nha sĩ. Chụp hình xong, ông lại phán, răng không giữ được. Nhổ! Há miệng mà lòng lo nghĩ. Vậy là tiêu hết sáu cái răng hàm dưới. Răng hàm dùng để nhai, chừ lấy chi mà nhai. Bộ cuộc đời ăn nhậu chấm dứt nơi đây sao? Thẫn thờ hỏi ông áo *blouse* trắng, ông bảo làm *implant.* Ông tận tình giải thích chuyện *implant*. Đó là kỹ thuật đục xương hàm, bắt vít vào xương rồi gắn răng giả trên chiếc vít đó. Xương hàm của người có tuổi thường đã bị thoái hóa nên không bắt vít ngay được, phải đắp xương cho đủ mới có chỗ bắt vít cho chắc. Ấp úng hỏi giá được ông cho biết làm *implant* tốn khoảng 5 ngàn đô, đắp xương thêm một ngàn đô nữa. Như vậy là một bên tốn 6 ngàn đô. Muốn nhai cho cân cái hai bên, làm con tính nhân là biết liền. Tôi vốn dốt toán nhưng bài toán tiểu học nhân đôi dư sức qua cầu. Ôm miệng máu ra về, tôi oằn vai một nỗi buồn. Nỗi buồn mang tên "mười hai ngàn"!

Đang buồn lại vớ được chiếu manh. Trên *NguoiViet Online*, có một bài của ký giả Thái Lâm giới thiệu trung tâm chuyên về *implant* ngay tại vùng Little Saigon, tên *Smile Again Dental Center.* Bài báo trích lời một chuyên viên trong Trung Tâm: "*"Với phòng lab ngay tại văn phòng, chúng tôi bảo đảm những bệnh nhân đến Smile Again Dental để làm lại răng sẽ chỉ trả một mức giá rất phải chăng, thậm chí rẻ hơn rất nhiều so với những nơi khác."*

Nghe đã muốn *book* vé máy bay qua thủ đô tỵ nạn. Khi coi tới giá cả, nỗi buồn trở thành nỗi bâng khuâng. Tại sao Canada và Mỹ chỉ cách nhau một đường ranh mà giá cả lại cách nhau xa tới vậy? Giá làm *implant* chỉ 1200 đô. Đô Mỹ tuy có giá cao hơn đô Canada nhưng vẫn là rẻ. Sự chênh lệch này không chỉ có giữa Mỹ và Canada nhưng ngay giữa các tỉnh bang ở Canada cũng…lệch. Tỉnh bang Alberta của Canada có giá chữa răng cao nhất nước. Vậy nên dân Alberta kéo nhau qua tỉnh bang kế cận British Columbia để há miệng trả tiền. Giá các dịnh vụ về răng ở British Columbia chỉ bằng một phần ba bên Alberta. Các nha sĩ tại các thị trấn Golden và Invermere của British Columbia nằm sát biên giới với tỉnh bang Alberta vớ bở vì số thân chủ từ bên Alberta qua ngày càng đông. Nha sĩ Jeff Dolinsky, chủ nhân phòng răng *Golden Dental Care,* cho biết chưa bao giờ số khách hàng từ bên Alberta vượt biên qua nhiều đến như vậy.

Dân Alberta phải vất vả ôm miệng qua British Columbia chữa răng bởi vì Canada chúng tôi tuy có bảo hiểm sức khỏe cho toàn dân nhưng răng không được bảo hiểm trừ con nít dưới 10 tuổi. Đau răng cứ chịu khó đau. Muốn hết đau thì chuyển sang đau…túi. Túi tiền già khó mà cưu mang được chuyện phí tổn tày trời này.

Trên nhật báo *The Gazette of Montreal* có một bài của Nha Sĩ Paul Allison, Khoa Trưởng Nha Khoa của Đại Học McGill, Chủ Tịch Hiệp Hội các Đại Học Nha Khoa Canada, bàn về chuyện răng cộ ở Canada. Ông cho biết có khoảng 25% dân Canada không có điều kiện đến gặp nha sĩ. Răng không được chữa đến nơi đến chốn sẽ ảnh hưởng tới sức khỏe toàn diện của con người. Người bị bệnh tiểu đường nếu bị viêm nướu sẽ khó kiểm soát được căn bệnh này. Người già yếu đuối nếu không được rửa răng đều đặn, chăm sóc nướu và miệng đúng mức sẽ có nguy cơ mắc bệnh phổi. Răng có vấn đề khiến việc ăn uống không đúng cách, ngủ ngáy khó khăn, việc làm ăn hay học hành cũng bị ảnh hưởng. Phí tổn săn sóc và điều trị răng ngày càng tăng khiến nguy cơ tới sức khỏe toàn diện thêm bị đe dọa. Trước tình trạng bảo hiểm sức khỏe toàn dân không có mục săn sóc răng, Nha Sĩ Paul Allison viết: *"Không thể tiếp tục như hiện trạng. Chúng ta phải nghĩ khác trong việc mang dịch vụ săn sóc răng cho những thành phần dân chúng đang bị ảnh hưởng. Sẽ thật tốt hơn nếu chúng ta đào tạo các nha sĩ phục vụ những thành phần này. Chúng ta phải tạo ra một khuôn mẫu mới trong việc mang dịch vụ săn sóc răng tới dân chúng bằng các phòng răng lưu động, phòng răng trong các trung tâm cộng đồng, dược phòng và các địa điểm khác tiện lợi cho việc lui tới của những thành phần này. Chúng ta cần mang nha sĩ vào hệ thống công cộng, khiến họ cộng tác với các bác sĩ gia đình, bác sĩ nhi khoa, bác sĩ chuyên trách người già và các thành phần nhân viên y tế khác. Các trường nha phải chú trọng vào chương trình huấn luyện đổi mới và các chương trình đưa dịch vụ săn sóc răng tới các thành phần không có khả năng tiếp cận dịch vụ chữa răng tư. Đã tới lúc phải để các thành phần yếu kém của xã hội cũng có quyền hưởng sự săn sóc nha khoa như các thành phần được ưu đãi".*

Trong khi chờ sự hô hào của ông Chủ Tịch Hiệp Hội Các Đại Học Nha Khoa Canada được chính phủ để mắt tới, dân đen chúng ta vẫn phải tự mình giải quyết vấn đề răng miệng của mình. Cánh già là thành phần có răng cộ phiền toái nhất. Những năm tháng sống lâu dài đang ảnh hưởng tới sức khỏe của chúng ta. Một bộ máy phải chạy liên tục trong nhiều năm nhất định phải có sự hỏng hóc. Dùng một chiếc xe hơi cỡ chục năm, chúng ta đã phải giao du thường xuyên với *garage* sửa xe, huống chi dùng một thân hình bảy tám chục năm. Nhất định phải có trục trặc. Răng cộ nhất định phải xuống cấp. Chính phủ chơi ác khi bỏ mặc các đấng tuổi tác tự loay hoay với răng cộ. Ông bạn tôi ở Toronto phôn nói chuyện chơi với tôi. Chuyện của thành phần sống dai loanh quanh rồi cuối cùng cũng tới chuyện sức khỏe. Ông cho biết là ông cũng vừa nhổ răng hàm. Hỏi ông có làm *implant* không, ông cười oang oang, làm như tôi vừa nói một chuyện khôi hài rất có duyên. Cười đã, ông khảng khái ngôn: "Làm mẹ gì! Cứ nhổ dần cho tới khi thành lão "hăng rết" thì làm hàm răng giả để có cái mà nhai!". Nghe cũng có lý. Nhưng anh John Lê, chuyên viên của *Smile Again Dental Center* dọa: "

*"Điều quan trọng quý vị cần biết là sau khi mất răng, hãy nên nghĩ tới việc làm implant càng sớm càng tốt vì* implant *có thể giữ cho xương hàm không bị teo lại. Trên thực tế có rất nhiều bác lớn tuổi mất răng đã lâu, nay con cháu thương muốn cha mẹ làm răng để nhai thức ăn cho ngon thì xương đã mất quá nhiều, không còn làm* implant *được nữa, có bác bị nặng tới mức đeo răng giả cũng không được. Thậm chí có bác còn bị mất xương nặng tới mức bị lộ búi dây thần kinh ra ngoài, nuốt nước bọt cũng đau đớn rất khổ sở! Nói cách khác, làm* implant *là biện pháp bảo vệ xương hàm không bị teo do tình trạng không răng hiệu quả nhất. Chính vì vậy quý vị nên nghĩ đến việc làm* implant *càng sớm càng tốt, đừng để đến lúc quá muộn màng!"*

Biết nghe ai bi chừ? Vỗ mạnh vào cái túi tiền lép thì thấy nên nghe bạn bè. Mặc mẹ nó! *Que sera sera!*

*05/2017*

# SÁNG

Tôi qua định cư tại Montreal vào năm 1985, cuộc thi đốt pháo bông đầu tiên của Montreal cũng bắt đầu vào năm 1985. Tôi không có ý nói là Montreal đã bắn pháo bông đón tiếp tôi, mà chỉ là một trùng hợp thú vị. Ít nhất sự trùng hợp này cũng làm gia đình tôi đắm mình vào những trái sáng đầy hình thù và màu sắc của những đêm hội.

Ngay từ năm đầu đặt chân tới Montreal, chúng tôi đã chen vai thích cánh với cả rừng người nghểnh mặt lên trời coi những đốm màu vun vút bay lên cao. Cuộc thi đốt pháo bông diễn ra vào ngày thứ tư và thứ bảy mỗi tuần trong mùa hè. Sau bữa cơm chiều vội vàng, cả nhà leo lên xe buýt tới bên bờ sông Saint Laurent, khúc gần cầu Jacques Cartier, để thưởng thức cuộc vui bình dân nhưng rất hấp dẫn. Khi chúng tôi tới, người người đã đông nghẹt. Vị trí coi tốt nhất là leo lên cầu. Vừa mát vừa rõ ràng như coi xi nê hạng danh dự. Nhưng có bao giờ chúng tôi leo lên được đâu. Biển người đông nghẹt thiếu điều sập cầu! Có những người tới từ buổi trưa, khi mặt trời còn chói lọi, trải khăn làm một cuộc *picnic* nho nhỏ, chờ tới 10 giờ tối coi pháo bông. Có lẽ họ là những người đang vắt vẻo trên cầu. Vị trí coi rõ nhất là khán đài. Rõ mồn một. Nhưng muốn có một chỗ dưới ánh…pháo thì phải móc túi, một chuyện mà đám đông rất ngại ngùng.

Chen vai thích cánh có cái vui của nó. Rất bình đẳng và rất bình dân. Trẻ con chạy nhảy, vung những dây ánh sáng xanh đỏ thành từng vòng màu sắc. Hoặc vòi vĩnh những cây kẹo bông gòn to xác nhưng thực chất chẳng có bao nhiêu chất ngọt. Người lớn chuyện trò rôm rả, quen hay không quen không thành vấn đề. Chưa quen rồi sẽ quen. Những con người bình dân thường xuề xòa hơn những bậc bỏ tiền ra ngồi trên khán đài. Đã có tới 5 triệu 700 ngàn người làm khán giả cho mùa thi pháo bông đầu tiên này.

Qua mùa hè năm thứ hai, tôi đã sắm xe hơi, việc đi coi pháo bông đỡ vất vả hơn. Chỉ tội tìm chỗ đậu xe miễn phí đến mỏi mắt mới ra. Chuyện tôi mua xe hơi có nhiều điều vui vui đáng nói. Một ông bạn sang sau tôi vài tháng bỗng ngự xe hơi đi nhà thờ. Trông thật dễ giận. Mặt ông vênh lên cho biết cái giá của sự vênh mặt: năm ngàn đô. Với cái giá đó chỉ mua được xe cũ. Xe ông bạn tôi là xe *second hand.* Sau một năm kéo cày, số tiền năm ngàn đô đã có sẵn trong túi tôi. Bèn nổi máu ganh tị, tới hãng bán xe. Ông tây bán xe dụ tới dụ lui một hồi, tôi vớt ngay chiếc xe mới tinh. Cũng chỉ bỏ ra có năm ngàn mà được xe mới. Chuyện mỗi tháng móc bóp trả thêm là chuyện nhỏ, dân chơi mà! Mua xe được vài tuần thì một tối nọ, ông Luân Hoán tới chơi nhà. Tới chơi mà ông không lên nhà, lại rủ tôi xuống đường cho mát. Xuống tới nơi, ông bảo tôi leo vào chiếc xe Corolla màu đỏ mới toanh nói chuyện. Ra ông muốn khoe xe. Ông hỏi tôi đã mua xe chưa. Biết tôi cũng mua rồi, niềm vui nơi ông chắc cũng hao hụt tí chút. Vậy ra chiếc xe đã nằm trong đầu những người đi định cư chúng tôi từ lâu. Kể ra cũng tội nghiệp cho những tên tới từ nơi khốn cùng!

Dù việc đi coi pháo bông là một thứ giải trí rất vui và không tốn tiền nhưng khi các con tôi khôn lớn, không còn đi theo bố mẹ, tính trây lười cũng làm tôi bỏ cuộc vui. Nhưng dù bỏ cuộc vui hơi sớm tôi cũng đã chứng kiến sự thay đổi to lớn cho các nước tham dự cuộc thi đốt pháo bông tại Montreal. Pháo bông có nhiều kiểu cách, hình thù, màu sắc lộng lẫy là những tiêu chuẩn được đánh giá. Nhưng kể từ năm 1987, cuộc thi đã có ba năm tuổi, người ta đặt ra một tiêu chuẩn khác. Không phải cứ bắn khơi khơi lên trời, xanh xanh đỏ đỏ, là xong. Từ năm này, pháo bông bắn lên phải đi theo nhạc điệu. Khó chứ không phải chơi. Tùy theo nét nhạc mạnh hay nhẹ, dồn dập hay lơi lả, pháo bắn lên trời phải diễn tả được theo tiếng nhạc. Đám khán giả bình dân chúng tôi cũng đổi mới. Vì nhạc được phát trên làn sóng của các đài phát thanh nên muốn thưởng thức cho ra trò, chúng tôi phải vác theo các máy thu thanh. Thời đó chưa có *smartphone* nên máy thu thanh còn cồng kềnh. Có ông vác nguyên một dàn máy gồm ba bốn mảnh tới mở hết *volume* cho bà con nghe. Chỗ nào có máy thu thanh, chỗ đó tụ lại đông người. Tôi vốn dân đại lãn nên chẳng bao giờ vác theo máy cho vất vả cuộc đời. Toàn nghe ké. Vậy mà cũng vui đáo để. Thường họ dùng nhạc giao hưởng khi to khi nhỏ, khi buông lơi khi dồn dập, lúc trống lúc kèn, những bông hoa trên trời khi bắn lên dồn dập, khi điệu nghệ ưỡn ẹo, khi nhẹ nhàng vươn lên. Sự kết hợp hài hòa giữa pháo và nhạc đã như một bữa tiệc cho tai và mắt. Tôi nhớ mãi lần nước Nhật thi tài. Họ bỏ nhạc Nhật với các nhạc cụ phát ra các âm thanh riêng đặc sệt chất Phù Tang. Giữa tiếng nhạc thanh thoát, nhẹ nhàng, vút lên trời một cây tre xanh lẻ loi. Tôi ngẩn ngơ. Có chút gì thân thuộc trong dáng tre được cài lên màn đêm. Tôi không phải là giám khảo nhưng đã cho điểm lớn với đêm trình diễn của Nhật. Ban giám khảo năm đó, buồn thay, chỉ cho Nhật đứng hạng ba với huy chương đồng! Đúng là thứ giám khảo tơ lơ mơ. Tôi muốn nói tới thứ giám khảo tự phong là tôi chứ không dám động tới những vị chức sắc.

Ban giám khảo là những ai? Dĩ nhiên không phải tôi. Tôi chỉ là giám khảo tự phong. Nhiều ông bạn tôi cũng tự phong như vậy. Còn ban giám khảo chính cống bà lang trọc là những người được chọn trong số hàng trăm văn nhân, nghệ sĩ, nhà phê bình tình nguyện tham gia ban giám khảo. Qua nhiều cuộc lọc lựa, chỉ có 19 người thực sự ngồi trên ghế giám khảo mỗi đêm. Sau khi được chọn, họ phải trải qua một ngày huấn luyện về thang điểm, cách chấm điểm. Họ chỉ là những người ngồi thưởng thức và cho điểm. Kịch bản trình diễn sao cho hấp dẫn, liên tục, lấy được điểm của ban giám khảo, là chuyện của các đạo diễn và phụ tá. Chuyện cho trái pháo bông nổ và bay lên trời là chuyện của các nhà kỹ thuật.

Tôi nghĩ làm sao cho pháo nổ theo nền nhạc là chuyện

vạn lần khó. Khán giả chỉ biết nghểnh cổ coi, ít ai nghĩ tới công lao của những chuyên viên. Trước năm 2005 các chuyên viên phải phóng pháo lên bằng cách bấm nút. Trung bình cứ 30 giây phải nhấn nút một lần. Mỗi lần trình diễn khoảng nửa giờ phải bấm khoảng từ 100 đến 200 lần cả thảy. Hao ngón tay dữ! Từ khi việc bắn pháo bông được điện toán hóa, công việc của các chuyên viên nhàn nhã hơn nhiều. Mỗi trái pháo bông đều được cho vào dữ kiện của máy. Nó sẽ phải vươn mình đứng dậy vào lúc nào, mục tiêu tới đâu. Vậy là các chuyên viên chỉ việc nạp dữ kiện một lần, khi vào trận, máy tự hoạt động, chuyên viên chỉ ngồi uống cà phê và để mắt coi máy có trục trặc chi không. Khỏe ru! Từ khi pháo nhảy theo điệu nhạc thì các chuyên viên lại một phen vất vả thêm. Trước hết phải nghe bản nhạc, phân đoạn ra thành từng phần nhỏ. Sau đó, đạo diễn quyết định dùng loại pháo nào, màu chi, vào nốt nhạc nào. Cài nhạc và pháo vào với nhau. Phần còn lại máy điện toán sẽ lo chu toàn. Cứ đúng giờ giấc, đúng lúc, là pháo đi với nhạc tóe lên bầu trời trước sự trầm trồ của các khán giả chỉ biết căng mắt căng tai, chẳng cần biết hậu trường của màn trình diễn vất vả ra sao.

Kỳ tỉ thí pháo bông thứ 32 vào năm nay tại Montreal, giám đốc kỹ thuật là một người trẻ, anh Brendan Kelly. Anh tốt nghiệp trường *Ecole Polytechnique* của Đại học Montreal. Trong thời gian còn theo học, vào dịp nghỉ hè, anh làm việc cho cuộc thi đốt pháo bông. Thoạt đầu anh được cái *job* khiêm nhường là dọn dẹp hiện trường sau khi tàn canh. Dần dần, coi người ta làm việc, anh thích ngành này. Nhờ chịu khó tìm tòi học hỏi, anh được làm công việc cao hơn. Cuối cùng, anh có mặt trong toán thường trực. Một năm sau khi anh Brendan Kelly tốt nghiệp, người giám đốc kỹ thuật xin nghỉ. Họ tuyển dụng người thay thế. Anh Brendan nộp đơn xin điền vào chỗ trống. Đơn của anh được chấp thuận. Tiến trình làm sếp pháo bông của anh êm ru và nhịp nhàng như những trái pháo được bắn lên trời. Đầy màu sắc, thắp sáng cả bầu trời.

Làm sao để đẩy một trái pháo lên trời, cho tỏa ra từng vòng sáng tiếp nối nhau, vòng này hỗ trợ vòng kia? Có nhiều kiểu pháo nhưng đại loại đều cấu tạo giống nhau. Mỗi trái pháo gồm hai phần: vỏ pháo và buồng thuốc đẩy nằm phía dưới. Thuốc đẩy là một loại bột mầu đen, tương tự như thuốc súng. Khi pháo nổ, phần vỏ pháo được tung lên trời trong khoảng từ ba đến năm giây. Cùng lúc, ngòi pháo sẽ bắt cháy, lan tới trung tâm điểm của vỏ pháo. Thuốc pháo nằm trong vỏ pháo sẽ phát nổ làm tung lửa ra. Vỏ pháo được làm bằng bìa cứng nên không gây tai nạn khi nổ trên trời. Nhìn vào dàn pháo trước khi đốt, người ta thấy chúng như những họng đại bác cao chừng 75 phân nằm chĩa lên trời, cái lớn cái nhỏ. Nhỏ nhất có đường kính khoảng 5 phân, lớn nhất khoảng 15 phân tùy theo kích cỡ của vỏ pháo. Tại Montreal, chúng được đặt tại năm địa điểm trong khu La Ronde và nhiều địa điểm khác dọc theo bờ sông.

Cuộc thi pháo bông ở Montreal chúng tôi được coi là lớn và đẹp nhất thế giới. Mỗi độ hè về, du khách kéo tới thành phố để thưởng thức những cuộc vui, trong đó cuộc thi đốt pháo bông là đỉnh điểm. Du khách từ xa còn cất công đến thành phố để ngắm pháo bông, dân địa phương dĩ nhiên kéo

*Một kiểu pháo bông của Bồ Đào Nha (Hình: Vũ Ngọc Hiến)*

*Một màn bắn pháo bông của Anh. (Hình: Vũ Ngọc Hiến)*

*Pháo bông dự thi của Pháp. (Hình: Vũ Ngọc Hiến)*

*Pháo bông của Đức.(Hình: Vũ Ngọc Hiến)*

tới coi rầm rập. Địa điểm tôi thường dẫn các con tới coi trước đây nay đã được cải tiến. Sát cạnh khu *La Ronde* nay đã dựng lên những khán đài thô sơ để đón khách. Mỗi lần lái xe trên đường Notre Dame, đi ngang qua khu gần cầu Jacques Cartier, tôi đã nhìn thấy những khán đài này. Theo tài liệu thì có khoảng bảy đến tám ngàn chỗ trên khán đài. Tôi thấy có hàng rào, có bảng chỉ cửa vào, nên đoán là muốn ngự trên khán đài phải mua vé. Giá vé bao nhiêu, tôi không rõ. Cũng phải mua vé nhưng có những gia đình kết hợp vừa chơi trong khu *La Ronde* ban ngày, vừa coi pháo bông ban đêm, nên một vé giá khoảng 70 đô được dự tới hai cuộc vui. Số người khôn ngoan này khoảng từ 20 ngàn tới 25 ngàn người. Nhưng cầu Jacques Cartier mới là cái khán đài lý tưởng nhất. Đứng trên cầu coi rõ mồn một. Đó là tôi đoán vậy chứ chưa bao giờ chân tôi có chỗ đứng trên cầu. Tốt hơn nữa là cái khán đài tuyệt diệu này không có ai bán vé cả. Số người đứng trên cầu được ước tính vào khoảng 50 ngàn mỗi lần bắn pháo bông. Số người đứng bên bờ sông như tôi hồi đó cũng khá bộn. Tổng cộng có khoảng 250 ngàn người tụ tập coi thi pháo bông mỗi lần có trình diễn. Người ta tính là mùa hè năm 2016, có khoảng ba triệu người coi.

Đã lâu tôi không chen chân với mọi người trong cuộc vui miễn phí này. Ngồi nhà, vào mỗi tối thứ tư và thứ bảy, đúng 10 giờ tối, nghe tiếng ì ầm, nhớ lại những năm tháng bon chen làm "giám khảo" cuộc thi mà thấy man mác trong lòng. Những giây phút trong quá khứ thường là những khoảnh khắc đẹp. Chuyện chi cũng có thời của nó. Thời bi chừ là thời của ông bạn Vũ Ngọc Hiến. Dân viết lách báo bổ ở Montreal hầu như ai cũng biết anh. Anh tối ngày ngồi ôm cái *computer* để đánh máy, *layout* sách báo cho chúng tôi. Từ thời báo Nắng Mới. Vài cuốn truyện đầu tiên của tôi cũng đã do Vũ Ngọc Hiến *layout*. Đã xa lắm rồi thời nhiệt thành với chữ nghĩa của chúng tôi. Không phải bây giờ chúng tôi đã nghỉ chơi với những con chữ. Những tên tuổi như Trang Châu, Hồ Đình Nghiêm, Luân Hoán, Võ Kỳ Điền, Lưu Nguyễn, Hoàng Xuân Sơn, Bắc Phong của thời Nắng Mới xưa, nay vẫn còn lai rai xuất hiện trên những trang chữ, cả báo in lẫn báo trên trời. Nhưng cái không khí thời đó nay không còn nữa. Anh Vũ Ngọc Hiến của thời độc thân, tối ngày ôm cái *computer* như người ta ôm vợ, nay cũng đã yên bề gia thất. Anh vẫn lai rai với in ấn sách báo nhưng có lẽ cái *computer* không còn giữ được chân anh trong nhà nữa. Anh đã xông pha ra ngoài.

Từ hơn một năm nay, chắc đạp phải dấu giầy của ông Lê Quang Xuân, anh bỗng giở chứng thích chụp hình nghệ thuật. Mặc nắng mưa, bão tuyết, anh luôn vác máy hình ra hiện trường để bấm những pô hình đẹp. Anh lặn lội tới những nơi gió rét, đèo heo hút gió, chụp bắt thiên nhiên. Những thân chuồn chuồn bên bờ bụi, những đóa hoa dại lẻ loi trên đồng không mông quạnh, những chàng bướm lượn lờ, được anh gửi tới bạn bè hàng tuần. Anh có mặt hầu như tại tất cả các cuộc vui, các cuộc diễn hành hay trình diễn âm nhạc của thành phố Montreal chúng tôi. Có sự kiện nào xảy ra tối hôm trước là sáng ngày hôm sau, bạn bè được anh tấn công bằng những tấm hình liên chi hồ điệp trên *e-mail*. Anh chụp không biết mệt và anh chia sẻ với bạn bè cũng không

*Pháo bông đêm chung kết tại Montreal 2017 (Hình: Vũ Ngọc Hiến)*

biết mệt.

Hè năm nay, anh tấn công những cuộc thi bắn pháo bông. Sáng tinh mơ ngày hôm sau mỗi lần có cuộc thi pháo bông, *e-mail* của tôi đã đầy nhóc hình, đủ khía cạnh, đẹp mê hồn. Pháo bông một thời tôi mê mải năm nay lại trở về với tôi. Do anh Hiến đánh thức dậy. Những nước nào dự thi các năm trước, tôi mù tịt. Nhưng năm nay tôi biết. Qua những tấm hình anh Hiến gửi.

Năm nay có những nước Ý, Ba Lan, Đức, Pháp, Bồ Đào Nha và Anh tham dự. Có ba giải thưởng tất cả. Chắc ai cũng muốn biết tham dự cuộc thi phải chi bộn bạc như thế nào. Vậy thì giải thưởng được cái chi chi? Chỉ có mỗi cái cúp. Chấm hết. Không tiền bạc đính kèm. Nhưng chiếc cúp đoạt được sẽ mang lại tiền bạc cho các công ty pháo bông đại diện cho mỗi quốc gia. Cuộc thi tại Montreal là cuộc thi lớn nhất thế giới nên chiếc cúp đoạt được tại đây có giá trị hơn mọi nơi khác. Các công ty đại diện cho các quốc gia, nếu đoạt giải, sẽ ký được các hợp đồng béo bở cho các cuộc bắn pháo bông nhân dịp quốc khánh, lễ hội và các dịp đặc biệt khác. Thế vận hội, chung kết các cuộc tranh đua thể thao như *hockey*, bóng đá, bóng chuyền...đều kết thúc bằng những màn bắn pháo bông rộn rã tưng bừng. Ôm chiếc cúp vô địch năm nay là nước Anh, bám theo là Pháp, về hạng ba là Bồ Đào Nha.

Trò bắn pháo bông là trò vui đại chúng. Từ thế hệ này tiếp nối qua thế hệ khác. Thế hệ tôi đã qua đi, nhưng các thế hệ sau vẫn bị những màn pháo bông kéo nghểnh cổ lên trời. Trên đó chẳng bao giờ thiếu vắng niềm vui!

*08/2017*

# SẾN

Sến là một từ Việt Nam chay, vậy mà xuất xứ của nó có thể là…ngoại. Đầu thập niên 60 tại Sài Gòn có chiếu phim "Anh Em Nhà Karamazov", *The Brothers Karamazov,* dựa theo cuốn truyện cùng tên của văn hào Nga Fyodor Dostoyevsky. Trong phim có cảnh một vũ nữ hộp đêm vừa múa vừa hát bài *Mambo Italiano.* Cô vũ nữ mặc hơi ít áo quần không che đủ thân hình bốc lửa. Khi nhảy mái tóc cô xõa ra rũ rượi. Giọng cô gào thét, rên rỉ và quằn quại rất khiêu khích và hấp dẫn. Cô đào thủ vai này là nữ tài tử Maria Schell. Cô chưa nổi tiếng nhưng với vai này cô diễn xuất thần tình để có tên ngang hàng với tài tử đầu trọc Yul Brynner trên quảng cáo. Phim rất ăn khách tại Sài Gòn, các rạp chiếu liên tục cả tháng vẫn chưa hết người coi. Dân Sài Gòn mê mệt với Maria Schell. Giới trẻ Sài Gòn bắt chước ngay lối nhảy của cô vũ nữ trong phim. Họ đi một cách nhún nhảy theo các giai điệu nhạc sướt mướt thịnh hành thời đó. Báo chí thời đó đã đăng nhiều bài phê phán sự học đòi lố lăng này và Việt hóa cái tên cô đào thành "Mari Sến", rồi đọc gọn thành "Sến". Sến ám chỉ những hình thức lòe loẹt, diêm dúa, bắt chước học đòi, sao chép một cách sáo rỗng thiếu thẩm mỹ.

Nghe như một giai thoại đẹp, lại có thêm yếu tố ngoại quốc nên khá hấp dẫn. Nhưng nhiều người không nghĩ vậy. Sến không phải là thứ nhập cảng mà là thứ hàng nội chính hiệu con nai vàng. Theo trường phái...quốc nội thì từ "sến" xuất hiện tại Sài Gòn ngay sau cuộc di cư 1954. Như vậy là từ này có mặt trước khi anh em nhà Karamazov tới Sài Gòn. Người Bắc gọi người tớ gái giúp việc trong nhà là "sen". Từ "sen" di cư theo người Bắc vào Nam. Còn người Nam dùng từ "ở đợ". Sen là những cô gái quê, nhà nghèo, ít học, phải bương trải ra Hà Nội kiếm sống bằng nghề giúp việc nhà. Ở Sài Gòn khi đó nước máy chưa được bắt vào từng nhà nên chiều chiều các cô sen phải tụ tập quanh máy nước để gánh nước về nhà. Máy nước công cộng ở Sài Gòn hồi đó có tên tây là *fontaine.* Vậy nên nảy thêm ra từ "Mari-Phông-Ten".

Thuyết từ "sến" là biến thể của từ "sen" được Giáo sư Cao Xuân Hạo, một nhà ngôn ngữ học, ủng hộ. Ông giải thích: *"Theo tôi, gốc của từ "sến" phải bắt dầu từ chữ "sen" trong nghĩa con sen, là đứa ở, con ở. Còn nếu ứng dụng vào văn chương, nghệ thuật thì ám chỉ khẩu vị thấp hèn, ít có giá trị".*

Vậy nên trong văn chương, nghệ thuật, cái chi có vẻ bình dân, dễ coi, dễ hiểu, được quần chúng lao động ít học khoái, đều là "sến". Như trong hội họa Sài Gòn ngày đó có họa sĩ Lê Trung. Ông này rất nổi tiếng, chuyên trị vẽ hình bìa báo xuân cho các báo Sàigòn Mới, Tiếng Chuông, Phụ Nữ Diễn Đàn. Các báo này có lớp độc giả dễ dãi trong thưởng thức nghệ thuật nên cũng được ké từ "sến". Họa sĩ Trịnh Cung phát biểu: *"Trong tranh vẫn có "sến" chứ! Ví dụ như tranh của họa sĩ Lê Trung trước đây. Ông thường vẽ phụ nữ ngực tròn, mặc áo bà ba, đội khăn hoặc nón rất Sài Gòn. Nói chung là bình dân"*.

Bình dân nên họa sĩ Lê Trung rất nổi tiếng trong giới lao động. Ngày tết, nhà nhà đều mua cho được tờ báo xuân có tranh Lê Trung. Sau tết, những tranh bìa báo này được cắt ra, dán lên vách nhà để trang trí. Tranh của ông hầu như đều là chân dung phụ nữ. Ngó qua là nhận ngay ra tranh Lê Trung, không lẫn vào đâu được. Các phụ nữ trong tranh đều đẹp một cách khuôn thước: mặt hoa da phấn, phúc hậu, đầy đặn. Đó là những phụ nữ miền Nam với cặp lông mày đậm, mắt đen nhánh mở lớn, mũi cao thanh tú và đôi môi đỏ mọng.

Ngày mới di cư vào Sài Gòn, gia đình tôi mua được một căn nhà vách gỗ, mái tôn, không có nhà cầu, ở Vĩnh Hội. Phía sau nhà cỏ mọc kín mít chạy dài ra tới bờ sông. Nằm chơi vơi bên bờ sông, sát với mé nước, có chiếc cầu ván bắc ra, là những nhà cầu công cộng nông choẹt chỉ che được phần dưới người đang hưởng cái thú thứ nhì sau quận công. Dân chúng trong xóm coi đây như một...hội trường. Họ ngồi nói chuyện oang oang như họp chợ. Đúng là chợ chồm hổm! Sống trong một xóm bình dân như vậy, hàng xóm của gia đình tôi đều là người Nam rặt. Bên phải là anh Ba chạy xích lô máy, sáng sớm đã đẩy xe đi mần. Anh ra đi khi trời vừa sáng, ai cũng biết vì tiếng máy nổ đinh tai nhức óc. Nhưng chẳng ai giận được anh khi gặp ai anh cũng cười khoe mấy chiếc răng vàng. Hàng xóm phía bên kia là chị Hai răng vàng chính hiệu. Răng vàng của chị đủ để chết với cái tên chị Hai Răng Vàng. Chị bán trái cây ngoài chợ Cầu Ông Lãnh. Chiều tối, thường chị về với sọt trái cây trên chiếc xe thồ của anh Hai, biếu mỗi nhà ít trái ăn lấy thảo. Trái cây của chị méo mó nhưng tình của chị rất tròn trịa. Vách nhà anh Ba hay chị Hai đều đầy tranh của Lê Trung. Tết mỗi năm mua vài ba tờ báo là đã có vài ba tấm tranh. Nhiều năm cộng lại, vách nhà toàn những khuôn mặt thiếu nữ như một đám chị em ruột thịt mở rộng mắt nhìn người trong nhà đi qua đi lại.

Tranh không phổ biến bằng nhạc. Vậy nên nhạc "sến" được bàn cãi rộng rãi hơn. Đó là những bản nhạc bình dân, được giới thưởng ngoạn bình dân thích. Ông bạn Bùi Bảo Trúc, nay đã bỏ cuộc chơi, có lần viết ở đâu đó là khi vào quân trường ông mới thấm cái hồn của thứ nhạc mà trước khi nếm mùi lính ông coi thường. Sau này, trong mục "Ngày Này Năm Xưa" trên đài Little Saigon, ông lại nhắc tới nhạc sến. Tôi không ở Little Saigon nên không được nghe đài này. Nhưng một độc giả trung thành của ông, bà Khổng Thị Thanh Hương, đã từng ghi *note* những bài nói của ông, sau khi ông mất, đã tiếc nuối nhắc lại những điều bà đã học hỏi được nơi ông. Về nhạc sến, bà ghi lại lời ông nói: *"Ngày 2 tháng 5 năm 2006, ông giải thích về nhạc sến: nhạc sến, loại boléro, nhạc "máy nước", "sến nương". Marie Schell, tài tử người Áo, trở thành Mari Sến, nhạc sến. Ông nhắc đến sự lầm lẫn của cô Phạm Thị Hoài (có chồng người Đức) khi nói nhạc sến từ cô hàng "Xén" mà ra. Ông quả quyết nhạc sến cũng không phải từ "đánh nhạc bằng đàn sến (cổ nhạc). Ông còn thêm rằng sau này nhạc sến trở thành nhạc quê hương và khen Tuấn Vũ hát nhạc sến quá hay!".*

Vì ông Bùi Bảo Trúc nhắc tới tác giả Phạm Thị Hoài và sự lầm lẫn của tác giả này về gốc gác của từ "sến" nên tôi phải tìm tới cuốn tiểu thuyết "Marie Sến" của cô. Cũng dễ thôi vì nó nằm ngay trong tủ sách nhà tôi. Trong phần Phụ Lục của sách *"Về Cái Tên Marie Sến"*, Phạm Thị Hoài viết như sau: *"Sến là tên người thì hiếm xuất hiện ở miền Bắc Việt Nam, mà thường thấy hơn ở miền Nam. Có người cho "sến" quan hệ với "sen" (trong "con sen"), và "xén" (trong "cô hàng xén") đều chỉ cô gái bình dân hoặc hạ lưu. Chữ "xén" hẳn là liên quan với "vụn", "cắt", ít nhiều cho thấy những mặt "hàng xén", hàng "đoạn", nhưng chữ "sen" chỉ người hầu gái nguồn gốc thế nào thì không biết. Cả hai chữ này đều phổ biến ở miền Bắc, vì sao không kéo theo "sến" như ở miền Nam?..."Marie" hẳn là tên Pháp, có người cho là gợi một cô thôn nữ nhưng thích "tỉnh thành:, thích điệu. Còn Marie Sến, có người cho là âm Việt của Marie Schell, nữ minh tinh chuyên đóng những vai nữ xuất thân bình dân trong những phim tình cảm mùi mẫn éo le. Phỏng đoán, ấn tượng, và liên tưởng do cái tên "Sến", "Marie Sến" gây ra thật nhiều. Sự không chắc chắn về nguồn gốc, sự mơ hồ trong chi tiết, nhưng tương đối nhất quán trong ấn tượng về cái tên / khái niệm này là những kích thích quan trọng cho cuốn tiểu thuyết. Tôi đã tìm cách dựng lên một "Marie Sến"từ chỗ không biết chính xác gì về "Marie Sến". Như vậy, cuốn tiểu thuyết này là một phỏng đoán nữa về một cái tên, một khái niệm. Nếu được bạn đọc vui lòng cung cấp thêm những phỏng đoán khác, tôi xin đa tạ".*

Nhạc sĩ Nguyễn Ánh 9 chắc có thẩm quyền để nói về loại nhạc gọi là nhạc sến. Ông trả lời ký giả báo Tiền Phong: *"Hồi xưa, mấy người giúp việc nhà, hay nhà nghèo đi ra phông-ten nước (vòi nước công cộng) để lấy nước về nhà xài, hay giặt đồ, người ta gọi cho nó "sang" là Mari Đờ La Phông-ten, giỡn chơi vui vậy. Đồng thời lúc đó nổi lên cô đào Maria Schell, dẫn đến họ có thêm biệt danh là Mari Sến. Mấy người đó, chủ nhật được chủ cho nghỉ, họ ở nhà mở radio nghe nhạc bolero, hoặc ra phố kiếm mấy chỗ bán nhạc đó để mua. Họ thích bolero vì nó hợp với trình độ của họ. Nhờ những người đó, nhạc sĩ bán bài hát mới chạy. Vô tình người ta gọi loại nhạc đó là nhạc sến. Không phải mình phân chia giai cấp, nhưng loại nhạc đó được giới bình dân nghe nhiều hơn. So với nhạc vàng, lời nhạc sến còn bình dân hơn: "Ước gì nhà mình chung vách, anh khoét bức tường, anh qua thăm em". Chung quy cũng là nhạc trữ tình. Nhạc cho người có hiểu biết chút xíu gọi là nhạc vàng, còn cho người ít hiểu biết gọi là nhạc sến. Tôi nghĩ nhạc vàng có giá trị của nó, nhạc sến cũng có giá trị của nó. Phải có những giá trị nhỏ thì người ta mới biết giá trị lớn chứ. Không nên đánh giá cái nào thấp quá hoặc cao quá".*

Nhạc sĩ Nguyễn Ánh 9 cũng nêu ra một chuyện ít người nghĩ tới. Đó là phần đông nhạc sĩ và ca sĩ của loại nhạc được gọi là nhạc sến là người miền Nam nên viết và hát mang chất dân ca bình dân của người miền Nam. Đúng ra có nhiều câu mang âm hưởng dân ca Nam Bộ. Họ viết nhạc phần đông ở giọng thứ, khi hát với *bolero*, nó đúng cái nhịp của người miền Nam. Dân ca miền Nam rất hợp với *bolero*. Bên tân cổ giao duyên phần đông hát vọng cổ xong qua *bolero* liền. Hai cái đó dính liền, pha với nhau. *Bolero* của Việt Nam chậm hơn *bolero* của Tây Ban Nha hay Nam Mỹ.

Chúng ta có thể lấy một ví dụ cụ thể: bài thơ "Mầu Tím Hoa Sim" của nhà thơ Hữu Loan. Bài thơ này được nhiều người phổ thành nhạc. Hai bài được biết tới nhiều nhất là *"Những Đồi Hoa Sim"* của Dzũng Chinh (người miền Nam) và *"Áo Anh Sứt Chỉ Đường Tà"* của Phạm Duy (người miền Bắc). Bản phổ nhạc của Phạm Duy, với âm điệu lên xuống, luyến láy, rất khó hát, và hình như chỉ có những giọng ca điêu luyện như Sĩ Phú, Vũ Khanh, Duy Quang, Duy Trác, Elvis Phương mới trình bày thành công, còn bản phổ nhạc của Dzũng Chinh hình như ca sĩ nào cũng hát được, từ Chế Linh, Phương Dung, Tuấn Vũ cho đến Thanh Tuyền, Như Quỳnh, Trường Vũ. Hai bản phổ nhạc khác hẳn nhau, một bản kể lể lê thê, một bản chuyển đổi âm điệu khi thiết tha, khi hùng tráng. Từ đó phân biệt ra nhạc sến và nhạc…sang. Hàng xóm của tôi ngày đó, khi mới có bản "Những Đồi Hoa Sim" thì ngày đêm, từ nhà này qua nhà khác, cứ phải leo đồi bắt mệt. Khi có bản "Hàn Mặc Tử" thì không lúc nào ngưng nghỉ tiếng rao bán trăng mà chẳng có ai mua!

Cùng một bài thơ rất…sang mà biến hình thành hai bản nhạc, một sang một sến. Vậy thì sến do nhạc hay do lời? Có lẽ câu trả lời đúng nhất là cả hai. Bài thơ "Mầu Tím Hoa Sim" của Hữu Loan mở đầu bằng những câu:

*Nàng có ba người anh*

*Đi bộ đội*
*Những em nàng còn chưa biết nói*
*Khi tóc nàng xanh xanh.*
*Tôi là người chiến binh*
*Xa gia đình*
*Yêu nàng như tình yêu em gái*
*Ngày hợp hôn nàng không đòi may áo cưới*
*Tôi mặc đồ quân nhân*
*Đôi giầy đinh bết bùn đất hành quân*
*Nàng cười xinh xinh*
*Bên anh chồng độc đáo.*
*Tôi ở đơn vị về*
*Cưới nhau xong là đi!*

Vào nhạc Phạm Duy, bản nhạc bắt đầu: *"Nàng có ba người anh đi quân đội lâu rồi / Nàng có đôi người em có em chưa biết nói / Tóc nàng hãy còn xanh / Tóc nàng hãy còn xanh / Tôi là người chiến binh xa gia đình đi chiến đấu / Tôi yêu nàng như yêu người con gái tôi yêu"*. Nhạc giữ được hơi thơ, chỉ thêm thắt ít chữ cho hợp với nhạc.

Bản "Những Đồi Hoa Sim" của Dzũng Chinh bắt đầu như sau: *"Những đồi hoa sim ôi những đồi hoa sim tím chiều hoang biền biệt / Vào chuyện ngày xưa nàng yêu hoa sim tím khi còn tóc búi vai! / Mấy lúc xông pha ngoài trận tuyến / Ai hẹn được ngày về / Rồi một chiều mây bay từ nơi chiến trường đông bắc đó / Lần ghé về thăm xóm hoàng hôn tắt sau đồi"*. Hơi thơ của Hữu Loan mất tiêu, Dzũng Chinh ngồi kể chuyện những đồi hoa sim cho thính giả nghe. Đó là một đặc tính của loại nhạc được gọi là sến: chuyện kể! Lối kể chuyện đi với chất nhạc lê thê của điệu *bolero made in Vietnam,* âm giai chủ *Re* thứ, đã bình dân hóa thơ của Hữu Loan. Bản nhạc hợp với cảm quan và khiếu thưởng thức của giới bình dân nên được phổ biến rộng rãi. Sau ngày miền Nam bị cưỡng chiếm, nhà thơ Hữu Loan vào chơi Sài Gòn. Trong một lần dạo phố, ông nghe thấy bản nhạc phổ thơ của ông được một người cụt chân, quần áo rách rưới, ngồi hát dạo kiếm tiền độ nhật. Ôm cây đàn *guitar* cũ rích, ông vừa đàn vừa hát: *Những đồi hoa sim ôi những đồi hoa sim tím chiều hoang biền biệt.* Hữu Loan ngồi xuống bên người nghệ sĩ đường phố. Nghe hết bản nhạc, Hữu Loan yêu cầu hát lại. Nghe xong, Hữu Loan đứng dậy, cặp mắt lờ đờ ngấn lệ. Ông móc hết tiền trong túi ra tặng cho người nghệ sĩ và nói: "Anh hát hay quá, tôi là tác giả bài thơ "Màu Tím Hoa Sim" đây!". Nói xong, ông lặng lẽ bước đi trước sự ngơ ngác của mọi người.

Chuyện nhạc sĩ Phạm Duy phổ nhạc bài thơ này đã được chính Phạm Duy kể lại: *"Tôi với anh Hữu Loan quen nhau năm 1948 ở Cầu Bố, Thanh Hóa, lúc đó chúng tôi làm việc dưới quyền tướng Nguyễn Sơn. Một lần nghe anh ấy đọc bài thơ "Màu Tím Hoa Sim", tôi thích lắm, tôi muốn phổ nhạc ngay. Nhưng đến khi phổ nhạc xong, vì một vài lý do tôi không phổ biến bài hát. Sau này tôi vào Sài Gòn sinh sống, và tới năm 1971 mới chính thức tung ra bài hát. Khi đó tôi đổi tên bài hát thành "Áo Anh Sứt Chỉ Đường Tà". Nhờ hai giọng ca Thái Thanh và Duy Quang, thiên hạ biết nhiều đến bài này, họ thích lắm. Bài hát thành công ngay từ thời đó và cho đến bây giờ tôi vẫn thấy người ta hát hoài. Bài thơ "Màu Tím Hoa Sim" cũng có hai người khác phổ nhạc, Dzũng Chinh với tên "Những Đồi Hoa Sim" và Anh Bằng thì lấy tên là "Chuyện Hoa Sim". Nếu tôi để nguyên tên có thể người ta sẽ nhầm lẫn. Vả lại "Áo Anh Sứt Chỉ Đường Tà" là câu chính trong bài thơ của anh ấy, tôi có mạo muội thêm bớt đâu nào! - "Áo Anh Sứt Chỉ Đường Tà" đã làm toát lên sự hào hùng và bi thương, cái tinh thần chính của "Màu Tím Hoa Sim"".*

Hai bản phổ nhạc đều rất phổ biến. Bản vừa tai giới này, bản vừa tai giới khác. Bản của Phạm Duy hầu như chỉ sống trong những căn nhà kín cổng cao tường. Bản được coi là sến của Dzũng Chinh sống oang oang ngoài đường phố. Vậy nên tôi mới phải leo đồi phát mệt.

Có những buổi sáng mùa đông ở Montreal, trời đất xám xịt, ly trà đậm trên tay, tôi đứng nhìn ra ngoài cửa sổ. Hình như trong đầu tôi vang vang lên *những đồi hoa sim ôi những đồi hoa sim* từ các căn nhà hàng xóm của tôi ở Sài Gòn. Tôi lặng người. Hơi nhạc hình như thấm vào tôi, đưa tôi trở lại những ngày cũ. Trong tôi vẫn có chỗ cho nhạc sến.

*04/2017*

# TÀU

Nói tới tàu hỏa, còn gọi là "xe lửa", là nói tới sự chậm chạp. Tàu cà rịch cà tang như nước bò của con rùa. Muốn tiết kiệm thời gian di chuyển không ai chọn tàu hỏa. Hai năm trước, tôi thử dùng tàu hỏa đi từ Montreal tới Edmonton, mất tới gần ba ngày đêm tròn!

Nhưng năm ngoái, khi qua Nhật Bổn, tôi lại di chuyển hầu như chỉ toàn bằng xe lửa tốc hành *shinkansen*. Từ thành phố nọ qua thành phố kia chỉ mất cao lắm là hai tiếng đồng hồ. Tôi ngụ tại một khách sạn nơi thành phố Okayama rồi từ đó ngày ngày leo lên tàu đi thăm các thành phố khác. Từ đây đi thành phố Kobe nổi tiếng về thịt bò chỉ mất có 59 phút. Đi thoải mái tới Hiroshima, Kyoto, Osaka, Himeji cũng chỉ trên dưới một tiếng. Thật tiện lợi. Cái khác của tàu *shinkasen* với xe lửa truyền thống là vì nó có thòng thêm chữ "tốc hành". Mà…thần tốc thật! Tốc độ của tàu là khoảng 300 cây số/giờ. Gấp ba lần tốc độ xe hơi. Vậy là xe lửa đã nghỉ chơi với rùa để có thể đua với thỏ.

Thứ xe lửa...thỏ này được khánh thành vào lúc 6 giờ sáng ngày 1/10/1964, đúng vào dịp Nhật Bổn tổ chức Thế Vận Hội Tokyo. Đoàn tàu tốc hành đầu tiên trên thế giới này chạy từ Tokyo tới Osaka, dài 513 cây số, mất 2 tiếng rưỡi, với tốc độ tối đa 210 cây số/giờ. Ngày nay, sau hơn nửa thế kỷ hiện diện, tàu cao tốc đã có mặt tại nhiều nước trên thế giới. Ở Âu châu có Pháp, Tây Ban Nha, Bồ Đào Nha, Thụy Điển, Hòa Lan, Ý, Đức, Nga và Thổ Nhĩ Kỳ. Ở Á châu có Đại Hàn, Đài Loan và Trung Quốc. Chàng khổng lồ Mỹ, thiệt lạ, không có tàu tốc hành. Mỹ chỉ có một đoạn từ Baltimore, tiểu bang Maryland, tới Wilmington, tiểu bang Delaware, có tàu Amtrak chạy với tốc độ 169 cây số/giờ. Trong khi đó, tàu tốc hành tại Nhật và các nước khác đã đạt tới vận tốc 300 cây số/giờ.

Tại sao Mỹ không có tàu cao tốc, các nhà chuyên môn đã cố tìm hiểu. Họ "pác-sơ-cờ" lung tung. Người thì bảo đường tàu cao tốc cần chạy thẳng, sẽ phải trưng dụng nhiều đất tư nhân, tiền đâu mà đền bù. Người thì bảo dân Mỹ có một thứ đam mê là xe hơi. Ông nào cũng khoái sở hữu một hoặc nhiều chiếc xế chạy lung tung tự do hơn. Người cho rằng vì nước Mỹ đất rộng người thưa, mật độ dân số thấp nên không có lợi nếu chơi một con tàu cần nhiều hành khách. Lại có ông cho rằng kỹ nghệ máy bay kỳ đà cản mũi, đã vận động không cho cái thứ cạnh tranh với máy bay này được mở mắt chào đời.

Tàu hỏa có cạnh tranh được với máy bay không? Xưa thì không, chừ thì được. Vì tàu hỏa sẽ chạy nhanh tới 1.200 cây số/giờ! Đó là tàu siêu tốc *hyperloop*. Sở dĩ tôi viết bài này vì có một niềm tự hào: thành phố Montreal chúng tôi vừa được chọn là một trong mười thí điểm cho đường xe lửa siêu tốc này. Có tất cả 2.600 dự án trên toàn thế giới xin được thiết kế tàu siêu tốc. Mười dự án được tuyển chọn bao gồm bốn tại Mỹ, hai tại Ấn Độ, hai tại Anh, một tại Mễ Tây Cơ và một tại Canada. Tại Mỹ là các tuyến đường: thứ nhất Chicago-Columbus-Pittsburg; thứ hai Dallas-Laredo-Houston; thứ ba Cheyenne-Denver-Pueblo; thứ tư Miami-Orlando. Tại Canada duy nhất có một tuyến đường Montreal-Toronto ngang qua Ottawa, dài 640 cây số.

Báo chí Canada ngày 15 tháng 9 vừa qua đã vui mừng loan tin...chiến thắng này. Vui thật chứ sao? Này nhé cứ tưởng tượng ngồi vểnh râu trong xe, xoẹt một cái từ Montreal tới Ottawa chỉ mất có 12 phút. Dân Montreal muốn xuống thủ đô Ottawa đi biểu tình sẽ chẳng phải tới tập trung tại bến *metro* Plamondon từ sáng sớm để kịp giờ biểu tình. Cứ nhẩn nha trà nước, ăn sáng đàng hoàng, tới gần giờ biểu tình mới leo lên tàu siêu tốc, ngồi chưa ấm chỗ hoặc chưa kịp ngồi, đã có thể bước xuống căng biểu ngữ! Từ Montreal đi Toronto chỉ mất có 39 phút, gần hơn đi chợ! Lúc đó, mấy ông bạn văn của tôi ở Toronto hãy liệu hồn, có thể các văn hữu Montreal sẽ xuống ngày một cho các ông đón tiếp phờ râu ra. Ngày đó còn bao xa nữa? Công ty *Hyperloop One* dự tính tới năm 2021 mới khởi sự ba dự án đầu, chưa biết ở đâu. Vậy thì bù trớt. Bằng vào tuổi tác của anh em chúng tôi, giờ đó chắc đã đi ngủ gần hết. Mộng đẹp chắc phải ôm theo sang bên kia thế giới!

Người xây mộng đẹp cho thế giới không ai khác hơn là

tỷ phú Elon Musk. Ông là người thay đổi thế giới này với các công trình thực hiện về hỏa tiễn không gian SpaceX, xe hơi điện Tesla, điện mặt trời Solar City. Ông đang nhuộm xanh thế giới! Cách đây bốn năm, năm 2013, ông đã trình bày tầm nhìn của ông trong một tài liệu dày 57 trang về ý tưởng tạo dựng một phương tiện vận tải trong tương lai mà ông đặt tên là *hyperloop*. Tàu siêu tốc *hyperloop* sẽ có vận tốc lên tới 1220 cây số/ giờ, một vận tốc có thể cho máy bay hửi bụi! Không thể có một con tàu hung hăng nào có thể chạy ngoài trời với vận tốc điên đảo đó được. Tàu phải chạy trong một ống nhôm được hút chân không có khả năng chịu được thời tiết khắc nghiệt và động đất. Tàu không có bánh xe mà chạy trên một đệm khí trong ống nhôm. Hành khách sẽ ngồi trong những toa. Mỗi toa dài 8 thước 7, cao 2 thước 7 và rộng 2 thước 4, làm bằng sợi *carbon* phủ nhôm, chỉ chứa được sáu người, mỗi người trên một chiếc ghế đặc biệt để chịu được vận tốc kinh hoàng. Khi tầu khởi hành, hành khách sẽ cảm thấy tương tự như khi máy bay cất cánh, sau đó là cảm giác trôi nổi nhưng rất êm ái trên chiếc đệm khí.

Thoạt đầu, khi đưa ra ý tưởng này cùng chi tiết kỹ thuật, tỷ phú Elon Musk không có ý định tự mình đứng ra thực hiện. Vậy nên mới có một công ty đứng ra thực hiện ý tưởng này. Đó là công ty *Hyperloop One*. Mười đường tàu đầu tiên trong đó có tuyến đường Montreal-Ottawa-Toronto là của công ty này. Họ đã hai lần thử nghiệm tại sa mạc Nevada: lần đầu vào tháng 5 vừa qua và lần thứ hai ngày 30/7/2017. Tàu thử nghiệm chạy trong đường ống nhôm chỉ dài có 500 thước. Trong lần thử thứ hai, vận tốc mới đạt được 310 cây số/giờ, còn kém tàu cao tốc của Nhật, nhưng trong các lần thử nghiệm kế tiếp, tàu sẽ phải đạt được tốc độ 1200 cây số/giờ.Theo ông Shervin Pishevar, đồng sáng lập Hyperloop One, thì đây sẽ là phương tiện vận chuyển rẻ nhất, sạch nhất và nhanh nhất trong tương lai.

Trong khi đó, công ty của chính ông Elon Musk, công ty *Hyperloop Transportation Technologies,* viết tắt là HTT, đã được sự chấp thuận của chính phủ Mỹ để thực hiện một hệ thống đường tàu ngầm nối liền Nữu Ước và Hoa Thịnh Đốn với thời gian dự trù chỉ có 29 phút. Hai công ty có dẫm chân nhau không? Tỷ phú Elon Musk cho biết: "Chúng tôi muốn đẩy tốc độ phát triển kỹ thuật này lên một cách nhanh chóng nhất. Chúng tôi khuyến khích và ủng hộ tất cả các công ty muốn xây dựng *hyperloop* và sẽ không ngăn cản việc họ dùng tên *hyperloop*".

Trong một cuộc hội thảo tại Luân Đôn, Phó Chủ Tịch công ty HTT, ông Bibop Gresta đã nói: "Bạn có thể thay thế toàn bộ hệ thống hàng không từ Los Angeles đến San Francisco với một đường ống chân không nhanh gấp bốn lần. Giờ đây, nếu kỹ nghệ này không làm gián đoạn ngành hàng không, tôi không biết thứ gì sẽ làm được điều đó".

Đường chạy thử nghiệm của công ty HTT có chi phí lên tới 6 tỷ đô, dài 8 cây số tại thành phố Quay Valley ở California. Tàu siêu tốc sẽ chạy hoàn toàn bằng năng lượng tái tạo, trong một đường ống không có sức cản của không khí, chuyên chở mỗi giờ được 3.400 hành khách. Tính ra mỗi năm sẽ có khoảng 24 triệu người cưỡi tàu siêu tốc riêng trên đoạn đường này. Đó là đoạn đường hầm chạy dọc theo xa lộ liên bang I-5 và tầu *hyperloop* chỉ mất chưa đầy nửa tiếng để chạy suốt đoạn đường dài 616 cây số xuyên tiểu bang California này.

Để đào một đường hầm dài như vậy, Elon Musk không thể dùng các phương tiện máy móc thường dùng hiện nay mà phải thập phần tân tiến hơn. Chiếc máy mang tên Godot đang được nghiên cứu sẽ trả lời cho nhu cầu này. Godot sẽ vừa đào hầm vừa lắp đặt các tấm gia cố tường hầm, khác với các máy đào hiện nay phải đào rồi mới lắp đặt tường hầm, vừa mất thời gian, vừa tốn công tốn của hơn. Máy đã đào thử nghiệm một đường hầm phía dưới bãi đậu xe của công ty SpaceX tại giao lộ Crenshaw Boulevard và Rocket Road ở Los Angeles.

Vậy là trước sau gì chúng ta, có lẽ con cháu chúng ta thì đúng hơn, cũng sẽ cưỡi tàu *hyperloop,* thu ngắn thời gian di chuyển. Chưa chi mấy ông bạn già của tôi đã đặt vấn đề: liệu cái thân già có thể chịu đựng được trong một chiếc hộp mà vận tốc lên tới 1220 cây số/giờ không? Vận tốc này nhanh hơn tới 130% vận tốc của máy bay chở hành khách Boeing 747 mà chúng ta đang vân du bây giờ. Nếu so sánh thêm, tốc độ 1220 cây số/giờ này mấp mé tốc độ âm thanh là 1236 cây số/giờ. Cha mẹ ơi! Cứ tưởng tượng cái thân vóc hạc xương mai này mà cho lao đi bằng tốc độ âm thanh thì còn chi là xương thịt con người nữa!

Mối lo của dân lục tục thường tình chúng ta đã được các nhà kỹ thuật xúm nhau vào giải quyết. Trước hết, họ đặt câu hỏi là khả năng chịu đựng của con người tới mức nào? Người ta xét tới trường hợp các phi hành gia ngồi trong các phi thuyền không gian vượt ra khỏi bàu khí quyển của trái đất. Tại Viện Nghiên Cứu Trung Tâm Ames của Cơ Quan Quản Trị Hàng Không và Không Gian Hoa Kỳ NASA các nhà khoa học đã mô phỏng áp lực gấp 20 lần trọng lực trái đất bình thường. Họ phát hiện ra là con người có thể chịu đựng được áp lực này nếu được tập luyện kỹ càng. Nhưng hiện nay người ta đang tính đưa những người thường lên du lịch trong không gian nên đã phải làm cách nào giảm đi áp lực quán tính phải chịu đựng mỗi khi phi thuyền bay ra ngoài bàu khí quyển. Theo nhà nghiên cứu tâm lý học tại Viện Ames, ông Lee Stone thì: "Các phi hành gia hiện nay chỉ còn phải chịu một áp lực dưới mức 2G, tức gấp hai lần trọng lực trái đất. Với trọng lực này con người không phải tập luyện chi mà vẫn chịu được".

Trở lại với con tàu *hyperloop* của chúng ta. Chúng ta thắc mắc là tàu chạy với tốc độ ăn cướp như vậy, thân thể chúng ta có chịu đựng nổi không? Các nhà khoa học cho rằng tốc độ không ăn thua chi tới sự chịu đựng của con người. Dù tàu chạy với tốc độ ngang bằng tốc độ của âm thanh, chúng ta vẫn bình chân như vại, ngồi đọc sách hoặc uống trà. Gia tốc, nói nôm na là sức dzọt, mới là vấn đề. Trong cuộc thử nghiệm vừa qua, người ta đã cho con tàu dzọt lên tới 100 cây số/giờ trong vòng chỉ một giây. Đây là sức dzọt cao gấp đôi gia tốc của các loại xe hơi thể thao loại…ma đuổi nhất như xe Porsche 918 Spyder hoặc xe La Ferrari. Dzọt như vậy là quá mức, con người không chịu đựng nổi. Để giải quyết chuyện này, *hyperloop* trong tương lai sẽ phải tránh chuyện gia tăng tốc độ quá đột ngột. Thay vào đó chỉ tăng dần tốc độ lên sao cho áp lực mà hành khách cảm nhận được chỉ ngang so với khi máy bay chở hành khách cất cánh. Trọng lực khi đó sẽ không quá 1,3 lần trọng lực trái đất. Ông Josh Giegel, Phó Giám Đốc Kỹ Thuật giải thích: "Kỹ thuật *hyperloop* của chúng tôi rất an toàn. Những người cao tuổi cứ yên tâm lên xe. Hành khách của tàu siêu tốc sẽ cảm thấy không khác chi ngồi trên một chiếc máy bay thông thường".

Vậy là mấy ông bạn già của tôi cứ yên tâm mua vé leo lên tàu siêu tốc mà chẳng phải lo lắng chi cho…già người đi. Đi máy bay được thì cũng cưỡi tàu siêu tốc *hyperloop* được. Nhưng xong chuyện này lại nảy ra chuyện khác. Máy bay bay trên trời không phải quẹo, đường ta ta cứ đi, tàu chạy dưới đất hay dưới hầm thì có lúc phải quẹo. Ngay bây giờ, mỗi khi chúng ta ngồi trên xe buýt hay *metro*, nếu xe quẹo là vất vả. Người chúng ta sẽ chao đi, cố bám vào thành ghế hay những chiếc cột để tránh té hay đụng vào các hành khách khác. Nói cho gọn, chúng ta phải chống lại quán tính của chính cơ thể mình. Trên tàu siêu tốc, chúng ta không phải đứng mà được ngồi trong những ghế thoai thoải rất tiện nghi. Nhưng khi tàu quẹo, thân hình của chúng ta cũng sẽ chịu lực quán tính của cơ thể. Nhà nghiên cứu Lee Stone giải thích chuyện này: "Vấn đề căn bản là hướng di chuyển của khoang tàu cũng sẽ tạo ra một áp lực tác động lên hành khách. Trong tình huống lý tưởng nhất, toàn bộ hướng lực sẽ tập trung vào ngay lưng của bạn, giữ cho dòng máu của bạn tập trung tại đó. Nếu không điều hướng được lực sao cho máu của bạn tập trung tại trọng tâm cơ thể, sự gia tăng lực từ việc quẹo hướng có thể sẽ khiến máu của bạn dội mạnh vào các thành mạch máu, gây ra chấn thương". Để tránh chuyện này, các chuyên viên phải tính toán để cho khúc quẹo không quá gắt hầu tạo sự an lành cho khách.

Chuyện lớn là hoàn thành những con tàu chạy nhanh gần bằng tốc độ âm thanh còn được, chuyện bảo đảm an toàn và thảnh thơi cho hành khách chỉ là chuyện nhỏ. Chúng ta cứ an tâm bước lên tàu như ngày nay chúng ta đang chui vào máy bay. Máy bay còn có thể gặp trục trặc đâm đầu xuống đất, tàu siêu tốc chạy một mình một...ống, sẽ chẳng bao giờ gây ra tai nạn cả.

Nếu tàu chỉ chạy từng đoạn như đoạn từ Montreal tới Toronto thì làm sao cạnh tranh được với máy bay? Nếu chúng ta muốn qua Paris chơi hay du lịch bên xứ *kanguru*, nơi tôi có nhiều ông bạn đang rủ rê tôi qua chơi, hoặc mấy ông bạn về Việt Nam xoành xoạch hàng năm để...vãn cảnh, thì làm sao cưỡi tàu siêu tốc qua được? Chuyện này cũng đã được tính toán hết rồi. Các chuyên viên đã có bản đồ cho tàu chạy xuyên khắp thế giới, mặc biển khơi, mặc đường dài. Họ đã có chi tiết rõ ràng. Bạn hãy nhìn vào tấm bản đồ quý hóa này để một ngày nào đó chúng ta có thể ngồi phè cánh nhạn chu du khắp địa cầu trong an tâm cực độ. Có như vậy mới cạnh tranh được với máy bay.

Khi tàu siêu tốc đã nối liền được các châu lục, các quốc gia, các thành phố, chắc các anh máy bay sẽ hết đường binh. Khi đó, trên bàu trời chỉ còn có các loài chim nhởn nhơ tung cánh!

*09/2017*

# TÊN

Chẳng lẽ cứ nói chuyện ông Trump hoài. Thực ra muốn nói thì chẳng bao giờ hết chuyện cái ông bỗng nhiên ngồi trong nhà trắng này. Nhưng nói mãi cũng nhàm. Tuy vậy chuyện này không thể không nói. Vì đây là chuyện người ta nghĩ về ông. Ông Donald Trump gốc gác người Tô Cách Lan. Mẹ ông xuất thân từ Isle of Lewis, một địa danh ở phía Tây nước này. Năm 1930 bà di cư qua Nữu Ước. Và 14 năm sau bà hạ sanh ra ông Trump. Ông vẫn nhớ tới nguồn gốc nên đã lập nhiều sân *golf* và khách sạn rất hiện đại tại đất tổ. Tưởng có một *tonton* Mỹ cùng gốc gác, dân Tô Cách Lan phải vác mặt lên tự hào. Nhưng không phải vậy. Họ tránh không đặt tên con là Donald. Năm 2016, chỉ có bảy bé trai được mang tên Donald, giảm mất hai phần ba so với năm 2014. Bà Carole Hough, chuyên gia về lịch sử và nguồn gốc tên, thuộc Đại Học Glasgow, quy tội cho ông Trump. Trước khi ông Trump nhảy vào chính trị, từ năm 2000 đến

2015, mỗi năm có khoảng 20 bé được đặt tên Donald. Tính theo thứ tự tên được thịnh hành nhất năm 2016, tên Donald xếp hạng 441! Một ông Donald ở Tô Cách Lan, ông Donald Anderson, cựu thành viên Hội Đồng Thành Phố Edinburg, hậm hực: "Tôi nghi cái tên Donald ít thịnh hành là vì ông Trump. Chúng ta cần một người như nhân vật tên Donald trong phim "Game of Thrones" để làm cho cái tên này được thịnh hành trở lại".

Đặt tên cho con cái là một tiến trình nhiều khi rất nhiêu khê rắc rối. Cái tên Donald bị chê ở quê cha đất tổ của ông *tonton* Mỹ có lẽ vì "đức tính" của ông. Người ta không muốn tương lai con cái bị quê vì cái tên bị khinh thị. Thường thì các bé sơ sanh được cha mẹ đặt cho cái tên tầm tầm như những bé khác. Như tên đặt theo các loài hoa, cây cối, đức tính, kỳ vọng… Đại khái như vậy. Nhưng nhiều bậc cha mẹ cho là những cái tên thường thường bậc trung như vậy không nổi. Vậy nên những người nổi tiếng thường muốn đặt tên con nổi hơn những đứa trẻ khác. Tôi muốn nói tới các ngôi sao màn bạc. Họ có tiếng và có miếng nên muốn tên con đứng hẳn ra một khoảng trời bao la hơn con người khác.

Con gái đầu lòng của cặp sao Beyonce Knowles và Jay-Z được sanh vào ngày 7 tháng 1 năm 2012. Cái tên của con sao nhất định phải lấp lánh. *Blue Ivy Carter.* Chẳng bé nào có cái tên…đụng hàng! Hai ngày sau, Jay-Z hứng chí tung ra bài hát *Glory* chào mừng cô công chúa cưng. Bài hát tả tình tả cảnh suốt thời kỳ bầu bì của Beyonce kể cả chi tiết rất riêng tư là Beyonce đã sẩy thai một lần trước khi có mang lại. Cuối bài hát là tiếng khóc của bé Carter lúc đó mới được hai ngày.

Bài hát dĩ nhiên được phổ biến rộng rãi và Carter là ca sĩ trẻ tuổi nhất "ré" lên trong một đĩa hát thuộc loại *hot*!

Cô ca sĩ có vẻ ngoài rất ngầu Pink, khi sanh con, ai cũng tưởng cô phải chọn một cái tên ngầu nổi đình nổi đám. Nhưng thiên hạ bé cái lầm hết. Pink đặt tên con là Willow Sage Hart, nghe rất liễu yếu đào tơ.

Nhiều minh tinh tài tử gán cho tên con một nhiệm vụ lớn lao: tìm về cội nguồn. Cô đào dễ thương Natalie Portman đặt tên cho con trai là Aleph để nhớ tới nguồn gốc Do Thái vì Aleph là chữ cái đầu tiên trong bảng ký tự của Do Thái. Không kém cạnh, nữ diễn viên Tina Fey đặt tên cho con gái là Penelope Athena để gợi nhớ tới nguồn gốc Hy Lạp. Athena thì Hy Lạp quá, hầu như chúng ta ai cũng nghe tới cái tên này rồi. Đó là tên của thủ đô Hy Lạp. Nhưng Athena là một nữ thần trong thần thoại Hy Lạp thì chắc ít người biết. Ngay chính người Hy Lạp cũng chẳng biết tên thần và tên thành phố, cái nào mượn của cái nào. Cô diễn viên Tina Fey cũng chẳng cần biết. Cứ Athena là đủ chất Hy Lạp rồi!

Nhớ tới nguồn cội là một…trường phái đặt tên con, một trường phái khác là nhớ tới thần tượng. Nữ minh tinh Kate Hudson chọn cho con trai cái tên Bingham Hawn để nhớ tới người mẹ nổi tiếng Goldie Hawn của cô. Céline Dion, cô ca sĩ nổi tiếng thế giới, là dân Quebec chúng tôi, đặt tên cho cặp trai sanh đôi là Eddy và Nelson. Eddy là tên của nhạc sĩ người Algerie Eddy Marney mà Céline rất yêu thích. Nelson là tên của Tổng Thống Nam Phi Nelson Madella mà cả hai vợ chồng cô đếu rất ngưỡng mộ. Một số người thích bới chuyện không đồng ý với giả thuyết này. Họ cho là tên của hai trẻ ghép lại là để tưởng nhớ tới ngôi sao loại nhạc *opera* rất nổi tiếng hồi thập niên 30 của thế kỷ trước Eddy Nelson. Cô ca sĩ Mariah Carey đặt tên con là Monroe để nhớ tới thần tượng của cô. Thần tượng này chắc ai cũng biết.

Những con vật nổi tiếng cũng có mặt trong các tên của con cái các ngôi sao. Diễn viên người Canada chúng tôi Mike Myers chơi cú đúp khi đặt tên con trai là Spike. Spike cùng với Myers một vần. Spike còn là tên của chú chó giống *bull-dog* trong bộ phim vẽ "Tom and Jerry". Có lẽ dân Canada là dân cưng súc vật nên anh chàng Bryan Adams đặt tên cho con gái là Mirabella Bunny. Bunny là tên thông thường của chú thỏ trong các phim ảnh. Easter Bunny là chú thỏ mang trứng tới trong ngày lễ Phục Sinh cho trẻ em đi tìm trối chết trong các góc kẹt và bụi rậm.

Cũng trường phái thú vật có chú gấu Bear rất nổi tiếng trong phim ảnh. Vậy nên nữ diễn viên Mỹ Alicia Silverstone mới đặt tên con là Bear Blu.

Những cái tên trên gợi lại nét ngộ nghĩnh, rất ngây thơ vô tội. Có cái tên không ngây thơ một chút nào nhưng cũng nổi tiếng. Ngây thơ chi nổi với cái tên Dick Assman. *Dick* là tiếng lóng chỉ thị cái bửu bối của phái nam! *Ass* là cái cửa hậu của chúng ta, cả nam lẫn nữ! Cái tên đi ra từ chốn tăm tối như vậy mà sáng choang khi anh chàng vô danh sống ở thành phố Regina thuộc Canada chúng tôi tham gia chương trình *"Late Show with David Letterman"* vào năm 1995. Khán giả truyền hình khoái cái tên có một không hai này. Khi đó anh Assman đang làm việc cho một cây xăng tại tỉnh bang Saskatchewan. Chủ cây xăng đã nhân cơ hội này trương lên tấm bảng với hàng chữ: *"Dick Assman is here"*. Chắc ông chủ cây xăng này vớ bẫm vì, theo một cuộc khảo sát vào năm 1995, có tới 49% dân Canada biết tới ông này!

Một nửa dân Canada biết tới tên kể là oai phong lẫm liệt tuy cái tên không có chi oai phong cả. Cái tên này mới oai phong: Batman Bin Suparman. Một cái tên gói luôn hai siêu nhân *batman* và *superman* vào một rọ. Người mang tên này là một anh chàng người Singapore, gốc Java, sanh ngày 13 tháng 5 năm 1990, mặt mũi rất hiền lành, thân hình không to khỏe. Vui một chút có thể gọi anh chàng này là "cáo mượn oai hùm". Anh chàng năm nay 27 tuổi chơi *facebook* với cái tên cha sanh mẹ đẻ này. Lập tức cư dân mạng xôn xao vào làm quen với...siêu nhân. Chàng đã có tới 10 ngàn người hâm mộ!

Mạng *internet* ngày nay là một thực thể không thiếu được cho nhiều người, trong đó có các ông bà bạn văn của tôi. *Facebook* như một ngôi làng rất thân quen và gần gũi. Hầu như ngày nào chúng tôi cũng phải về làng để coi bạn bè có chi lạ không. Chuyện lạ thì ngày nào cũng có thể có, nhưng tên lạ thì không. Các bạn tôi đều là những người hiền khô. Vớ được một cái tên lạ là một điều bất ngờ. Tôi vừa vớ được cái tên @. Chữ @ là một chữ phổ thông trên internet. Bất cứ một địa chỉ thư điện tử nào cũng phải có chữ @ với nghĩa là *at* (ở). Chẳng ai dùng chữ phổ thông này làm tên cả. Vậy mà một cặp vợ chồng người Trung Quốc đã lấy chữ @ này đặt tên cho con. Họ tự hào đã chọn cho con một cái tên độc và đẹp! Họ giải thích: "Cả thế giới dùng nó để viết *e-mail*, không những thế, theo tiếng Trung Hoa, @ còn mang nghĩa là "hãy yêu anh ấy". Ông này nói không sai vì @ được người Hoa phát âm là "*ai ta*", có nghĩa là "yêu anh ấy". Sẵn trớn, ông bố của @ này còn chơi tới luôn. Ông cho biết là ông đang nghĩ tới những cái tên rất *internet* như # hoặc = cho những đứa con tới. Tên bằng những cái dấu này thì làm sao gọi tên nhau đây. Thật hết biết!

Có những cái tên không mang dấu vết *internet* như trên nhưng lại bị *internet* hành cho sát ván. Đó là cái tên Null. *Null* trong lập trình máy tính có nghĩa là "vô hiệu lực". Đụng tới *null* là *computer* không chơi. Bà Jennifer lấy ông chồng mang họ Null. Vì yêu chồng nên bà muốn đổi tên họ của bà sang họ của ông chồng. Nghe vợ nói, ông chồng, có lẽ đã có kinh nghiệm về sự rắc rối của chữ *null* trong lập trình *computer*, nên báo cho bà vợ biết những rắc rối gây ra bởi tên họ của ông khi đụng tới *computer*. Thời buổi ngày nay, làm chi cũng phải đụng tới cái máy tính hiện đại này. Nhưng bà vợ nhất định đường ta ta cứ đi. Bà bèn ra tòa đô chánh đổi tên thành bà Jennifer Null. Và rắc rối bắt đầu. Ngay sau ngày cưới, họ phải cưỡi máy bay chuyển chỗ ở. Vào *internet* mua vé, cứ đánh tới *null* là máy khựng lại, yêu cầu đánh tên họ. Bà đánh lại tên Null, máy lại làm lơ không chơi. Cuối cùng tới lượt bà phải làm lơ với máy. Bà phôn lại hãng máy bay đặt vé bằng điện thoại. Đấy mới chỉ là rắc rối đầu tiên của cô dâu mới với cái anh mặt vuông. Khi khai tên để đặt thuê điện nước, bà cũng bị máy tính cho ra rìa. Lại phải a-lô. Khi khai thuế cũng rứa. Cái tên Null vẫn hành bà ra trò. Bà là một giáo viên bán thời gian, chuyên được yêu cầu điền thế những giáo viên chính bất ngờ vắng mặt. Hệ thống của nhà trường cũng điều hành bằng máy tính. Vậy là bà lại một phen rắc rối. Nhà trường phải đặc biệt liên lạc với bà bằng điện thoại. Bà tâm sự: "Tôi thấy như mình không theo kịp đà tiến hóa. Điều này làm tôi bực mình nhưng nhờ vậy mà tôi có  nhiều chuyện cười ra nước mắt để tán với bạn bè!". Trong cuộc sống hiện đại được điều hành bằng *computer*, bà bị cho ra rìa.

Bà Null chỉ là một loại có cái tên làm phiền hệ thống máy tính. Còn nhiều loại khác. Như loại chỉ có một tên duy nhất, không có họ và tên như thông thường. Máy điện toán cũng chê, bắt phải điền đủ cả tên lẫn họ. Có cái tên cha mẹ cắc cớ đặt chỉ có một từ duy nhất, *computer* cũng không thèm chơi. Tôi có một thí dụ nhãn tiền: tên ông chú tôi là Y, Tạ Trung Y. May là ông đã quy tiên chứ không cũng rắc rối với máy móc hiện đại. Bi chừ có ông Nguyễn Quang A, một trí thức tranh đấu ở Việt Nam, không hiểu ông có bị *computer* làm phiền không?

Những trường hợp mà *computer* không thèm chơi này được dân trong ngành máy tính gọi chung dưới thuật ngữ *"edge cases"*. Có nghĩa là những trường hợp nằm ngoài dự đoán mà hệ thống điều hành không làm việc được. Lập trình viên Patrick McKenzie cho biết: "Mỗi năm, các hệ thống máy tính phải được nâng cấp hoặc thay đổi sau khi thử nghiệm với nhiều dữ liệu nhưng chúng không khi nào được thử nghiệm với các *edge cases"*. Vậy nên chính ông cũng dính chấu. Cái tên McKenzie của ông là cái tên thông thường ở phương tây. Thiếu chi người có cái tên này. Nhưng ông lại sinh sống ở Nhật, nên cái tên hiền lành của ông vẫn rắc rối. Ông giải thích: "Tên của người Nhật có tới 4 chữ rất hiếm, vậy mà tên tôi có tới 8 chữ nên thường khoảng trống để điền tên không đủ chỗ. Mỗi năm, khi khai thuế, tôi phải viết "McKenzie P" mới xong. Có lần tôi đã phải phiên âm tên tôi ra hệ thống *katakana*, một hệ thống dùng để đánh vần các tên ngoại quốc ra tiếng Nhật. Nhưng khi nhà băng của tôi nâng cấp hệ thống *computer*, phần *katakana* này bị xóa đi, vậy là tôi lại gặp rắc rối. Tôi không thể vào *website* của nhà băng. Cuối cùng, họ phải điền tên tôi bằng tay tôi mới xài lại được".

Các cụ ngày xưa coi chuyện đặt tên cho con là một điều cần hết sức thận trọng. Nếu các cụ thuộc lớp nho gia, chữ nghĩa đầy mình, thì tên con hết sức huê dạng và đúng kinh sách. Nếu các cụ thuộc giới bình dân thì cứ tên nghe cho thơm tho như tên các loài hoa hoặc đầy dũng khí như tên sông biển, sóng gió. Nhưng có một điều giới nào cũng phải để ý là tên không được trùng với tên những người lớn trong họ hàng. Đặt tên con trùng với tên các bậc trưởng thượng trong họ là bất kính. Tây phương lại khác, có nhiều bậc cha mẹ ngông nghênh, chẳng *care* những người trên trước. Ngay cả tên Jesus họ cũng chẳng nể nang mà gán cho đứa con còn đỏ hỏn chẳng biết mai sau sẽ làm vương làm tướng chi. Có người còn leo cao hơn nữa đặt tên con là…*God*. Chúa ơi, đã với tới trời thì coi như hết cỡ thợ mộc! Anh chàng phạm thượng này là anh The Shammgod, đấu thủ bóng rổ nhà nghề từng chơi cho đội Washington Wizard vào những năm 1997 – 1998.

Thấy dân tình làm quá trong việc đặt tên con cái, nhiều

nước đã phải tuýt còi cấm. Tại Iceland, nhà nước cho phổ biến một bảng gồm 1853 tên con gái và 1712 tên con trai, cứ thế mà đặt. Nếu muốn chơi trội đặt tên con ngoài bảng này thì phải xin phép. Một ủy ban đặc biệt sẽ cứu xét coi có chuẩn thuận hay không. Tại Tân Tây Lan, tên *4Real* phải đi chỗ khác chơi với lý do là tên không được bắt đầu bằng một con số. Tại Nhật, không được dùng tên *Akuma*, nghĩa là "ác quỷ". Cha mẹ thật ác nếu muốn đặt tên này cho con.

Vậy mà vẫn có những bậc cha mẹ cứng đầu cứng cổ. Biết là tên đó bị cấm nhưng vẫn cứ đặt. Ông Bjork Eidsdottir, sống ở Iceland, tức khí lấy tên Blaer, nghĩa là "cơn gió nhẹ", đặt tên cho con gái trong khi tên này, theo bảng quy định của nhà nước, là tên con trai. Ông nhất định không thay đổi nên suốt cả tuổi thơ, trên giấy tờ đi học, tên của cô bé chỉ được ghi là "*girl*". Ông kiện ra tòa và mãi tới khi cô gái được 15 tuổi, tòa án quận Reykjavik mới đồng ý cái tên Blaer có thể đặt cho con gái.

Ở Đức, một phụ huynh gốc Thổ Nhĩ Kỳ đặt tên con là Osama Bin Laden. Dĩ nhiên cái tên này bị từ chối vì Đức không muốn có một tên khủng bố còn bú sữa! Một cặp phụ huynh khác đặt tên con là Berlin cũng bị từ chối. Họ viện lẽ Berlin là nơi họ gặp nhau lần đầu nên muốn ghi dấu kỷ niệm. Họ kiện ra tòa. Luật sư của họ hỏi vặn tòa: tại sao có người đặt tên con là London, cũng tên thành phố, mà được chấp thuận? Tòa không trả lời được nên đành phải đồng ý.

Nhưng ngang bướng nhất có lẽ là một cặp phụ huynh Thụy Điển. Theo luật của nước này, cha mẹ phải đặt tên con trước 5 tuổi. Cặp vợ chồng này nhất định không đặt tên con trong năm năm đầu. Họ bị phạt 5 ngàn *kronor,* khoảng 682 đô Mỹ, và bắt buộc phải đặt tên cho con. Họ tức khí đặt cái tên không giống ai: *Brfxxccxxmnpcccclllmmnprxvclmnckssqlbb11116.* Nếu bạn nào rảnh ngồi đếm sẽ thấy có tới 43 chữ cái, toàn phụ âm và chữ số, không có một nguyên âm nào cả. Vậy thì làm sao mà đọc? Dĩ nhiên cái tên không đọc được này bị từ chối. Cái tên dài không được chấp nhận thì họ đặt tên ngắn. Ngắn cũn cỡn luôn, chỉ một nguyên âm: A. Ở Việt Nam, cái tên Nguyễn Quang A được chấp nhận, nhưng tên A ở Thụy Điển cũng bị chê. Cuối cùng họ chịu khuất phục đặt tên con là Albin Hallin!

Cái tên Donald của ông Trump không có vấn đề chi với luật pháp Scotland nhưng bị xã hội chê. Tòa án dư luận thường mạnh mẽ hơn tòa án luật. Chắc những người đã trót có cái tên Donald cũng buồn. Chỉ có một ông Donald ở Scotland lên tiếng. Nhưng tôi cảm thấy chú vịt Donald của ông Walt Disney cũng buồn. Đã giống cái tên lại còn giống cả chuyện…cạp cạp. Ông Donald Trump được biết tới như là một người chuyên nói đi nói lại. Những gì thoát ra khỏi miệng ông không bảo đảm là đúng. Báo chí chạy tin như vậy người ta gọi là thả tin vịt. Ông Donald Trump *tweet* trên *internet* còn phổ biến quá cha báo chí. Vậy là ông cũng quá cha…vịt. Hiểu theo một cách nào đó ông đã làm thương tổn loài vịt. Chúng nhất định phải lên tiếng! Quạc! Quạc!

*05/2017*

# THẢ

Mừng vui đi các chị em, từ nay trên khắp thế giới, phụ nữ đều được thả cho lái xe tự do. Bà bạn tôi nghếch mặt… phản biện: "Ông khùng hay sao vậy? Từ hồi nào tới giờ tôi vẫn lái xe. Tự nhiên la lên làm như chuyện chi mới lắm!". Bà bạn tôi đang sống tại Canada, chuyện các bà lái xe là chuyện tự nhiên. Cứ như các bà sinh ra là ngồi sau tay lái liền. Nhìn ra khắp các nước, các bà cũng lái xe như điên. Nhưng nếu bà sinh ra tại Ả Rập Saudi thì khác ạ! Đừng hòng ngồi sau vô-lăng. Và nước này là nước duy nhất trên thế giới còn cấm các bà lái xe. Nay vua nước này vừa ra lệnh thả cho các bà lái. Vậy là tất cả các bà trên thế giới từ nay không kỵ tay lái nữa. Phụ nữ khắp năm châu bốn biển được thả sức lái xe hoàn toàn như vậy, vui chứ!

Người thả tay lái cho phụ nữ tại đất nước duy nhất còn sót lại trên trái đất treo tay phụ nữ không cho đụng vào chiếc vô-lăng là nhà vua trẻ tuổi Salman bin Abdul Aziz al-Saut.

Thực ra Ả Rập Saudi không có luật cấm phụ nữ lái xe nhưng chính quyền không cấp bằng lái xe cho phụ nữ. Vậy là huề! Không có bằng lái thì làm sao mà lái. Phụ nữ của nước này bị chơi ăn gian như vậy. Bây giờ muốn cho các bà vi vút bẻ tay lái, người ta chỉ việc cấp bằng lái cho các bà là xong. Nhưng các bà khoan tậu xế vội vì tới tháng 6 năm 2018, lệnh thả lỏng tay lái cho các bà mới được thi hành. Bộ Ngoại Giao Mỹ, chẳng biết có dây mơ rễ má gì với các bà ở Ả Rập Saudi không mà vui mừng vui đón nhận tin này bằng tuyên bố: đây là "một bước tiến dài đúng hướng". Đại Sứ Ả Rập Saudi ở Mỹ, Hoàng Tử Khaled bin Salman, tung hô đây là "một ngày lịch sử của vương quốc chúng ta".

Mấy ông đạo bảo thủ rất mực ở quốc gia Hồi giáo này kịch liệt phản đối. Họ cảnh báo là thả cho đàn bà lái xe là trái ngược với đạo lý cổ truyền, các bà sẽ hư hỏng, gia đình sẽ tan nát. Dọa như vậy có lẽ quá mơ hồ nên các ông râu dài này còn dọa là đàn bà lái xe sẽ bị hư buồng trứng! Thấy bà! Đàn bà Hồi giáo mà không đẻ đái chi thì đúng là đồ vô dụng.

Nhà văn Đỗ Kh., một người rất có thẩm quyền về chuyện các xứ Hồi giáo vì ông là rể của xứ này, cũng đã la lối trên *Facebook*: "Chết mẹ chưa, đi vô nhà hết, đừng ra đường ở Ả Rập Saudi nữa, đàn bà được quyền lái xe!". Tôi ngưỡng mộ văn của ông, lối văn chẳng biết lúc nào thật lúc nào giỡn, nhưng chưa bao giờ được gặp ông, chỉ kết bạn với ông trên *Facebook*, nên không có dịp gần cận để hỏi ông tại sao lại… chết mẹ!

Đành rằng quốc vương trẻ tuổi Salman bin Abdul Aziz al-Saut ra tay thả lỏng tay lái cho phụ nữ nhưng chẳng phải chuyện này là chuyện bất chiến tự nhiên thành của các nường nơi xứ sở khắt khe này. Họ cũng đã tranh đấu đến nẫu người ra mới có ngày hôm nay. Trong vòng 25 năm qua, các nhà hoạt động cho nữ quyền đã tổ chức nhiều cuộc biểu tình trên đường phố, viết hàng đống kiến nghị đến quốc vương hoặc đối đầu hơn là phá luật lệ, ngồi sau tay lái xe chụp hình *post* trên các mạng xã hội.

Tháng 6 năm 2011, bốn chục bậc nữ lưu đã lái xe diễu hành qua nhiều thành phố để biểu dương ủng hộ cô Manal Sharif. Cô Manal này đã *post* một *video* quay cảnh cô vi vút lái xe lên mạng xã hội và bị nhốt 24 tiếng.

Tháng 10 năm 2013, ngay sau khi các giáo sĩ tung tin đàn bà lái xe sẽ bị hư buồng trứng, sáu chục bà đã lái xe tập thể để phản đối. Không thấy nói tới buồng trứng của các bà có hề hấn gì không.

Năm 2013, cô Mai Alswayan đã khơi khơi lái xe tới một tiệm tạp hóa gần nhà. Đoạn đường tuy ngắn nhưng hành động của cô là một thách thức lớn. Cô không phải là một phụ nữ tầm thường chỉ biết sanh đẻ mà là một nhà kinh tế mới 32 tuổi, đã sống ở Mỹ bảy năm, có bằng lái xe ở Mỹ. Vậy mà cô cũng …teo: "Tôi lái xe đến của hàng tạp hóa gần nhà. Tất nhiên tôi cũng lo ngại khi đỗ xe trước tiệm. Nhưng tôi không rõ là tôi sợ hãi hay tức giận nữa". Chồng và con của cô ở nhà cũng đánh lô tô trong bụng nhưng may không có chuyện chi xảy ra. Người đi đường chỉ hơi bất ngờ khi nhìn thấy cô lái xe.

Phụ nữ Ả Rập Saudi bị o ép thành một thứ tầm ăn gửi. Họ phải phụ thuộc vào đàn ông. Không biết họ có đọc sách của Khổng Tử không mà bắt phụ nữ răm rắp "xuất giá tòng phu, phu tử tòng tử". Phụ nữ Á đông của Khổng Tử tuy vậy mà còn ngon hơn phụ nữ các nước Hồi giáo. Họ phải trùm kín người khi ra đường đã đành, lại còn phải có đàn ông đi cùng. Chỉ mới năm 2017 này, họ mới được phép vào vận động trường chính ở thủ đô Riyadh để dự lễ quốc khánh. Vận động trường là chỗ của đàn ông, đàn bà không được lai vãng tới. Cũng chỉ mới cuối năm 2015 phụ nữ mới được quyền bỏ phiếu và ứng cử.

Họ …tòng đàn ông một cách triệt để. Lúc nào cũng phải có đàn ông bên cạnh khi đi ra ngoài. Đàn ông nói đây là đàn ông trong gia đình chứ không phải đàn ông lạ. Cặp kè với đàn ông lạ là chuyện không thể tưởng tượng được! Phần lớn các ông khoái chí với quyền năng của mình trên loại sinh vật gọi là đàn bà. Nhưng cũng có những ông…hiện đại hơn. Như nam kỹ sư Zaki Safar, người tích cực ủng hộ phong trào thả lỏng cho phụ nữ. Chàng kỹ sư 29 tuổi này bày tỏ: "Tôi bị chỉ trích rất nhiều trên trang cá nhân, họ nói tôi là vô đạo đức, không phải là đàn ông thực sự. Thật không thể tin được! Tôi cũng có chị em gái và có tiếp xúc với những phụ nữ xung quanh, tôi thấy họ rất khổ sở khi phải phụ thuộc vào đàn ông. Tôi đã đính hôn và sắp cưới, nhưng tôi đi làm ở mỏ dầu xa nhà, không biết vợ tôi sẽ sống thế nào khi tôi không ở cạnh cô ấy. Phụ nữ bị đuổi việc vì dám lái xe. Đây là một sự xúc phạm đối với phụ nữ, vì họ còn không được tôn trọng bằng một chàng trai 16 tuổi, chỉ vì xã hội chúng ta coi trọng đàn ông".

Tại sao các xã hội theo đạo Hồi lại ép các bà tùy thuộc

các ông như vậy? Đó là chuyện của kinh Koran, thánh kinh của Hồi giáo. Cuốn thánh kinh này là sách thiêng liêng ghi chép các lời của Thiên Chúa Allah nên không...tu chính chi được hết! Từ cuốn thánh kinh này, người ta đặt ra luật *Sharia* quy định mọi cư xử trong thế giới Hồi giáo. Vì xuất phát từ thánh kinh nên luật này cũng bất khả xâm phạm. Phụ nữ Hồi vì vậy cứ chịu ép một bề. Allah không chừa một cửa nào cho phụ nữ. Kinh Koran, đoạn 33:53 ghi: "*Phụ nữ phải mặc che kín hoàn toàn, không được để lộ một phần nào của thân thể trước mặt bất cứ một người đàn ông nào, bao gồm cả mặt và tay*". Kinh Koran, đoạn 4:34: "*Đàn ông có quyền đối với đàn bà vì Chúa đã sinh ra đàn ông cao quí hơn đàn bà và vì đàn ông phải bỏ tài sản của mình ra để nuôi họ. Đàn bà tốt phải biết vâng lời đàn ông vì đàn ông săn sóc cả phần tinh thần của người đàn bà. Đối với những phụ nữ không biết vâng lời, đàn ông có quyền ruồng bỏ, không cho nằm chung giường và có quyền đánh đập*". Cuốn thánh kinh này còn quy định rất chi tiết những điều thiệt thòi mà phụ nữ phải chịu. Tỷ như khi chia gia tài thì con gái chỉ được hưởng bằng nửa phần của con trai, khi ra tòa thì lời chứng của đàn bà chỉ có giá trị bằng nửa phần lời chứng của đàn ông, khi phụ nữ bị giết thì thân nhân chỉ được nửa số tiền bồi thường. Đàn ông có quyền lấy nhiều vợ nhưng đàn bà chỉ được lấy một chồng, vậy nên đàn ông không có tội ngoại tình. Ngược lại, đàn bà ngoại tình sẽ bị đem ra ném đá nơi công cộng cho tới chết.

Đàn bà trong thế giới Hồi giáo bị gả chồng trong khoảng từ 12 đến 15 tuổi và hai người đàn ông có quyền trao đổi con gái cho nhau, người này làm cha vợ của người kia! Đó chính là trường hợp của Muhammad. Năm 624, Muhammad, 54 tuổi, lấy cô Hafsah, 18 tuổi, là con của Umar làm vợ bé. Vợ chánh của Muhammad là con gái của Abu Bakr. Cả hai cha vợ của Muhammed là Umar và Abu Bakr đều xin cưới con gái của Muhammad là Fatima. Muhammad không chịu vì ông quá yêu thương Ali là em họ, con của chú ruột, nên gả Fatima cho Ali. Sau này Ali và Fatima trở nên "thánh tổ" của giáo phái *Shi-a*. Tới ngày nay hai giáo phái *Shi-a* và *Sunni* đối đầu tiêu diệt nhau như điên!

Nói chuyện về các ông rậm râu chuyên ăn hiếp các bà thì lan man lắm. Quay về chuyện các ông phải buông tay là chuyện các bà Hồi giáo lái xe. Tại sao các ông buông tay? Tôi đoán là vì trong kinh Koran không nói chi tới xe hơi nên các ông mới chịu nhượng bộ. Nếu thánh tổ Muhammad sanh ra vào thời có xe hơi rồi thì muôn năm các bà không được rờ tới cái vô-lăng xem nó méo tròn ra sao. Chẳng nói tới xe hơi, thứ có bốn bánh cộng thêm một bánh sơ-cua là năm, thứ xe có hai bánh như xe đạp, các ông cũng không cho các bà rớ tới cái ghi-đông!

Iraq được coi là một nước Hồi giáo tiến bộ nhất. Vậy mà các thiếu nữ khi tới tuổi *teen* cũng bị cấm không cho đi xe đạp. Lý do không phải là hư buồng trứng như lái xe hơi mà là mất màng trinh! Vậy nên muốn chống đối chuyện cấm kỵ này, các cô cũng phải vất vả đấu tranh. Ngày thứ hai 5/12/2016, Marina Jaber, 25 tuổi, đã dẫn đầu một nhóm thiếu nữ cưỡi xe đạp diễu hành ngay tại trung tâm thủ đô Baghdad. Hình ảnh được tung lên *internet*. Cả thế giới Hồi giáo lên cơn sốt. Vì sao cô Marina này lại lớn mật như vậy? Giáng

Sinh năm 2015, cô cùng chồng du lịch sang Luân Đôn. Tại đây cô gặp Boris Johnson, người khởi xướng ra chuyện cho thuê xe đạp trên toàn thành phố. Qua chuyện trò, cô thấy thích cưỡi xe đạp lại, thứ mà hồi nhỏ cô đã từng đạp. Nghĩ là làm, cô rủ một nhóm bạn bè cưỡi xe đạp gây náo loạn thủ đô Baghdad. Được hỏi, cô hiên ngang trả lời: "Tham vọng của tôi là không chỉ cưỡi một chiếc xe đạp. Đi xe đạp là một biểu tượng để phá vỡ hiện trạng của xã hội Iraq. Trước đó, tôi đã từng đổ lỗi cho xã hội về nhiều điều mà tôi bị cấm cản bởi tôi là phụ nữ, nhưng sau đó tôi phát hiện ra mình chính là xã hội!". Vậy là cô vứt bỏ mọi mặc cảm, cùng các bạn chọc quê những điều cấm kỵ vô lý. Hành động cách mạng của cô dĩ nhiên gặp nhiều chống đối. Thường các ông nhìn lũ con gái nổi loạn với con mắt hình viên đạn. Có ông tháo bánh trước để cô khỏi đạp. Có ông cố gắng kéo bánh xe lại. Có ông đẩy cô xuống. Cô cho biết phản ứng của cô lúc đó: "Tôi giữ im lặng và xuống xe, suy nghĩ về việc mình đang làm. Có lúc tôi hơi nghi ngờ hành động của mình nhưng sau đó tôi vẫn tiếp tục. Làm sao tôi có thể khuyến khích người khác chống lại hủ tục xã hội để bảo vệ quyền của mình nếu ngay cả tôi cũng không dám đi xe đạp. Giải pháp là sự lặp đi lặp lại cho tới khi điều đó trở thành bình thường. Tôi đã sử dụng xe đạp như thói quen hàng ngày. Bây giờ tôi không quan tâm đến ánh mắt của mọi người!".

Cuộc cách mạng xe đạp của cô Marina coi bộ suông sẻ. Hàng ngày cô cưỡi xe đạp cho người ta quen mắt và sẽ chấp nhận. Một bà tên Um Rukya Al-Mayahi đồng hành với cô: "Tôi đã sẵn sàng phá vỡ truyền thống này!". Bà Muna Al-

Shatawi tiến tới: "Điều tốt nhất trong cuộc sống là cứ để người ta làm những gì mà họ cho là đúng. Và không thèm quan tâm tới những gì người khác nói". Nhưng quý hóa hơn cả là các ông cũng khoái các bà làm cách mạng. Anh Faleh Abu Liqa gật đầu: "Rất đẹp! Tại sao không?".

Sáng kiến phá vỡ những lề thói cũ của cô Marina Jaber xảy ra khi các lực lượng vũ trang Iraq đang chiến đấu với nhóm ISIS để dành quyền kiểm soát thành phố Mosul ở miền Bắc Iraq. Tại thủ đô Baghdad đã xảy ra nhiều vụ đánh bom giết người hàng loạt. Thời chiến, người ta có thể viện nhiều lý do để dẹp những chuyện "nổi loạn" của dân chúng. Một bữa, cô Marina đạp xe và gặp một trạm kiểm soát của quân đội. Cô kể lại: "Khi tôi tới một trạm kiểm soát có giăng dây kẽm gai chắn ngang đường. Tôi rất lo lắng và dự tính sẽ tìm một đường khác để đi. Nhưng điều ngạc nhiên là khi người lính đó thấy tôi, họ kéo dây kẽm gai để tôi đạp ngang qua!". Chuyện này chứng tỏ có nhiều người ngấm ngầm ủng hộ phụ nữ cưỡi xe đạp. Thậm chí một ông phụ trách an ninh ở Baghdad còn tìm tới bày tỏ sự ủng hộ việc làm của cô.

Trở lại chuyện xe nhiều bánh hơn xe đạp. Chuyện chấp thuận cho phụ nữ lái xe cũng đã giải tỏa được nhiều công việc cho các ông. Theo giải thích của Hoàng Thân Đại sứ Ả Rập Saudi tại Hoa Thịnh Đốn thì các bà có quyền xin thi bằng lái xe mà không cần có giấy cho phép của cha, chồng hay con trai, nếu góa chồng. Khi có bằng lái, các bà có thể lái xe ra phố một mình không cần cha, chồng hoặc con trai ngồi bên cạnh để giám hộ.

Mấy ông làm cha, làm chồng hoặc làm con trai được

thả, không phải kè kè bên các bà các cô. Không biết các ông này nghĩ sao. Thở phào vì được rảnh rỗi hay cau có vì mất cái oai phong của người đàn ông. Dù sao các ông cũng bớt được chuyện áp tải. Nhưng có một số các ông khác sẽ chịu thiệt thòi. Mà mấy ông này lại không phải dân Hồi giáo. Họ là những tài xế được mướn để đưa đón các phụ nữ đi học, đi làm hoặc đi chợ, làm đầu làm tóc. Với quyết định thả cho các bà được lái xe, các đấng tài xế này bỗng nhiên thất nghiệp. Người ta ước tính có tới 800 ngàn ông làm công việc tài xế cho các bà này. Phần lớn các ông tới từ những quốc gia thuộc vùng Nam Á!

Con số 800 ngàn ông không phải nhỏ. Đây là một vụ thất nghiệp tập thể. Tôi buồn cho các ông. Mong rằng các bà vợ của các ông này có nuôi gà cho các ông đuổi!

*10/2017*

# UNG

Tôi vừa đi viếng ông bạn đồng môn Chu văn An về. Ông nằm thanh thản, buông bỏ. Chẳng gì ông cũng đã đạt tới mức "cổ lai hi". Nếu xếp hàng theo tuổi của các đồng môn tới vái ông, ông không thể ở hàng đầu được. Chỗ của ông còn rất xa phía dưới. Vậy mà ông lẻn ra đi, làm lơ với tôn ti trật tự. Cớ sao ông ra đi? Khỏi phải hỏi.

Khoảng đầu thế kỷ này, trong một lần lái xe về nhà lúc tan sở, tôi đọc được trên một tấm bảng dựng trên một *exit* xa lộ, báo động là chỉ trong một thập niên, cứ bốn người dân của tỉnh bang Québec thì sẽ có một người vướng vào anh ung thư. Chắc có rất nhiều người coi thấy tấm bảng đó. Không biết họ nghĩ sao. Riêng tôi coi như chuyện của thiên hạ. Dọa nhau vừa phải thôi chứ! Làm chi có căn bệnh lan truyền rộng rãi như vậy. Tôi đúng là anh điếc không sợ súng. Thời gian phỏng đoán trên tấm bảng cảnh báo tới. Đúng như vậy. Lại có phần hơn nữa. Anh chàng ung hoành hành như chốn không người. Nhìn quanh thấy nạn nhân của anh chàng bạn thân với tử thần này đông đảo bất ngờ. Chuyện xảy ra ngay trong gia đình tôi. Ông anh vợ một bữa thấy một cục u ở cổ. Cục u nhỏ xíu có chi mà phải thắc mắc. Nhưng thời gian bắt phải thắc mắc. Đi khám, thử, y chang chính là anh chàng láo lếu này hỏi thăm. Ung thư hệ miễn nhiễm *non-Hodgkin's lymphoma!* Tiêu! Vài năm sau, gia đình tôi có một cái tang của ông anh chưa tới tuổi "xưa nay hiếm". Một ông bạn vui tính được mọi người yêu quý, Tô Thế L., cũng cùng chung một thứ ung như ông anh vợ tôi. Vốn là người sống rất đầy với bạn bè, ông chia sẻ với tôi về tình hình bệnh tật của ông. Có thể là tôi ưu tư nhưng ông vẫn nhởn nhơ. Trong một lần điện thoại từ Cali, nơi ông ngụ cư, ông giỡn với tôi: "Trình mày, tao bây giờ như người bị bệnh AID vậy! Hở ra một chút là cơ thể lên tiếng liền". Bệnh ung thư hệ miễn dịch khiến bệnh nhân dễ nhiễm các bệnh khác hơn thường lệ. Bạn tôi ví mình như bị nhốt trong lồng kính. Xa cách cuộc sống.

Mới đây, tôi đọc được trên báo *The Gazette* ngày 20/6/2017 một cảnh báo khác. Lần này cho toàn dân Canada. Cảnh báo được *Canadian Cancer Society* đưa ra: cứ hai người dân Canada thì có một người bị ung thư và cứ bốn người dân thì có một người chết vì căn bệnh này. Cảnh báo cho biết là ước tính trong năm 2017 này sẽ có 206.200 người dân bị vướng một loại ung thư. Trong số này sẽ có 80.800 người ra đi không hẹn ngày về. Nhà dịch tễ học Leah Smith của Hội phát biểu: "Hiện nay, chúng ta thấy con số người mắc chứng ung thư tăng dần mỗi năm. Đó là thực trạng phản ảnh việc số người già gia tăng. Khoảng 90% người mắc ung thư là những người từ 50 tuổi trở lên. Trong đó khoảng 45% là những người trên 70 tuổi. Càng có nhiều người già thì số người bị ung thư càng tăng".

Như vậy anh ung là một tên hèn chuyên đánh đấm vào những ông bà già quắt queo. Tuổi già là tuổi nằm trong vùng oanh kích tự do của bệnh tật, bất cứ thứ bệnh gì, huống chi là thứ ung đang hoành hành như chốn không người. Bạn bè tôi, giờ ông nào cũng đã yên vị qua tuổi xưa nay hiếm rồi. Họ toàn là những bậc trưởng thượng oai nghi, vậy mà tên ung không biết kính lão đắc thọ chi cả. Nhìn quanh, anh ung chơi hơi lố. Anh bạn đồng môn vừa nằm nghỉ trong quan tài ngày hôm qua là một trong những ông bạn của tôi bị trúng đòn độc. Một ông bạn trúng đòn sớm sủa hơn là ông Lê Đình Điểu. Tôi quen ông từ những ngày Văn Khoa. Ngày đó tôi đang dạy học thêm dưới Vũng Tàu, có lần ông đã xuống ở chơi vài ngày, đàn địch, hát hỏng rất văn nghệ. Lúc đó tôi không biết ông làm thơ rất tới nhưng chuyên 'giấu" thơ. Ngày nhỏ, ông giấu thơ trên nóc nhà vì sợ mẹ buồn ông con thơ thẩn. Bệnh "giấu" theo ông suốt cuộc đời. Hồi làm báo xuân Chu Văn An, ông có một bài thơ rất độc đáo ký bút hiệu Y Dịch. Thơ tình mà câu nào cũng có một từ của toán học.

*Đời tổng hợp bởi muôn nghìn mặt phẳng*
*Mà tình ta là quỹ tích không gian.*
*Kiếp nhân sinh những hàm số tuần hoàn*
*Quanh quẩn chỉ trong một vòng lượng giác.*
*Anh không muốn cuộc đời toàn sin cos*
*Sống khép tròn công thức cộng nhân cung*
*Cạnh góc đời ôi phức tạp vô cùng*

*Mà hạnh phúc chính là đường biểu diễn*
*Sống yên bình chờ dòng đời tịnh tiến*
*Đâu phải là nghiệm số của lòng trai*
*Anh muốn lên tận cực của thiên tài*
*Để đo lấy bán kính trần gian vũ trụ...*

Bài thơ xuất hiện trên một số báo xuân Chu văn An làm ngây ngất tuổi học trò, nhất là những cô nàng học ban Toán. Trong số các cô nàng Trưng Vương chép bài thơ "Tình Toán Học" này có Thụy Khuê, người sau này đã trở thành một nhà phê bình văn học rất tới. Sau nhiều chục năm, Lê Đình Điểu đã lên voi tới chức vụ Tổng Giám Đốc, đã xuống chó tới nhiều năm trong trại gọi là cải tạo, đã trở thành một nhà báo nổi tiếng với tờ Người Việt và Thế Kỷ 21, anh vẫn còn "giấu" thơ. Thụy Khuê kể lại khi gặp Điểu ở Hoa Thịnh Đốn khi bà từ Paris sang, lúc bà "mới chỉ là tên lính mới tò te" trên văn đàn. Bà kể lại bà đã đọc đoạn thơ trên và hỏi Điểu: *" Còn mấy câu sau cùng, tôi quên rồi, ông nhớ không? Tôi hỏi. Anh bối rối. Mặt đỏ bừng, một dòng sáng long lanh chảy trong mắt. Không lắc. Không gật. Tôi bực, hơi gắt: "Thơ mình mà cũng quên?". Bấy giờ anh mới lừng khừng: "Thế à? Chịu." Không phủ nhận. Không xác nhận. Tôi đâm ngờ vực ký ức: Hay mình nhớ nhầm? Hay không phải thơ hắn? Có đâu mà lầm. Rõ ràng "tác phẩm bất hủ" của Lê Đình Điểu hồi đó mà những đứa học ban B đều thuộc lòng: Mỗi câu có ít nhất một từ toán, đặt đúng chỗ, đúng nghĩa, rất đắc địa. Bài thơ đăng trên báo xuân Chu Văn An, tờ báo bán chạy nhất trong các tờ xuân học trò. "Kiệt tác" của Lê Đình Điểu được nhiều đứa chép lại trong sổ tay như kinh thi, như sở từ. Và "kiệt tác" đã theo du học đi xa. Từ hơn 30 năm nay, mình vẫn nhớ thơ hắn. Phải là thơ hắn, "ngôi sao văn đàn" thời đó. Nay gặp đích mặt, phải hỏi hắn mấy câu cuối, để chép vào ký ức dở dang. Gặp. Hắn chối. Như chưa bao giờ làm thơ".*

Giấu thơ nhưng bạn tôi không giấu bệnh. Khi bị tên ung thăm hỏi, các bạn bè, trong đó có tôi, được Điều thông báo bệnh tình bằng thư gửi bưu điện. Hình như Điều không nao núng, vẫn viết với cái giọng rất...phiếm, coi anh chàng ung là đồ bỏ. Khi biết kết quả là *positive,* tức đã dính ung thư, Điều vẫn tỉnh bơ nghe nhạc cổ điển, viết thư, ngắm cảnh qua cửa sổ. Sự tỉnh bơ của anh khiến các cô y tá ngạc nhiên, hỏi chị Dung, vợ Điều: "Ông ấy không biết ông ấy bị bệnh *cancer* à?". Chị trả lời: Điều biết chứ. Trong thư ngày 15 tháng 5 năm 1998 gửi bạn bè, Điều viết: *"Sau khi mổ, bác sĩ không cấm, nhưng tôi không muốn gặp bạn bè trong hoàn cảnh ở lỗ mũi tôi có cái ống như cái vòi voi (để hút nước từ bao tử ra), nói năng rất khó khăn, ấy là chưa kể nếu vô ý ngồi không đúng thế, nói năng mạnh là bị đầu vòi phía trong đâm vào thành bao tử, đau chết luôn! Hôm 11/5 bác sĩ đã cho rút cái vòi voi ra, cũng có nghĩa là cuộc giải phẫu đã thành công: khúc ruột bị* cancer *không cắt đi được vì cái* tumor *quá lớn, đụng tới đại tĩnh mạch, phải để anh ấy ở yên chỗ cũ, cắt một khúc ruột khác nối lên bao tử, mở một con đường mới cho hệ thống tiêu hóa. Giai đoạn tới sẽ dùng* radiation *và* chemotherapy *trị khúc* cancer. *"Đường xa nghĩ nỗi sau này mà kinh!". Nhưng chuyện khó còn làm được huống chi chuyện khó hơn(!) phải không các bạn...Năm nay tôi 60 tuổi (ta) rồi, vừa tròn một hoa giáp, cũng đủ cho một đời người. Nếu phải "ra đi" thì cứ thản nhiên lên đường thôi. Còn nhiều việc muốn làm mà chưa làm được hay chưa làm xong thì cũng đành chứ sao?".*

Điểu đã "lên đường" ngày 24/5/1999, một năm sau khi viết bức thư gửi bạn bè. Anh ở trên trần thế này được 60 năm, tuổi tây! Bạn bè tôi đã ra đi như thế. Nghiêu Đề, người đã vẽ bức tranh in trên bìa tập truyện ngắn đầu tay của tôi, sanh cùng năm 1939 như Điểu nhưng đã bị anh ung kéo đi trước Điểu một năm, trụ trên cõi đời được 60 tuổi, tuổi ta! Rồi những Nguyễn Mộng Giác, Nguyễn Xuân Hoàng, Dương Kiền và mới đây nhất, Đinh Cường, ông bạn họa sĩ sống rất đầy đặn với bạn bè, đều bị anh ung dẫn giải ra khỏi cõi đời này.

Anh ung làm quá, y khoa tân tiến ngày nay đâu có chịu khoanh tay đứng nhìn. Bà Leah Smith của Hội Ung Thư Canada đã nhấn mạnh là, với những phương tiện điều trị ung thư hiện nay, có tới 60% số người bị ung thư có thể sống thêm được từ 5 năm trở lên. Hai ông bạn tôi đã đi quá cái định mệnh 5 năm này. Nhà thơ Du Tử Lê với bệnh ung thư ruột già và nhạc sĩ Từ Công Phụng với bệnh ung thư gan.

Ông Du Tử Lê không giấu bệnh. Nhà thơ đã năn nỉ "khi tôi chết hãy đưa tôi ra biển" từ nhiều năm trước hình như đã...quen chết nên rất lơ đãng với căn bệnh kề cận. Ông chấp nhận một cách can đảm. Và sống với bệnh, vẫn làm thơ, viết báo, làm truyền hình, phát thanh, vui sống với gia đình và bè bạn. Ông làm quê anh chàng ung với cái ung dung tự tại của ông. Trong một lần trả lời phỏng vấn của cô Thúy

Anh, ông đã nói : "Tôi may mắn được qua cơn bệnh hiểm nghèo là bệnh ung thư ruột. Theo nguyên tắc, các bác sĩ nói, khi qua được năm năm thì coi như bệnh nhân không còn bị đe dọa bởi cơn bệnh nữa. Tuy nhiên chưa kịp vui trọn thì các bác sĩ lại khám phá trong phổi tôi có một cái bướu...Nhỏ thôi. Sau nhiều lần *CT Scan* vẫn không thấy cái bướu tăng trưởng nên bác sĩ Lê Trần Hoàng, người theo dõi tình trạng phổi của tôi, cho hay, ông hy vọng không phải là một di căn của *cancer*. Kết luận tạm thời của bác sĩ Hoàng là một kết luận tốt. Vì tôi cũng mong là được như vậy. Tuy nhiên nếu có là *cancer* thì mình cũng vui thôi!".

Ông Từ Công Phụng tưởng đã đi đứt khi hai lần chạm mặt tên ác ôn ung thư. Lần đầu là ung thư túi mật. Lần sau, nặng hơn: ung thư gan đã tới thời kỳ cuối. Bác sĩ cho cái hạn ba tháng. Nhưng Phụng đã ứng chiến với căn bệnh nan y. *Chemo* vẫn cứ *chemo* nhưng anh đã dùng không thiếu thứ chi để mong đánh bại tên ác ôn chuyên đánh lén. Fucoidan, linh chi, hồng sâm là những thứ cao cấp, lá đu đủ, cọng sả, măng tây là thứ hạ cấp, Phụng đổ vào người hết. Ăn thì kiêng cữ hết mức. Thịt đỏ là thức ăn của tên ung chứ không phải thức ăn của người bệnh, Phụng tránh xa. Thịt gà thì được. Phở gà là thứ Phụng ưa thích. Mà phải là phở gà của vợ. Phở gà của chị Kim Ái là thứ phở tinh khiết, không mỡ màng, được nấu nướng cẩn thận. Bệnh Phụng cứ lên xuống như những nốt nhạc khi trầm khi bổng. Có lần tôi phôn qua Phụng mệt không nói được. Có lần hên, gặp ngày Phụng khỏe, anh tán chuyện liên chi hồ điệp. Hỏi thăm về bệnh, Phụng coi nhẹ: "Mình đánh nó, nó thua thì nó chạy, mình thua thì mình lui.

Lui tới chân tường là cùng!". Những tô phở gà *home made* là thước đo sức khỏe của Phụng. Khi Phụng làm một lúc hết bay hai tô phở gà (tô phở nhà nên chẳng biết kích cỡ ra sao!) là lúc quân ta ca khúc *cờ bay, cờ bay!*

Cuối tháng 5/2017 vừa qua, tôi qua Portland thăm Phụng. Chàng đi tắm biển Cancun mới về được một ngày thì tôi vác xác qua. Trông chàng đen một cục, chắc chỉ trắng hơn anh bạn chung của chúng tôi là Trường Kỳ một tý. Chàng đi đứng hiên ngang, cười nói vung vít. Có lẽ tên ung quê độ nên đã chạy có cờ. Gan Phụng đã sạch bóng quân thù. Chúng tôi đi ăn tại một nhà hàng Việt Nam. Tôi vốn khoái món bún măng vịt nên kêu ngay chẳng cần suy nghĩ. Phụng tận tình đãi bạn, cũng chơi luôn bún măng vịt. Và chàng cũng quất gọn bâng tô bún có kích cỡ đàng hoàng: tô lớn! Phụng đã trở lại với cuộc sống. Chàng còn dọa sẽ ra một tập nhạc trong nay mai!

Anh ung đã lui tại nhiều mặt trận do anh bày ra nhưng tại mặt trận *cancer* tụy tạng anh vẫn tung hoành như chốn không người. Vẫn theo bà Leah Smith thì chỉ có 8% bệnh nhân ung thư tụy tạng sống sót được trên năm năm. So với tỷ lệ 60% của các bệnh *cancer* khác thì đây là một tỷ lệ khá thất vọng. Người ta ước tính trong năm 2017 này, có khoảng 5500 dân Canada sẽ bị anh ung thư tụy tạng nắm cổ và 4800 bệnh nhân sẽ tử vong! Bà Smith thú nhận: "Thật không may chúng ta có rất ít tiến bộ trong việc chữa trị *cancer* tụy tạng, không phải chỉ riêng ở Canada mà chung cho toàn thế giới". Bác sĩ Jolie Ringash, chuyên về ung thư tại *Princess Margaret Cancer Centre* ở thành phố Toronto, Canada, cho biết: rất khó phát hiện ra ung thư tụy tạng vì bệnh này không có triệu chứng. Khi biết thì đã muộn. Bà nhìn nhận: "Đây là một lãnh vực mà chúng tôi không thấy có những đột phá trong 50 năm qua. Vậy nên bệnh nhân nào được khám phá ra bệnh sớm là một may mắn, thường là do làm những thử nghiệm vì những chứng bệnh khác mà tình cờ thấy ra bệnh này. Khi bệnh bắt đầu chỉ là một khối u nhỏ có thể giải phẫu cắt đi được".

Một người gặp may mắn này là anh bạn nhà thơ Đoàn Minh Đạo của tôi. Anh bị tai nạn xe hơi, nhẹ thôi, nhưng người ta vẫn đè anh ra làm *scan* khắp người. Nhờ vậy mà khám phá ra cục u nho nhỏ nơi tụy tạng. Giải phẫu cắt đi là xong. Anh an toàn trên xa lộ cho tới ngày nay, dễ chừng đã chục năm.

Các bạn tôi, chẳng may dính vào anh ung, có người đã bị khuất phục nhưng cũng có người may mắn tới nay vẫn trụ lại với đời. Dù sao bị anh chàng ác ôn này thăm hỏi cũng mệt ná thở. Nhưng nghĩ tới chuyện cứ hai anh đi với nhau là có một anh *cancer* (50%) là hãi. Nhưng cứ hai anh dính ung thư đi song song với nhau mà có hơn một anh sống sót (60%) lại thấy hy vọng. Hy vọng một ngày kia, nền y khoa tân tiến của chúng ta sẽ cho anh chàng du thử du thực này thất bại thê thảm. Như những thứ kiết ly, lao phổi, cùi hủi và đồng bọn đã bị nền y khoa tân tiến đuổi chạy có cờ trước đây.

*07/2017*

# XẢ

Nói theo nhà thiền thì xả là buông bỏ mọi thúc phọc, phiền não để cho tâm thanh thản. Tôi không dám với cao, chỉ nói theo…đời. Xả là buông bỏ những gì mà thân thể ta không cần. Chuyện này dễ, chúng ta làm hàng ngày. Khi ở nhà cũng như khi di chuyển. Nếu leo lên máy bay, bay trên những tầng mây, chúng ta vẫn có thể xả.

Chuyện xả trên máy bay là chuyện ai cũng ngại ngùng. Nhất là sau những bữa ăn. Hàng người xếp hàng dài trước cánh cửa nhỏ, chờ tới lượt được bước vào khu giải tỏa. Hàng ghế ngồi trên máy bay thường có ba ghế. Ghế trong cùng ngồi sát cửa sổ, ngó ra nhìn mây trôi là một điều thú vị, nhưng phải nỉ non với hai người ngồi phía ngoài, trước khi vào hàng chờ được xả, là một điều phiền toái. Thường khi đi máy bay tôi hay chọn ngồi phía ngoài, sát lối đi. Vừa dễ đứng lên khi thiên nhiên réo gọi lại vừa có cơ hội ban phước cho hai người ngồi bên trong. Phòng "rửa tay" trên máy bay là nơi được hành khách dập dìu lui tới hầu như suốt chuyến bay. Tiếng Anh không dùng chữ *washroom* hay *toilet* cho căn phòng này như ở dưới đất. Họ dùng chữ *lavatory*. Khi căn phòng số một được nhấc lên trời, nó cũng được thay tên đổi họ.

Theo tiêu chuẩn Bắc Mỹ thì cứ mỗi năm chục hành khách là có một nhà "rửa tay". Đó là cho hạng hành khách lục tục thường tình, ngồi ghế hạng tiết kiệm *economy.* Hành khách hạng sang thì khác. Trung bình cứ 12 hành khách thì có một *lavatory*. Phòng xả của hành khách chịu bỏ nhiều tiền cũng lớn hơn. Nhưng không phải vì vậy mà hành khách loại xịn có nhu cầu nhiều hơn hành khách hạng cá kèo. Ruột già ai cũng như nhau!

Nếu cái phòng xả này bỗng nhiên tắc tị thì sao? Chuyện mới xảy ra. Trên chuyến bay của hãng hàng không Air Canada từ Athens về Toronto vào ngày 3 tháng 7 vừa qua, đèn báo động báo cho biết tất cả các phòng vệ sinh đều nghẹt cứng, không sử dụng được nữa. Tất cả các cửa phòng tự động bị khóa chặt. Chuyến bay đã bay được 10 tiếng. Số hành khách là 240 người. Từng đó con người có thể bế quan tỏa cảng trong một khoảng thời gian bay nữa được không? Phi hành đoàn không dám đánh cược. Họ phải hạ cánh khẩn cấp xuống phi trường Montreal. Các chuyên viên vội leo lên máy bay coi chuyện chi đã xảy ra. Sau hai tiếng, họ mới khám phá ra là cái cảm biến điều khiển đèn báo động bị hư nên báo động hoảng! Máy bay cất cánh bay tiếp. Tới Toronto, người ta phải mất thêm 18 tiếng nữa mới điều chỉnh xong cái *sensor* báo hại cửa đóng then cài, cấm người ta xả!

Giới chức hàng không xúm vào chữa cháy. Chuyện máy bay phải hạ cánh vì cái phòng xả tí hon hình như làm quê độ giới...bay. Ông phát ngôn viên của Air Canada Peter Fitzgerald cho hay chuyện này rất hiếm khi xảy ra. Ông chuyên viên máy bay John Pottinger ở British Columbia, Canada, phụ họa: "Chuyện này thật hiếm, thường thì người ta đã dự trù sức chứa trong thùng cho một chuyến bay!". Ông chuyên viên an ninh phi hành David McNair ở thủ đô Ottawa bình luận: "Tôi chưa bao giờ nghe thấy việc máy bay phải hạ cánh vì *lavatory* bất khiển dụng, nhưng tôi đoan chắc là có chuyện này. Nhưng tôi nghĩ đây không phải là chuyện an ninh phi hành mà là chuyện tiện nghi của hành khách, chuyện mà mọi người hết sức tán thành".

Ông chuyên viên này nói nước đôi nhưng chuyện máy bay ngừng bay vì phòng xả trên máy bay là chuyện đã xảy ra. Nhiều lần. Tháng 3 năm 2015, một máy bay của hãng British Airline bay từ Luân Đôn đi Dubai đã phải hạ cánh vì mùi xú uế phát ra từ một nhà vệ sinh. Chuyến bay dự định dài 7 tiếng đã phải thu ngắn lại còn có hai chục phút. Khi mới bay từ Luân Đôn tới Brussels, phi cơ đã phải quay lại và hạ cánh xuống phi trường Heathrow ở Luân Đôn, sau khi phi hành đoàn cố gắng sửa chữa mà không được. Phi công trưởng phải trấn an hành khách khi máy bay vòng lại Luân Đôn. Ông cho biết đây không phải là lỗi kỹ thuật của máy bay mà chỉ là tôn trọng vệ sinh trên máy bay. Tưởng là chuyện nhỏ nhưng máy bay đã phải nằm ụ tới 15 tiếng tại phi trường. Hành khách đã được đưa về khách sạn nghỉ ngơi. Dĩ nhiên mọi phí tổn, kể cả ăn uống, đều do hãng máy bay chi trả.

Tháng 12 năm 2016, phòng xả của chiếc máy bay Boeing 767 chở 172 hành khách, bay từ phi trường Newark ở tiểu bang New Jersey bên Mỹ tới Paris, cũng gây chuyện khiến máy bay phải hạ cánh xuống phi trường Shannon ở Ái Nhĩ Lan. Các phòng xả đều không sử dụng được khiến hành khách phải đau khổ ôm bàu tâm sự. Phi công đã không làm chi khác hơn được là hạ cánh để hành khách giải tỏa nỗi niềm riêng. Hai tiếng sau, máy bay mới cất cánh trở lại sau khi nhân viên phi trường sửa chữa xong các căn phòng nhỏ nhưng rất cần thiết khi bụng dạ lơ lửng trên trời.

Năm 2013, chuyến bay từ Los Angeles tới Munich của hãng hàng không Đức Lufthansa cũng đã hạ cánh xuống phi trường Shannon này để xả thùng chứa vàng đã đầy ứ. Phi trường Shannon của Ái Nhĩ Lan quả là có duyên với chuyện vệ sinh trên máy bay!

Chuyện xảy ra ở phi trường Westchester County, cách thành phố Nữu Ước 30 dặm, mới vui. Chuyến bay từ Westchester tới Chicago của hãng máy bay American Eagle Airlines dự trù mất khoảng 2 tiếng rưỡi. Có 44 hành khách đáp chuyến bay này. Trong khi chờ lên máy bay, các hành khách được thông báo là ai có nhu cầu đi vệ sinh thì phải giải tỏa trước khi lên máy bay vì phòng vệ sinh duy nhất trên máy bay bị hư, không sử dụng được. Hành khách xôn xao. Một bà khách bất mãn: "Viên phi công có xin lỗi và tức giận cho biết là hãng máy bay không thể chờ người tới sửa. Chính ông ta đã có ý kiến chờ sửa xong mới bay nhưng hãng máy bay ra lệnh cho ông hoặc bay hoặc hủy chuyến bay". Bà cho biết là bà đã có tuổi, cần đi vệ sinh thường xuyên hơn. Mặc, máy bay vẫn bay. Phát ngôn viên của hãng American Eagle Airlines cho biết là loại phụ tùng hư trong phòng vệ sinh không có ở phi trường nên hãng không thể chờ được. Chuyến bay đã kéo dài tới 2 tiếng 39 phút. Không thấy nói có hành khách nào gặp chuyện…đau khổ trên máy bay không. Nhưng sau đó, có hành khách đã chất vấn cơ quan Federal Aviation Administration: không có luật lệ chi về việc này sao? Quả là cơ quan quản trị máy bay này đã có tới hàng ngàn quy định về an toàn và tiện nghi cho hành khách trên các chuyến bay, kể cả chuyện ấn định loại bình pha cà phê, nhưng về chuyện phòng vệ sinh thì lại không có khoản nào quy định cả!

Chúng ta chắc ai cũng đã có lần ngự trên máy bay. Dân ta hầu như trăm phần trăm đều đã bay. Ít nhất cũng từ trại tị nạn tới nơi định cư, nếu vượt biển. Tôi may mắn hơn, bay từ Sài Gòn tới Montreal. *Lavatory* trên máy bay, chúng ta coi như chuyện dĩ nhiên. Vài trăm chiếc bụng bay vài chục tiếng, ăn ăn uống uống, tất nhiên phải có nhu cầu. Có nhu cầu thì phải có chỗ giải tỏa. Chuyện không có chi đáng ngôn. Nhưng nếu biết ngày xưa, không có chuyện giải tỏa trên máy bay, chúng ta mới thấy sự may mắn của các hành khách trên không trung ngày nay.

Những phòng vệ sinh chỉ mới xuất hiện trên máy bay từ thập niên 1930. Trước đó máy bay không bay được đường dài. Phi công phải hạ cánh để đổ xăng sau mỗi chặng bay ngắn khoảng vài tiếng. Máy bay đổ xăng, hành khách cũng đổ xăng. Khác một điều là một bên đổ vào, một bên xả ra. Chặng bay từ phía đông sang phía tây Mỹ hay Canada ngày nay chúng ta bay mất chừng năm hoặc sáu tiếng, hồi đó phải mất 15 tiếng. Máy bay phải hạ cánh đổ xăng ba lần cả thảy.

Năm 1936, hãng máy bay Hòa Lan KLM Royal Dutch Airlines khởi đầu chuyến bay từ Amsterdam tới Sydney bên Úc, bằng máy bay DC-3, có ghé xuống Jakarta, bên Indonesia. Ngày đó Jakarta còn có tên là Batavia. Đây là chặng đường bay dài nhất thời đó. Lúc đó người ta mới nghĩ tới việc trang bị phòng vệ sinh trên máy bay. Thoạt đầu những phòng vệ sinh còn thô sơ. Nhìn hình phòng vệ sinh đầu tiên trên máy bay, tôi thấy cũng giống như các *toilet* trong nhà chúng ta. Mãi tới thập niên 1980, *lavatory* trên máy bay mới dùng kỹ thuật mới. Trong nhà chúng ta, mỗi khi muốn tống khứ những thứ cặn bã thải ra, chúng ta nhấn nút, nước chảy mạnh ra tống chúng xuống hầm chứa. Trên máy bay, người ta dùng hơi thay vì nước. Khi chúng ta nhấn nút trên máy bay, chúng ta nghe thấy một tiếng động khá lớn phụt ra. Hệ thống điện mở nắp phía đáy bồn cầu, hơi hút chất thải xuống. Một chút nước màu xanh rửa sạch và khử mùi. Chất thải được tống xuống sẽ đi vào thùng chứa đặt trong khoang hành lý của máy bay. Máy bay Airbus A380 có bốn thùng chứa có dung lượng 2100 lít. Máy bay Boeing 747 chỉ chứa được khoảng nửa dung lượng này. Một chiếc nắp bên thân máy bay sẽ được mở ra khi nhân viên phi trường thay thùng chứa chất thải. Phi công trên máy bay không có nút mở chiếc nắp này.

Vậy thì an toàn trên xa lộ. Nhưng tại sao vẫn có những chuyện chất thải rơi xuống nhà dân phía dưới khi máy bay bay ngang qua? Chuyện xảy ra vào tháng 10 năm 2015. Căn nhà của ông bà Keith và Ruth Mead tại Wilts, thuộc tây nam nước Anh, bỗng bị rung động. Bà Ruth kể lại: "Tiếng động thật khủng khiếp. Tôi nghĩ có ai đó đã đâm sầm vào phía trước ngôi nhà. Tạ ơn Chúa, nó không rơi trúng ai. Nó có thể làm chết người". Ông Keith chạy ra ngoài nhà coi sự thể. Ông nghĩ chắc có một tai nạn xe hơi. Ông nhìn thấy ngói bị vỡ thành nhiều mảnh nằm rải rác trên mặt đất và một lỗ hổng dài gần một thước, rộng 60 phân trên mái nhà. Một mảnh của chất thải đông cứng nặng khoảng nửa ký và dài 18 phân, có vệt vàng và nâu, nằm tại chỗ. Ông mang vào để trong tủ lạnh để làm bằng chứng đi kiện. Theo báo cáo của cơ quan Hàng Không Dân Dụng thì mỗi năm, tại Anh, có khoảng 25 vụ đá rơi như vậy.

Theo cơ quan Quản Lý Hàng Không Mỹ thì phi công không thể xả chất thải trên không trung được vì chiếc van của thùng chứa chất thải chỉ có thể mở bởi nhân viên vệ sinh tại các phi trường. Nếu có trường hợp chất thải rơi xuống thì thường có màu xanh của hợp chất rửa và khử mùi. Chất này có thể bị rò rỉ ra ngoài. Cơ quan này cho biết: "Nếu việc rò rỉ xảy ra ở vĩ độ cao, nước sẽ đóng băng ngay khi tiếp xúc với không khí bên ngoài. Tuy nhiên, nếu những cục đá xanh này thực sự rơi ra từ máy bay thì nó sẽ nhanh chóng bị tan ra trước khi chạm đất".

Tại Ấn Độ, ông Satwant Singh Dahiya ngụ ở gần phi trường quốc tế Indira Ghandi ở thủ đô New Delhi. Nhà ông và các nhà hàng xóm thường bị hư hại do hứng phải phân người do các máy bay xả xuống vào ban đêm. Ông Satwant đại diện khu xóm đâm đơn kiện lên Tòa Án Xanh Ấn Độ (*National Green Tribunal*). Tòa án này chuyên xử các vụ kiện về môi trường. Ngày 20 tháng 12 năm 2016, Tòa xử các hãng hàng không sẽ chịu phạt 50 ngàn *rupees*, khoảng 735 đô Mỹ, cho mỗi lần xả chất thải xuống đất. Làm sao biết hãng nào xả hãng nào không? Tòa ra lệnh cho các cơ quan quản lý hàng không phải kiểm tra bất ngờ các máy bay hạ cánh. Nếu máy bay nào có thùng chứa chất thải rỗng không thì phải chịu phạt.

Những cục đá xanh rơi xuống từ máy bay là chuyện nhỏ. Chuyện nguyên cả chiếc bồn cầu rơi xuống mới là hi hữu!

Chuyện xảy ra đã lâu nhưng giờ mới được tiết lộ. Ngày 4 tháng 11 năm 1965, lúc chiến tranh Việt Nam đang vào hồi khốc liệt, phi cơ Mỹ bỏ bom liên miên. Để đánh dấu cột mốc sáu triệu cân Anh bom được không quân Mỹ dội xuống chiến trường, một trái bom đặc biệt được sử dụng. Đó là một chiếc bồn cầu. Đây là chiếc bồn cầu đã bị hư của hàng không mẫu hạm USS Midway, một cái tên mà dân Việt ta ngày đó rất quen thuộc. Thay vì thải xuống biển, các phi công của Phi Đoàn Cường Kích 25 của tàu USS Midway đã nghĩ ra một trò vui trong cuộc chiến vốn thiếu thốn niềm vui. Họ ráp kíp nổ và các cánh đuôi vào chiếc bồn cầu rồi gắn vào phi cơ cùng với những trái bom khác. Các phi công không quên dán phù hiệu của phi đoàn vào bồn cầu! Trái bom khác thường này nằm song hàng với các trái bom thực thụ khác trông thật lạc lõng nhưng rất nổi bật. Chiếc máy bay Skyraider A-1H thi hành phi vụ đặc biệt này có cái tên cũng khá khôi hài: Con Hổ Giấy II. Phi công lái chiếc máy bay có gắn trái bom "bẩn" này là Clarence W. Stoddard Jr. Đây là phi vụ cuối của ông tại Việt Nam. Trái bom đặc biệt này được thả xuống vùng đồng bằng Bắc Việt. Trò nghịch ngợm này dĩ nhiên phải giấu các cấp chỉ huy của họ. Khi oanh tạc cơ cất cánh trên sàn tàu, nhân viên kỹ thuật đã đứng che khuất tầm mắt của các cấp chỉ huy. Phi cơ có gắn bom bồn cầu mang số hiệu 572. Một chiếc khác, mang số 577, cùng phi đội, do phi công Robin Bacon lái bay sát bên cạnh. Chiếc máy bay này có gắn một máy quay phim trên đầu cánh để quay giờ phút... lịch sử này. Cuốn video đã được phổ biến. Tôi có vào coi.

Chơi như vậy vừa vui vừa nhân đạo. Trái bom này khi chạm đất sẽ chẳng sát hại được ai, ngoại trừ có người tới số bị bom bẩn rơi trúng đầu! Nhưng với các phi công và kỹ thuật viên, vui là chính. Khỏi phải nói, chuyện chi vui là tôi ít khi làm lơ. Tôi khoái trái bom...phiếm này hết cỡ!

*08/2017*

# XANH

Vậy là những ngày dân Montreal và Toronto dõi mắt theo trái banh nỉ đã qua. Giải quần vợt Rogers đã kết thúc. Đây là một sự kiện thể thao lớn của hai thành phố, diễn ra hàng năm vào mùa hè. Nói chuyện giải quần vợt Rogers nhưng tôi không nói tới thể thao mà nói một chuyện bên lề. Chuyện... xanh!

Từ hai năm nay, ban tổ chức giải quần vợt này tại Montreal đã liên kết với *Recyc-Quebec* để cho thể thao đi đôi với môi trường sạch. Khoảng 200 ngàn khán giả tới coi những trận tranh hùng giữa các tài danh quần vợt thế giới trong mười ngày đã xả ra khoảng 70 tấn rác. Khoảng 90% số rác này không đi tới bãi rác. Bà Blandine Betton, một thành viên trong ban tổ chức, cho biết: "Ý nghĩ đầu tiên của chúng tôi là hạn chế việc xả rác càng nhiều càng tốt. Sau đó cần có một hệ thống thanh lọc rác hữu hiệu". Cái hệ thống này, nghe ra to tát, nhưng là chuyện mọi người mọi nơi đã làm từ khuya.

Đó là hệ thống đặt ba thùng cạnh nhau: một cho rác thải, một cho tái chế và một cho những thức ăn dư.

Chuyện này chúng ta làm thường xuyên tại nhà. Thành phố Montreal từ lâu đã thu rác hàng tuần hai lần khác nhau: một lần rác thải và một lần rác tái chế. Rác tái chế gồm nhiều nhất là giấy, giấy báo chiếm phần lớn, và các loại kim loại, chai lọ có thể tái xử dụng được. Loại rác thứ ba, rác của thức ăn thừa và giấy lau, gọi là *compost*, còn đang thí nghiệm. Khu có, khu chưa có. Khu nhà tôi đã có, mỗi nhà được phát cho một chiếc thùng lớn màu nâu và một thùng nhỏ dùng hàng ngày trong bếp. Thùng lớn dùng để gom rác thực phẩm thừa, mang ra ngoài cho xe đổ rác tới lấy. Điều mọi người ít vui là không được dùng bao nhựa thông thường đựng thứ rác *compost* này. Phải dùng giấy báo, bao giấy có lớp chống thấm hoặc bao nhựa loại đặc biệt tự hủy. Giấy báo, nếu nhà có mua báo hoặc chịu khó đi lấy báo chợ, thì khỏi phải mua. Nhưng thức ăn thừa thường nhão, đọng nước, dùng giấy báo rất bất tiện vì giấy này thấm nước. Hai thứ còn lại đều phải mua, tốn thêm một khoản tiền. Đó là chuyện ít vui.

Phân biệt ra ba thứ rác để cứu môi trường, nhiều nơi đã làm. Nơi tôi sống mới chỉ là thí điểm nên chưa rốt ráo. Ai lười biếng có thể bỏ *compost* vào rác thải, chẳng sao cả. Nhưng có những nơi đã thi hành thực thụ, nếu chúng ta chiều cái tính lười biếng thì lãnh phạt. Thứ nào ra thứ nấy, đừng có lộn xộn!

Có thể có những người làm vì thiện chí. Con gái tôi làm theo răm rắp vì sợ cho thế hệ con cái bị sống trong môi trường không trong sạch. Nhưng cũng có những người làm vì sợ bị trả tiền phạt. Họ bị bắt buộc. Nhiều người lý luận rằng cả vũ trụ này bị ô nhiễm thì cá nhân tôi làm được cái chi. Những người lo lắng cho môi trường thường kêu gọi thiện chí của tất cả mọi người. Nhỏ làm nhỏ. Lớn làm lớn. Tất cả phải hè nhau cứu sự sống còn cho toàn thể nhân loại. Ngay con bò cũng phải tham gia. Chuyện các chú bò thải khí ra qua cửa hậu có thể làm nóng thêm trái đất đã bị bịt lại. Người ta không bịt lối thoát hơi của bò. Không có vụ thả khí thì làm sao sống. Bò cũng như người đều cần cho hơi trong dạ dày thoát ra ngoài. Không có là…bệnh. Có điều sức sản xuất hơi của người ít hơn bò. Vậy mà phép lịch sự vẫn khiến con người từ tốn hơn trong việc thải khí. Không ai dõng dạc làm chuyện này một cách hùng dũng giữa thanh thiên bạch nhật, trước…mũi mọi người. Khi phải thải khí, người ta tìm tới chỗ vắng vẻ, một mình hưởng thành quả. Hoặc từ từ cho ra chui. Bò không được lịch sự như người. Chúng làm văng mạng. Để cứu môi trường, người ta đã chế thức ăn sao cho bò ăn vào ít ễnh bụng, bớt thải khí.

Có nhiều người vẫn thắc mắc chuyện rác rưởi với môi trường. Chúng liên hệ chi với nhau? Tôi vừa đọc được một bài của tác giả Vũ Linh giải thích như thế này. *"Tạo hoá có bàn tay thần. Cả tỷ năm về trước, trái đất toàn là núi lửa, xịt ra chất* carbon dioxide, *hâm nóng trái đất đủ ấm để cây cỏ, sinh vật ra đời và sống được. Rồi tạo hoá sinh ra cây cỏ là thứ tiêu thụ bớt* carbon *sinh ra chất* oxygen. Oxy *nuôi dưỡng thú vật và con người. Chúng ta hít* oxy *và thở ra* carbon *trả lại cho cây cỏ tiếp tục sống. Một sự cân bằng nhu cầu tuyệt hảo của tạo hóa. Thế rồi nhân loại trở nên văn minh, chế đủ loại nhà máy để tạo đủ loại hàng hóa cho nhân loại tiêu dùng. Những nhà máy đó đốt quá nhiều* oxy *trong khi thải ra quá nhiều* carbon, *mất thế thăng bằng. Chưa kể hàng loạt phát minh mới như xe hơi, máy bay, xe lửa, máy lạnh, máy sưởi,... tất cả đều thải* carbon. *Số* carbon *đó một phần bị giam lỏng trong lớp khí quyển của địa cầu, không thoát ra được, một phần phá lớp* ozone *cản bớt sức nóng của mặt trời, đưa đến tình trạng khí quyển bị hâm nóng. Theo phe bi quan, hâm nóng quá sẽ đưa đến tình trạng không khí bị xáo trộn mạnh gây ra bão táp ngày một mạnh, hay gây ra hạn hán phá hại mùa màng, trong khi làm tan chảy các tảng băng đá tại bắc và nam cực, sẽ nâng mức nước biển, thay đổi địa dư cả thế giới với các vùng ven biển bị chìm sâu dưới nước biển, kể cả các thành phố lớn như New York, Miami, Los Angeles,...*"

Như vậy thì rác rưởi chỉ là chuyện nhỏ, kỹ nghệ phát triển thải ra quá nhiều khí *carbon* mới là chuyện lớn. Vậy nên các nhà lãnh đạo các nước trên thế giới đã nhìn thấynguy cơ, xúm nhau lại cứu trái đất chúng ta đang sống. Họ đẻ ra được Nghị Định Thư Kyoto vào năm 1997 để tốp bớt việc thải khí. Nhiều nước đã ký vào Nghị Định thư này. Tổng Thống Bill Clinton cũng đã ký cho Hoa Kỳ nhưng Thượng Viện không phê chuẩn. Cuối năm 2015, thế giới lại đẻ ra được Thỏa Hiệp Paris. Tổng Thống Obama lại ký cùng 194 nước khác nhưng không đưa ra Thượng Viện vì biết sẽ bị bác. Theo Thỏa Hiệp Paris thì các nước cam kết sẽ cố gắng giảm việc thải *carbon* bằng việc giảm bớt khai thác và xử dụng than đá, dầu thô, giảm các nhà máy kỹ nghệ, kiểm soát lượng khí thải, ấn định hạn ngạch khí thải cho mỗi nước, khuyến khích dùng các nguồn năng lượng sạch như gió, nguyên tử, khí thiên nhiên, ánh nắng mặt trời, chế tạo ra các xe tiêu thụ ít xăng, xe chạy điện.

Thỏa Hiệp Paris cũng quy định việc các nước phát triển đóng góp để giúp các nước kém phát triển có phương tiện để thi hành. Số tiền cần thiết là 100 tỷ đô Mỹ, trong năm nay cần ngay 10 tỷ. Mỹ gánh 3 tỷ. Có 43 nước khác, phần lớn là các quốc gia châu Âu, hứa đóng 7 tỷ. Các tay tổ làm ăn ẩu, thải nhiều khí như Nga, Trung Quốc, Ấn Độ cười trừ chẳng đóng góp chi. Tuy ông Obama đã ký và đã nhanh nhẩu đóng ngay 1 tỷ, các nước khác mới hứa suông, chưa lòi ra được đồng nào. Kế vị ông Obama, ông Trump, vốn là một thương gia, chỉ biết tính tiền. Và tính rất nhanh. Với bản tính con buôn và tính tỵ nạnh, ông thấy ngay Mỹ bị thiệt hơn mọi nước. Sức mấy ông chịu. Ông rút ra khỏi Thỏa Hiệp Paris cái rụp!

Xe hơi là trùm xả khí *carbon* nên kỹ nghệ xe hơi coi bộ mau mắn tự sửa sai nhất. Họ đã cải tiến kỹ nghệ sản xuất xe bằng cách tăng hiệu xuất của các xe chạy xăng sao cho ít thải khí, khuyến khích việc xử dụng xe *hybrid* vừa chạy xăng vừa chạy điện và, rốt ráo nhất, là chế tạo ra các xe chạy điện không thải khí *carbon* ra môi trường. Xe xanh trăm phần trăm! Nhà cầm quyền của các nước phát triển hoan hô cải tiến này bằng cách trợ giúp một số tiền lên tới nhiều ngàn đô cho những người mua xe *hybrid* và xe chạy bằng điện.

Các hãng xe đang cạnh tranh nhau sản xuất những xe chạy điện. Nhưng nói tới xe điện phải nói ngay tới chàng tỷ phú trẻ tuổi Elon Musk, vua...xanh. Xe do công ty của chàng tỷ phú này sản xuất mang nhãn hiệu Tesla. Đó là dòng xe điện cho các đại gia vì giá rất mắc. Nhưng từ năm ngoái, Musk đã làm ngạc nhiên mọi người khi loan báo sẽ sản xuất dòng xe Tesla bình dân, giá chỉ có 35 ngàn đô một chiếc. Ông không nói suông mà nhận tiền đặt cọc liền. Chỉ một ngàn đô! Thiên hạ đổ xô nhau xếp hàng đặt cọc tuy chưa thấy hình dáng chiếc xe ra sao. Tới tháng 5 năm 2016 đã có 373 ngàn người đặt cọc. Và con số đó đã nhảy lên nửa triệu vào tháng 7 năm 2017. Cũng vào tháng này, Tesla đã cho ra lò chiếc xe đầu tiên, tên Tesla 3. Vào ngày đáng ghi nhớ này, ngày 9/7/2017, Musk *tweet* (sao hồi này thiên hạ hay *tweet* thế!): "Tesla 3 đầu tiên đã hoàn thành và vượt qua các cuộc thử nghiệm".

Gần nửa triệu người đã bỏ ra một ngàn đồng đặt cọc vui như tết. Sắp có xe chạy điện chạy êm ru bà rù trên đường phố rồi. Người đặt cọc đầu tiên là Ira Ehrenpreis, một thành viên của hội đồng quản trị công ty, ẵm chiếc xe đầu tiên. Nhưng ông này chơi điệu. Ông nhường chiếc xe danh dự này cho... Elon Musk! Như một món quà sinh nhật cho chàng tỷ phú trẻ tài năng. Chắc cũng có tính toán nên ngày chiếc xe Tesla 3 đầu tiên rời dây chuyền sản xuất rơi vào đúng ngày sinh nhật 46 tuổi của sếp.

Các trự đã bỏ ra một ngàn đô đặt cọc nhìn xe mà thèm nhỏ giãi. Chiếc xe đẹp hơn mong ước. Ba chục vị nhanh chân nhanh tay đặt cọc trước đã nhận xe vào cuối tháng 7/2017. Ông khách thứ 500 ngàn chắc sẽ dài cổ chờ. Nhưng không, guồng máy đã chạy, và chạy nhanh hơn điện. Tháng 8/2017 sẽ có thêm 100 vị nhận xe. Và sức sản xuất sẽ tăng theo cấp số nhân. Tháng 9/2017 sẽ có 1500 chiếc xuất xưởng. Tới tháng 12 /2017, sẽ là 20 ngàn chiếc. Năm 2018 sắp tới công ty dự định sẽ sản xuất 500 ngàn chiếc. Con số này sẽ giữ trong mỗi năm sau đó. Như vậy tới cuối năm 2018, số khách đã đặt cọc đều có xe trong tay. Có lẽ tôi sẽ nhận xe trong năm 2019 vì tới bây giờ tôi vẫn chưa đặt cọc. Tôi nghĩ tội chi phải đặt cọc cho hèn người đi. Đợi tới khi xe thừa mứa, ta sẽ dõng dạc vào tiệm mua xe, lúc đó nhân viên bán hàng phải săn đón. Oai kể chi cho xiết!

Tỷ phú Elon Musk có một bộ óc xanh. Vừa chơi màn xe hơi điện, ông vừa dấn thân vào các trò khác có lợi cho môi trường. Như sản xuất pin năng lượng mặt trời, ngói lợp nhà thu hút năng lượng mặt trời để dùng chạy máy móc trong nhà thay cho điện năng, rồi tầu siêu tốc chạy nhanh hơn máy bay mà không xả ra tí khói nào. Vì xanh rờn như vậy nên khi ông Trump tuyên bố rút ra khỏi Thỏa Hiệp Paris, ông Elon Musk cũng lập tức rút ra khỏi hội đồng tư vấn cho Tổng Thống để phản đối.

Xe chê xăng, chạy bằng điện đã xanh, nhưng chưa xanh đủ. Một nhóm sinh viên thuộc Đại Học Kỹ Thuật Quốc Tế Eindhoven ở Hòa Lan còn chế ra được xe hơi xanh rờn! Xanh hơn Tesla của Elon Musk. Đó là chiếc xe Lina. Dĩ nhiên xe chạy bằng điện nhưng vật liệu chế tạo thân xe thuộc loại xanh, rất thân thiện với môi trường. Đó là một loại nhựa có tên là PLA làm bằng củ cải đường và sợi lanh dệt, có độ bền ngang cơ với sợi thủy tinh. Loại vật liệu làm bằng củ cải này rất thân thiện với môi trường vì có thể tự tiêu hủy. Chiếc xe nhựa PLA này chỉ nặng có 310 ký. So với các xe hơi chạy điện khác thì nó chỉ nhẹ bằng một phần năm! Vì nhẹ nên xe Lina tiêu thụ ít điện năng hơn. Xe Lina vẫn còn trong giai đoạn thử nghiệm và sẽ chạy biểu diễn trên đường phố vào mùa hè này. Nếu thành công, Lina sẽ mở ra một kỷ nguyên mới cho ngành chế tạo xe hơi điện: dùng vật liệu có khả năng phân hủy sinh học rất thân thiện với môi trường!

Các anh lớn làm kế hoạch lớn cho một môi trường xanh, cắc ké như chúng ta cũng hiên ngang làm kế hoạch nhỏ. Miễn là có tấm lòng cho cuộc sống của nhân loại bây giờ và mai sau. Một nhóm người có tấm lòng với môi trường tại thành phố Montreal là nhóm gồm bốn nữ nhân: Martine Gariepy, Marie-Soleil L'Allier, Sophie Maccario và Andreanne Laurin. Bốn người bạn của môi trường này mở một tiệm chạp phô tên *Epicerie Loco*, nằm gần *metr*o Jarry ở Montreal. Ngay địa điểm được chọn đã…môi trường. Nó nằm gần *metro* để cho khách hàng có thể dùng xe điện ngầm, khỏi lái xe nhả khói có hại cho môi trường. Dĩ nhiên hàng bán tại đây toàn là loại *organic*. Khác với những khách đi chợ khác, khách của Loco phải mang lỉnh kỉnh túi xách, chai lọ và hộp lớn nhỏ. Bởi vì các bạn của môi trường này giữ xanh trăm phần trăm, nhất định không cung cấp một thứ đồ đựng chi cho khách hàng. Ngay việc mua dầu ăn, xà bông rửa tay hay các thứ hàng có dạng nước khác, khách hàng phải mang chai tới, tự tay rót vào. Nhưng không phải tất cả chai lọ khách hàng mang tới đều được chấp nhận đâu. Đó phải là thứ dùng để đựng thực phẩm, sạch sẽ và tái xử dụng được. Thu ngân viên tại các quầy tính tiền có quyền từ chối những chai lọ không đúng tiêu chuẩn. Chúng ta ngày nay được giới thương gia chiều chuộng hết mình, mua chi cũng được gói ghém sẵn, chỉ việc với tay bỏ vào giỏ, nên khách hàng ngày nay là loại khách hàng hư. Vậy thì buôn bán như tiệm Loco làm sao sống? Cửa hàng vẫn sống vì những người tự đặt trách nhiệm giữ sạch môi trường vẫn có đó. Chỉ việc cung cấp cơ hội cho họ là họ hưởng ứng liền. Dù giá hàng bán có cao hơn, đi chợ có lích kích hơn, ít được chiều chuộng hơn, người ta vẫn tới. Tất cả chỉ vì chữ…xanh! Thân thiện với môi trường, tiệm tạp hóa Loco còn tạo sự thân thiện giữa con người với nhau. Các quầy hàng đều thấp để cho khách hàng dễ nhìn thấy nhau, cười với nhau, nói chuyện với nhau và làm thân với nhau. Đây lại là một thứ xanh khác. Xanh trong lòng!

Bạn có xanh không? Đại học British Columbia mà dân Vancouver thường gọi tắt là UBC vừa phổ biến một nghiên cứu của sinh viên ban tiến sĩ UBC Seth Wynes và Giáo sư Kimberly Nicholas, giảng dậy tại Đại học Thụy Điển Lund University. Theo tài liệu của Ngân Hàng Thế Giới thì trung bình mỗi người dân Canada thải ra 13 tấn rưỡi khí thải hàng năm. Nếu tuân theo Thỏa Hiệp Paris để giữ cho nhiệt độ trái đất chỉ tăng dưới 2 độ C vào năm 2050 thì mỗi người dân Canada chỉ được phép thải 2,1 tấn thán khí mỗi năm. Làm sao kéo con số 13 tấn rưỡi xuống còn 2,1 tấn? Những chuyện chúng ta đang làm để cứu môi trường hiện nay có đủ không? Chúng ta thử nhìn vào con số thực tế. Nếu bỏ lái xe, giảm được 2,4 tấn. Lựa riêng đồ tái chế *recycle*, giảm được 0,213 tấn. Giặt quần áo bằng nước lạnh, giảm 0,247 tấn. Phơi quần áo chứ không sấy trong máy, giảm 0,21 tấn. Thay bóng đèn tròn trong nhà bằng bóng thân thiện với môi trường, giảm được 0,100 tấn. Nhìn vào con số thực tế, chúng ta thấy chẳng ăn thua chi. Nhưng chúng ta đừng thấy thế mà nản lòng. Có kiêng có lành, có nhúng tay vào việc bảo vệ môi trường vẫn hơn. *Có còn hơn không, có còn hơn không!*

Nhưng, cũng theo tài liệu trên, nếu chúng ta có ít hơn một đứa con thì số dách. Chẳng hạn nếu định có hai con thì nhín bớt, chỉ sản xuất một trự nhi đồng, chúng ta sẽ có thể cứu được trái đất này một cách oai phong lẫm liệt. Bởi vì làm như vậy chúng ta sẽ giảm được tới 58,6 tấn khí thải! Chi dữ vậy? Họ tính số khí thải của chính đứa trẻ không ra đời, lại còn cộng thêm với hậu duệ của chúng. Bài tính khá rắc rối, chúng ta chẳng nên ôm thêm chuyện tìm hiểu cho đau cái đầu.

Bớt đi một đứa con là một cú đánh lớn để giữ được môi trường trong sạch. Chuyện đó ai chẳng muốn. Nhưng, với tôi, và các bạn của tôi, đây là một lời khuyên muộn màng, quá muộn màng!

*08/2017*

# PHỤ LỤC

# NGHIÊM GIỮA BÈ BẠN

Nghiêm là tên anh bạn văn nhỏ tuổi của tôi. Cái tên nghe như một khẩu lệnh không được ưa chuộng trong quân đội. Tên không phải là người. Nghiêm không…nghiêm, nhưng kín. Anh rất thiếu thoải mái trong giao tiếp. Cũng như anh bạn xứ Quảng Luân Hoán của chúng tôi. Cả hai rất e dè trong tiếp xúc.

Chẳng phải hai người bạn miền Trung của tôi chỉ giống nhau có vậy. Họ còn nhiều điểm tương đồng. Cả hai cùng không ăn cá, không ăn chim. Loài chim bị chê này còn mở rộng tới…gà, vịt, ngan, ngỗng. Cứ có cánh là không chơi, chắc hai ông này sợ bị bay lên trời mất tiêu! Cá và chim trên bàn nhậu được hai ông này nhìn với cặp mắt lơ là. Nhưng hai ông bạn này, một trẻ, một sắp già, cũng có điểm khác biệt. Ông Luân Hoán không hảo chất cay. Ông chỉ nhấm nháp chút đỉnh rượu vang rồi ăn phở. Muôn đời ăn phở chỉ vì thịt trong phở là thịt bò, không gà không cá. Phở có lạt thì ông coi như "nơ-pa" vì ông không bao giờ nhúng miệng vào nước mắm. Chẳng lẽ mang tội giết chết phở bằng …xì dầu! Có lúc nhìn ông Luân Hoán xích hũ nước mắm trước mặt ông ra chỗ khác vì cái mùi đặc trưng của nó, tôi thắc mắc không biết ông này có phải là con dân xứ nước mắm không. Nhưng khi tới nhà ông, thấy hộp thư trước cửa sơn hình cờ vàng, thắc mắc này lại nguội mất tiêu! Ông Nghiêm thì khác. Ông không bao giờ nhấp rượu vang, dù chỉ chút đỉnh. Anh em đi nhậu thường xách theo rượu vang. Ông chê. Ông thủ theo hai lon bia. Ông chỉ uống bia. Khác với một ông Huế khác là ông Hoàng Xuân Sơn. Ông này uống…thập cẩm. Cứ chất chi có tí cay là ông đổ vào miệng, không phân biệt…chủng tộc.

Tôi gán hai ông Luân Hoán và Hồ Đình Nghiêm, một thơ một văn, này vào với nhau còn vì một lý do khác. Ông Luân Hoán bỏ mất chân trái trên chiến trường Quảng Ngãi từ những ngày mịt mù khói súng năm xưa. Sau khi bị cho giải ngũ vì thương tích, ông làm việc cho ngân hàng. Vậy nên ông đếm rất giỏi. Mất một chân mà ông đếm vẫn còn hai chân! Nếu nhìn ông đi đứng thì thấy hình như ông còn đủ hai chân thiệt. Vậy ông có hai hay ba chân, đó là một thắc mắc tôi sẽ phải hỏi chị Lý, phu nhân của ông. Ông Nghiêm, sau cú té, có ba chân thiệt. Anh em đã đếm rành rọt. Vậy mà rượu vào, có ông đếm thấy có tới bốn chân. Chuyện này lại phải hỏi Ngọc Bích, hiền thê của Nghiêm! Chuyện tôi muốn nói ở đây không phải chỉ là số chân mà là chuyện tréo ngoe. Ông Luân Hoán mất chân rõ ràng mà đi đứng đố ai biết ông thiếu chân. Ông Nghiêm còn đủ hai chân, chỉ vỡ cái xương chậu, mà đi đứng phải dựa vào cái ba-toong. Từ đó có thể rút ra kết luận: xương chậu quan trọng hơn cái chân. Mần chuyện chi cũng vậy!

Đừng có đợi điện thoại của Nghiêm. Sẽ không bao giờ có tiếng chuông, trừ khi khẩn cấp. Mà với Nghiêm chẳng có chi khẩn cấp, ngay cả việc leo lên bàn mổ. Gọi *phone* cho Nghiêm nản lắm. Hỏi chi nói đó, chẳng bao giờ có vẻ muốn bắt chuyện. Nhưng khi chống gậy tới ăn nhậu thì lại khác. Ba hoa chẳng kém ai, chọc cười không biết mệt bằng cái giọng ngang phè phè, nhẩn nha nhẩn nhơ. *Này, tên mình là Nghiêm*

*Từ trái: Tùng Nguyên, Song Thao, Luân Hoán, Hoàng Xuân Sơn, Hồ Đình Nghiêm, Võ Kỳ Điền, Trang Châu, Phan Ni Tấn và các phu nhân. (Montreal, 9/2017)*

*nhưng cái tên không vận vào mình mà lại vào hai thằng con, chúng nghiêm hơn mình xa chừng!*

Tôi nghĩ mình là người đã và đang ăn ngủ với Huế nên có chút thẩm quyền nói về mấy anh Huế. Hình như có hai loại Huế: một tẩm ngẩm ít khi mở miệng, một ba hoa thiên địa mà dân Huế gọi là "phách tấu". Nói như vậy vì tôi đang viết về một anh Huế, chứ dân nào cũng có người này người kia. Mấy anh Bắc kỳ hay Nam kỳ, khi cho súng nổ thì mảnh cũng vung đầy đường. Vậy thì Nghiêm thuộc vào loại Huế nào? Hình như hắn chẳng xếp hàng. Cũng như ông Huế Hoàng Xuân Sơn. Cả hai đều nói chuyện tinh quái chẳng ra cái sông Hương núi Ngự chi cả!

*Từ trái: Hoàng Xuân Sơn, Hồ Đình Nghiêm, Võ Kỳ Điền, Phan Ni Tấn, Tùng Nguyên, Trang Châu, Song Thao, Luân Hoán (Montreal, 9/2017).*

Nghiêm có cái rủi là chơi toàn với những ông bạn văn trên 65 tuổi. Mấy ông này đã đổi giống thành thứ quí tộc tháng tháng rong chơi mà vẫn có *check* của chính phủ đều đều. Bạn bè rong chơi đàn đúm trong khi mình vẫn phải ngày ngày kéo cày. Bữa nào mấy ông quý tộc nổi hứng rủ đi nhậu vào buổi tối một ngày trong tuần là chịu chết. Uống rồi bữa sau sao mà mò dậy đi mần? Thấy lỗ trước mắt. Không biết có phải niềm tỵ hiềm này đã mang tới cú té vào một mùa đông trước đây không. Một buổi sáng Chủ Nhật, chàng bước ra khỏi cửa nhà, đụng ngay một đám tuyết, liền chơi trò *giơ tay với thử trời cao thấp / xoạc cẳng đo xem đất ngắn dài.* Theo "biên bản" chính thức thì cú ngã này là vì nàng tuyết chơi khăm nhưng những ông bạn ưa thích truyện trinh thám lại tỏ vẻ nghi ngờ. Phải chăng đây là một âm mưu để được bình đẳng với bạn bè? Nếu đúng vậy thì âm mưu này thành công. Chàng được cho về hưu sớm. Vậy là cứ ới một cái là chàng vác gậy lên đường liền một khi.

Cú té mang lại hậu quả hai mặt. Mặt tốt là trả lại cái cầy cho con trâu. Mặt không tốt là khi không biến thành Kha Trấn Ác, đi đâu cũng lỉnh kỉnh gậy gộc. Thứ gậy gộc tự thân thì không răng nhưng thứ gậy gộc dư này rất bất tiện. Không rình rập chi được ai. Tiếng gậy lóc cóc làm lộ hết mục tiêu. Bất tiện thứ hai là cái xương chậu bị bể đã được vá víu lại nhưng di chuyển vẫn đau. Mỗi bước đi là một cái nhăn mặt, vừa xí trai vừa mất…nghiêm. Vì bất tiện như vậy nên lại phải banh da xẻ thịt chịu cảnh máu đổ bãi Thượng Hải lần thứ hai. Nghiêm kể lại vụ đổ máu này trong một truyện ngắn mang tên "Bóng Ma". *"Bệnh nhân nằm lim dim, dát chân mỏng dính xuống mặt nệm bắt đầu nghe lạnh. Trong đầu óc trống hoác tự dưng lộ ra câu của Bulowski: "Tôi mang cái chết trong túi áo trái. Đôi khi tôi lấy nó ra và hỏi han: chào cưng, dạo này cưng sao rồi? Hồi nào thì cưng đến với ta? Ta sẽ sẵn sàng". Một bóng người toàn thân màu xanh lục lướt êm tới đứng cạnh giường. Xin chào. Bạn muốn tôi dùng tiếng Anh hay Pháp ngữ? Tôi là bác sĩ Hunk, phụ bác sĩ Zukor, chịu trách nhiệm ca phẫu thuật này. Bạn thấy sao rồi? Nón trùm đầu, khẩu trang đã móc sợi dây vào một bên tai, đôi mắt linh hoạt sau cặp kính cận nhìn xuống. Mức độ gây hiểm nguy chỉ lên tới 9% thôi. Chúng tôi sẽ chích một liều thuốc tê vào sau lưng bạn và dự trù thời gian sẽ kéo dài*

*Từ trái: hàng ngồi: Hoàng Xuân Sơn, Song Thao, Trang Châu. Hàng đứng: Hồ Đình Nghiêm, Lưu Nguyễn, Nguyễn Đức Bạt Ngàn (Montreal, 5/2009).*

*trong hai giờ. Với năm ngón to khỏe của một người quen sử dụng dao kéo, bác sĩ Hulk bắt tay "thân chủ". Chiếc găng cao su mỏng chẳng ngăn được nhiệt lượng từ bàn tay ấy lan tỏa ra. Trấn an, vỗ về và tự hứa sẽ làm tốt với khả năng mình có...Một, hai, ba. Họ cùng đếm số để động tác có được sự ăn ý. Bốn người ở bốn góc đã nhấc hỏng tấm chăn lên và đặt nhẹ nhàng con bệnh qua một chiếc giường khác. Trước đó họ đã tháo những chiếc dây nhợ cột cứng cái thây bất động để tiện cho việc mổ xẻ. Họ liền tay đắp lên ba tấm chăn vừa hấp nóng vào cơ thể lạnh như một tảng băng, khói bốc mờ cùng lẫn với ý thức vụt hiện tới. Mình vừa trôi qua dòng nước đen, được tấp vào bờ sinh tồn".*

Dao kéo đụng vào thịt xương đâu phải chuyện giỡn, vậy mà anh chàng Huế không nhiều can đảm này đã thuật lại như một chuyện giỡn chơi. Những con chữ lạnh sắc, lơ là, và… nghiêm. Lần mổ này, để cho xương chậu không quấy rầy bước đi, bác sĩ lắp vào những viên bi cho việc di chuyển mát ngót hơn. Những viên bi (chắc cũng dư!) này quả đã lăn rất nhuần nhuyễn, chàng đang tính chuyện bỏ gậy lấy lại oai phong cũ.

Bây giờ chàng ngon như những lão bè bạn. Chơi tới đâu tớ cũng theo. Đã vậy còn chơi trội. Nằm nhà ôm chân, chàng viết nhiều hơn ai hết. Trang mạng nào chàng cũng vung vít. Nghề chàng được học tới nơi tới chốn là nghề vẽ. Tốt nghiệp Cao Đẳng Mỹ Thuật Huế trước khi xuống tàu vượt biên nhưng đố ai kiếm được một bức vẽ có ký tên Nghiêm. Chàng lơ là cầm cọ, mạnh tay cầm bút. Nghề của chàng là viết truyện. Sau khi mổ chân cẳng, bỗng có biến chứng. Chàng vọc thơ!

Kể cũng lạ, ông Đinh Cường, tay vẽ nhuần nhuyễn nhưng những năm cuối đời cũng thơ thẩn vung vít. Chỉ có ông Dương Nghiễm Mậu viết văn chứ không thấy mần thơ, dù là thơ cuối đời. Hai ông khét tiếng, một ông họa một ông văn này, là hai ông anh rể của Nghiêm. Cả một nhà…văn học. Tiếc rằng Nghiêm chỉ có hai bà chị, nếu không toàn gia có thể thành lập được nguyên một…văn đoàn!

Nghiêm có khiếu về chuyện nhớ thơ Bút Tre và thơ Bảo Sinh. Thỉnh thoảng chàng lại phun ra vài câu nghiêng ngả cả bàn nhậu. Đại khái như: *Vợ là cửa cái / Bạn gái là cửa sổ / Càng nhiều cửa sổ càng sang / Cửa cái anh vẫn đàng hoàng vào ra / Vợ là cửa cái nhà ta / Lại là cửa sổ thằng cha láng giềng".* Thích thì thích thơ ngẳng của hai nhà thơ không giống ai nhưng khi làm thơ cũng bài bản như bất cứ nhà thơ nào khác.

*trăng lên rồi đó anh tề*
*noái chi thì noái (cho) em về (cả) mạ la*
*ở đây xa bãi tha ma*
*chạng vạng mẹ duyệt bài ca quy trình*
*trăng lên hay nguyệt đứng rình*
*bụi môn không thấy bóp tình sướng sung*
*hở áo tiếp rượu anh hun*
*nhiệm vụ chính trị lum khum phút này*
*giáo viên ưu tú làm đày*
*nhân thân tốt đẹp quả dày công tu*
*ba đời vô sản chim cu*
*hôm nay xổ toẹt chỉnh chu hang hùm.*

Chắc mọi người đều biết là thơ của nhà văn muốn nói tới chuyện các nữ giáo viên ở Việt Nam bị ép buộc đi tiếp rượu các quan lớn. Nghiêm luôn quan tâm tới chuyện non nước, thích quân phục, thích hình tượng cờ vàng. Đây là một điểm giống ông Luân Hoán. Nhưng cũng không giống hẳn. Một ông chưa hề mặc áo lính và một ông đã mòn mất mấy chiếc áo ka-ki. Nhưng cả hai đều có lòng với gia tài tiền nhân để lại cho chúng ta.

Hỏi Nghiêm sao không làm thơ như ông Sử Mặc, biến thân của ông Hoàng Xuân Sơn, chàng lắc đầu quầy quậy. Cùng tắm sông Hương nhưng người lên bến ni kẻ lên bến tê. Hai bến hình như ngàn dặm cách trở. Một bến nằm ở trần

*Từ trái: Phan Ni Tấn, Hoàng Chiều Nhân, Song Thao, Trương Vũ, Võ Kỳ Điền, Hồ Đình Nghiêm, Luân Hoán. (Montreal, 11/2012)*

*Song Thao và Hồ Đình Nghiêm*

gian sát sàn sạt mặt đất, một bến nằm trong mung lung của vũ trụ. Vậy mà hai anh Huế này đi đâu cũng có nhau. Tình Huế keo sơn như tình nhân. "Huế mình" mà!

Một tay văn thơ bộn bề chữ nghĩa, còn một tay nay tạm nắm cây gậy, mai mốt buông được cây gậy, anh chàng Nghiêm sẽ nắm cái chi, câu trả lời là một ẩn số. Sinh nhật năm ni, chẵn 60 năm cuộc đời, tròn một hoa giáp, chàng còn…thanh xuân, ngày tháng còn dài, biết chàng nắm cái chi? Đời thiếu chi cái đáng nắm!

*10/2017*

# HUỲNH CÔNG ÁNH, NGƯỜI VƯỢT THOÁT

Huỳnh Công Ánh là một nhạc sĩ. Anh sống với nhạc. Nhạc tranh đấu. Tháng 3 năm 1985, anh cùng các nhạc sĩ Việt Dzũng, Châu Đình An, Phan Ni Tấn, Hà Thúc Sinh và Nguyệt Ánh thành lập phong trào Hưng Ca. Trước đó, khi đi tù cải tạo anh cũng vác nhạc theo. Trong tù, khi các "đồng chí tù" bị ngồi hát, cán bộ cần một người điều khiển hát đồng ca. Anh cán bộ, người miền Bắc, hỏi: "Ai biết cầm càng?". Cả nhóm tù ngơ ngác không hiểu cầm càng là chi. Sau đó họ mới "học hỏi" được một từ mới. "Cầm càng" là bắt nhịp cho mọi người hát đồng ca. Cán bộ hỏi tiếp: "Anh nào biết hát nhạc cách mạng?". Hỏi "ngụy" hát nhạc "cách mạng" coi như bù trất. Huỳnh Công Ánh kể lại: *"Thấy mọi người ngồi yên, tôi mới hỏi lại: "Nếu cán bộ có bản nhạc có nốt thì tôi hát được". "Nốt là cái gì thế?". "Nốt là cung bậc thấp cao, viết theo ký âm pháp". Anh cán bộ coi chừng chưa hiểu, đứng nghệch mặt ra, nhưng cũng ráng hỏi: "Anh chắc làm được chứ?". "Thưa chắc". Sáng hôm sau, anh cán bộ đưa xuống đội một tập nhạc dày cộm: "Anh gì đấy? Cái anh hôm qua, đây này, anh xem và hát thử xem nào!". Hôm đó cả đội đang tập trung phê bình kiểm điểm công tác lao động. Tôi cầm tập nhạc, mở ra một trang, đó là bài hát có tựa đề là "Gái Sông La". Tôi xướng âm từng nốt nhạc và lẩm nhẩm hát lời, đến giờ nghỉ, tôi nói: "Tôi có thể hát được rồi, cán bộ!". "Đâu, anh hát đi". Khi tôi hát, anh em trong đội ai cũng lắng nghe. Xong bài, mọi người ai nấy đều vỗ tay, riêng anh cán bộ, ngạc nhiên, đứng ngẩn ra: "Thế năm nay anh*

HUỲNH CÔNG ÁNH
HỒI KÝ
VƯỢT TÙ
VƯỢT BIỂN

*bao nhiêu tuổi?". "Tôi 29". "Vậy anh nghe đài Hà Nội bao giờ mà anh biết hát?". "Tôi cả đời chưa nghe đài Hà Nội bao giờ. Tôi hát là hát theo từng nốt nhạc trong sách". "Thế nà thế lào?". "Đây là ký âm pháp quốc tế, ai có học qua nhạc lý và học xướng âm đều hát được". Anh cán bộ vẫn đớ ra chưa hiểu ký âm pháp là gì!".*

Không phải chỉ mình anh quản giáo này không hiểu ký âm pháp là cái chi chi, mà các cán bộ khác của trại cũng vậy. Tối hôm sau, anh quản giáo dẫn theo bốn anh cán bộ cấp trên của anh xuống, gọi anh Ánh đứng dậy "nàm" một bài khác thử coi. Anh mở bài "Vàm Cỏ Đông" và xướng âm hát. Năm anh cán bộ nghệch mặt ra, chỉ biết chữa thẹn: "Thế anh nàm tốt đấy!". Và anh Ánh trở thành người 'cầm càng" trong các trại tù từ Nam ra Bắc. Chính công tác "cầm càng" này đã làm lỡ cuộc vượt thoát lần thứ nhất của anh Ánh.

Anh cùng một anh bạn tên Nguyễn Ngọc Giàu đã tính chuyện trốn trại ngay từ lúc còn ở trại Long Giao trong Nam. Họ chú ý tới một lỗ hổng ở hàng rào do cán bộ trại cắt ra để lấy lối cho tù ra ngoài phát quang. Hai người toan tính sẽ chui qua lỗ hổng này để trốn trại. Giờ giấc thuận tiện là khoảng 8 giờ tối, khi tù bị họp để phê bình kiểm thảo. Thừa lúc tù đang phát biểu hăng say, hai anh sẽ lẩn trốn. Bữa hai người hẹn trốn, tên quản giáo nổi máu lười, thay vì phê bình kiểm thảo, hắn bắt đội tù hát hết bài này qua bài khác. Hát thì anh Ánh phải "cầm càng", vậy là kẹt. Đang lúc hát, anh liếc nhìn xuống phía dưới thấy chỗ anh Giàu ngồi trống trơn. Vậy là Giàu đã dọt! Sau đó có tiếng súng AK bắn ra từ chòi canh cùng với tiếng la: "Tù trốn trại! Tù trốn trại!". Nguyễn Ngọc

Giàu đã trốn thoát. Sau này anh Giàu đã vượt biên đường bộ qua ngả Căm Bốt, bị bắt và bị xử bắn tại Bình Dương.

Lần vượt thoát thứ hai của Huỳnh Ngọc Ánh xảy ra khi anh đang bị tù tại Nghệ Tĩnh, ngoài Bắc. Cũng dính vào nhạc! Để kỷ niệm 25 năm ngày thành lập hợp tác xã Tân Kỳ, Xã yêu cầu cho đội văn nghệ tù ra hát cho dân chúng nghe. Sân khấu được dựng trên sân phơi lúa của hợp tác xã đầy nghẹt khán giả. Có những người phải đi xe bò, xe ngựa từ huyện hoặc những làng mạc xa xôi từ nơi khác tới. Huỳnh Công Ánh hát hai bài: "Đi Mô Cũng Nhớ Về Hà Tĩnh" và "Lá Đỏ". Trong số khán giả có một cô tên Trần Thị Hoa say mê nghe hai bài hát này. Cô Hoa khoảng 18 tuổi, có khuôn mặt trái soan, tóc dài, cổ cao, rất xinh gái. Bạn tù của anh Ánh là nhà văn Hà Kỳ Lam, trong một bài viết sau này, đã gọi cô là "hoa khôi Tân Kỳ".

Huỳnh Ngọc Ánh kể lại phút khởi đầu của câu chuyện tình trong tù này: *"Một buổi chiều, khi đội làm gạch về, đoàn tù xếp hàng dài, xa xa có mấy vệ binh vác súng đi theo....*

*Đột nhiên bên ruộng bắp có một cô gái chạy nhanh ra, nhét vào tay tôi một miếng giấy nhỏ, rồi nhanh chân biến mất sau ruộng bắp. Anh em trong hàng ai cũng thấy rõ. Bọn nó suỵt suỵt, có đứa còn níu vai tôi: "Nó viết cái gì vậy, mở ra coi đi mày!". Lúc đó, tôi cầm miếng giấy mà cũng run, lỡ vệ binh bắt được thì quá phiền. Tôi nắm miếng giấy chặt trong tay, chưa dám mở ra coi. Mấy ông bạn trong đội lại giục: "Mở ra coi nó viết cái gì vậy mày? Mở ra đi!". Đi đến đoạn đường khuất bóng vệ binh, tôi mới dám mở ra. Trên miếng giấy nguệch ngoạc mấy chữ viết rất xấu, như chữ học sinh lớp Ba: "Em tên Hoa, em muốn làm quen với anh Ánh". Tôi cầm miếng giấy nhỏ trong tay, thấy lâng lâng như vừa uống chút rượu, có cảm giác sung sướng lạ lùng".*

Thời gian này Huỳnh Công Ánh phụ trách nấu nước cho đội làm gạch. Quản giáo tên Phương. Tên này cũng rất thích nghe anh hát. Lại dính nhạc! Anh lân la "hối lộ" bằng cách bỏ tiền ra mua gà, mua mít, mua thơm, tặng áo len cho tên Phượng. Lấy cớ đi mua đồ, anh được quản giáo Phượng cho đi xa ra ngoài nhà dân. Cô Hoa bám lấy anh, mang về giới thiệu với gia đình. Bố cô Hoa còn tính đến chuyện khi anh được thả, sẽ cưới con gái ông, định cư tại chỗ. Anh lại tính khác. Nhất định anh sẽ trốn trại. Nếu trốn trại trong bộ đồ tù tại miền Bắc sẽ không thoát được, anh toan tính chuyện giả làm cán bộ. Anh nhờ cô Hoa mua cho anh bộ đồ bộ đội với đầy đủ áo quần, dép, xà cột và giữ dùm anh, khi cần anh sẽ lấy. Ngày hành động, anh đưa ra một miếng mồi lớn cho quản giáo Phượng: mua thịt chó cho hắn. Anh xin đi bốn tiếng. Anh ra nhà Hoa lấy bộ đồ bộ đội và vượt thoát về tới

Sài Gòn trong lốt bộ đội!

Vượt thoát nhà tù, anh tính đường vượt biên. Tháng 8 năm 1980, anh ra đi trên một con tàu nhỏ dài 12 thước chở khoảng 29 người, xuất phát từ Rạch Giá. Tài công đi lạc hướng lạc vào một hòn đảo do Việt cộng chiếm giữ, bị tàu Việt cộng đuổi sát nách. Thoát được tàu Việt cộng, lại gặp tàu đánh cá Thái Lan. Ba lần cướp. Huỳnh Công Ánh đoạt quyền của tài công, điều động mọi người giúp sức cho tàu khỏi chìm. Cuối cùng gặp tàu đánh cá quốc doanh. Họ thỏa thuận kéo về một bãi vắng trên đảo Phú Quốc với giá hai cây vàng. Thân phận vượt tù, anh biết số phận mình sẽ khác với những người trên tàu, anh phải tính cái giá phải trả của anh. Khi cắt giây kéo để tàu đánh cá ra lại ngoài khơi, anh đã liều mình. *"Tôi quyết định khá nhanh. Lúc dùng cái rựa chặt sợi dây xong, thay vì đứng lại trên tàu vượt biên, tôi liệng cái rựa xuống biển, quấn chặt đầu sợi dây của tàu quốc doanh vào cánh tay, nhảy xuống nước. Khi chiếc tàu đó quay đầu chạy thì kéo tôi theo luôn. Tôi bỏ con tàu vỡ nát kia lại và chắc chắn anh em trên tàu có thể tìm cách vô bờ được. Đương nhiên là người trên tàu sẽ bị công an bắt...Lúc đó trời rất tối, không ai thấy hành động của tôi...Tôi kéo sợi dây gần về phía mình. Trời đêm hơi lạnh, lại đã đói khát nhiều ngày, ngâm mình dưới nước biển quả là một cực hình, hai hàm răng tôi đánh vào nhau lập cập, đôi khi tưởng như mình không còn sức lực để bám theo sợi dây tàu. Sợ chịu không nổi, phải buông tay rơi xuống biển, tôi lấy sợi dây kéo quấn xung quanh bụng mấy vòng. Tàu vẫn tiếp tục chạy. Thời gian trôi qua lâu lắm, ước chừng hai tiếng đồng hồ sau, tôi thật*

*sự chịu không nổi. Bên thân tàu có ống nước ấm xả ra, lúc nào thấy lạnh thì tôi lại tạt một ít nước vào người cho ấm, nhưng tình trạng này không thể kéo dài được, nên tôi đành quyết định liều mạng. Tôi nắm chặt sợi dây sát vào mình rồi bắt đầu leo lên tàu. Trên boong tàu lúc đó vắng lặng, không có ai. Gần đó có một đống lưới rất lớn, to bằng cái nhà, tôi chui vào đó, che mình bằng mấy lớp lưới nằm. Từ thời gian bị cướp, bị bắn cho đến bây giờ, tôi mới được ngủ một giấc mê mệt, không cần lo nghĩ bị cướp, bị chìm, cũng không cần phải chỉ huy ai hoặc cứu ai cả, tôi ngủ như chết!".*

Trên tàu quốc doanh anh may mắn gặp anh lính nhảy dù tên Cho, được anh bao che xuống đất liền bình an. Mối duyên với anh lính nhảy dù này kéo anh tới chuyến vượt biển thứ hai vào tháng giêng năm 1981. Lần này anh được đi chọn mua tàu, được quyền mang theo bảy người không tốn tiền, được tự lái tàu. Chuyến đi êm ả đưa anh và gia đình tới Mã Lai.

Bốn cuộc vượt thoát không phải là toàn bộ cuốn hồi ký

"Vượt Tù, Vượt Biển" của Huỳnh Công Ánh. Đời anh là một chuỗi những nguy nan khốn cùng mà nếu là người khác đã bị đè bẹp dí không ngóc lên được. Anh trì chí và can đảm. Nhưng anh cũng có số may, gặp nhiều quý nhân giúp đỡ. Tôi nghĩ chính sự quyết đoán của anh đã tạo nên những thành công trong cuộc đời anh. Đôi khi sự quyết đoán này không thể hiểu được. Như chuyện cha anh đã khuất, trở về trong giấc mơ của anh, đưa cho anh chiếc bao bằng lá chuối khô mà người nông dân hay dùng để đựng thuốc lá, ông nói ông cho anh số tiền ông dành dụm được. Trong lúc chập chờn nửa mê nửa tỉnh, anh thấy rõ ràng trên bao có con số 66. Anh vét hết tiền trong túi được bốn ngàn, cầm cái đồng hồ đeo tay được 12 ngàn, vay thêm tiền cho đủ hai chục ngàn, để đánh đề con số 66. Anh phải nhờ người đi đánh tại nhiều chủ đề mới đặt hết số tiền của anh. Kết quả anh trúng số tiền lên tới một triệu tư và trở thành triệu phú năm anh mới 22 tuổi. Đây là lần lên chức triệu phú lần thứ hai trong đời anh. Lần thứ nhất năm anh mới 19 tuổi sau một vụ làm ăn. Sau này, khi qua định cư tại Mỹ, anh đã thành công trong thương trường, trong tay có hệ thống nhà hàng Phú Kim tại Houston và hệ thống tiệm tạp hóa AM Minimart mà con số lên tới hai chục tiệm!

Thường thì dân văn nghệ như anh Ánh không có khiếu buôn bán. Nhưng Huỳnh Công Ánh lại thành công trên thương trường. Có lẽ vì anh làm nhạc…đấu tranh chăng? Giỡn chơi chút xíu, thực ra tôi nghĩ anh là người của hành động. Chuyện chi cũng nhảy vào. Và đã làm là thành công. Ngay khi còn tại ngũ, anh cũng hơn người. Anh được bầu là chiến sĩ xuất sắc của Sư Đoàn 22 Bộ Binh, được Tổng Thống tiếp tại Sài Gòn, được các thương gia thưởng cho rất nhiều tiền, được qua du lịch Đài Loan. Những ngày cuối cùng của Việt Nam Cộng Hòa, anh bôn ba trên đường rút quân theo Quân Đoàn II về tới Sài Gòn. Có nhiều dịp di tản nhưng anh từ chối vì không chấp nhận trốn chạy bỏ ngũ. Đời anh chập trùng những gian khổ nhưng anh sống có trách nhiệm, có lương tâm. Và có trước có sau.

Tất cả những người ơn trong thời gian anh ở tù, anh đều cố gắng đền đáp. Anh tù hình sự Nguyễn Đình Chiến, người đã cùng anh vượt bao nỗi gian truân đi từ Bắc vào Nam khi anh trốn tù, đã được anh mang theo khi vượt biên. Anh lính nhảy dù tên Cho giúp anh thoát trong lần vượt biên thứ nhất, anh đã nhờ người nhà tìm kiếm để tạ ơn nhưng không liên lạc được. Nhưng diều anh ân hận nhất có lẽ là chưa trả ơn được cho cô Trần Thị Hoa, người con gái yêu anh hết lòng, đã không ngại nguy khốn, chu toàn mọi thứ anh cần khi vượt ngục. Anh đã nhờ người liên lạc với cô Hoa nhưng gia đình cô đã biệt tăm. Có đòn thù nào giáng xuống gia đình cô không? Anh chỉ biết dùng nhạc để cảm kích mối tình vô vọng của người con gái mới 18 tuổi.

*Em bên nớ chừ ra sao rồi nhỉ*
*Bờ tre xưa đã mấy độ lên măng*
*Giòng sông Hiếu đã bao mùa nước lũ*
*Và nương ngô, gốc sắn có còn xanh*
*Ơi! Người em Nghệ Tĩnh*
*Môi có còn đỏ*
*Má có còn hồng*
*Mắt có còn tình như trời xanh mênh mông?*

Bài hát này đã được anh trình bày trong bữa ra mắt sách tại Montreal ngày 17 tháng 9 năm 2017 vừa qua. Tôi nghĩ chắc anh đã và sẽ trình bày trong tất cả các lần anh giới thiệu cuốn hồi ký này tại bất cứ nơi đâu. Vì đó là món nợ đường dài, chẳng biết bao giờ anh mới trả được.

Hồi ký "Vượt Tù, Vượt Biển" được viết bằng song ngữ Anh Việt, phần tiếng Việt dày 400 trang, phần tiếng Anh 438 trang, bìa dày, in trên giấy vàng nhạt rất sang cả. Phần Anh Ngữ sẽ giúp ích rất nhiều cho người ngoại quốc biết về những oan khiên mà dân tộc Việt Nam phải hứng chịu khi bị đồng minh bán đứng. Giới trẻ hải ngoại cũng có thể hiểu rõ về thời gian nan của thế hệ cha anh ở Việt Nam.

Cuốn hồi ký được viết bằng một giọng văn bình thản, nhẹ nhàng, không cường điệu, không màu mè, đánh động được vào tâm hồn người đọc. Những con chữ như mang lại thân tình và tin cậy cho độc giả. Ít khi tôi đọc một cuốn sách dày trong một thời gian ngắn như khi đọc cuốn hồi ký hấp dẫn này.

Khi gặp mặt tác giả, cái đập vào mắt tôi là sự vững chãi và quyết đoán trong con người và dáng dấp của anh. Tôi nghĩ anh có thể khuất phục người khác một cách dễ dàng. Một hàm râu quai nón bao trùm khuôn mặt vuông vức quả cảm, một chiều cao quá khổ của một người Việt trung bình, một dáng đi vững vàng tự tin, một nụ cười hiền hòa ấm áp, tất cả đã tạo thành một cái uy ngầm trong con người anh.

Tôi bất giác nghĩ tới nhân vật Từ Hải của cụ Nguyễn Du. *Râu hùm, hàm én, mày ngài / Vai năm tấc rộng, thân mười thước cao.* Anh chàng Từ Hải mặc *complet* này thật dễ nể!

*09/2017*

biết đâu chừ nghênh ngang

ít ra cũng tiến sĩ
tệ lắm phó giáo sư
có đâu chỉ ông cử
ngành ngoại giao sật sừ

"nói đi phải nói lại"
ở đâu ông cũng ngon
miền Nam vẫn số một
để lập nghiệp, sinh tồn

ông chánh nghề công chức
ngạch trật loại thầy thông
viết báo nghề tay trái
tay giữa chăm hoa hồng

trước bảy lăm đã dạo
tìm sợi nhỏ Hoa Kỳ
hình như chưa khá mấy
chưa gầy giống được gì

đổi đời, ông "cải tạo"
đồng loạt như mọi người
cũng lao động đủ bộ
đúng tiêu chuẩn trời ơi

may được về khá sớm

trổ nghề bán thuốc tây
bán cà phê nước ngọt
tập lè phè, phây phây

đời chưa dừng o bế
ông được đi nước người
không cần chạm biển cả
lướt mây, ngồi rung đùi

trong những ngày phỏng vấn
trời xui tôi gặp ông
nhìn nhau vẫn thủ thế
mặt đâu dễ biết lòng

chẳng thể để hồi tưởng
trôi theo dòng ngũ ngôn
nhắc sơ đủ sống lại
một thời bỏ giang sơn

vợ chồng có duyên nợ
bè bạn có chi hè ?
chắc là sự tương kính
đồng cảm, không màu mè

quen ông, một hạnh phúc
có chỗ để khi buồn
gọi ông xả ra bớt
vài phần mười bi thương

*Tôi cũng không nhờ ai viết nữa. Hãy đi bằng đôi chân của mình, nhất là bi chừ Nghiêm có thêm một chân nữa. Đùa chơi tí chút cho vui. Ý muốn nhắc lời các cụ: vững như kiềng ba chân!*

HĐN: Thành thật cảm ơn nhà văn Song Thao, thay vì đi cà phê đã đóng cửa ngồi nhà, mở khi tôi vừa đưa tay gõ. Cho tôi kính gửi lời thăm chị, người cùng quê cũ với tôi.

ST: *Cám ơn Nghiêm đã cho tôi cơ hội nói nhăng nói cuội cho vui. Niềm vui hình như hao hụt theo thời gian, có thêm chút nào quý chút nấy.*

*Cám ơn lời thăm hỏi người cùng quê Huế mình. Hay là "phố mình"?*

*07/2017*

# "THỜI NAY" VÀ TUỔI THƠ CỦA TÔI

Minh Ngọc

Tối thứ năm 31 tháng 8 đọc thấy tin từ nhà văn Song Thao cho biết ông Nguyễn văn Thái vừa từ trần tại Sài Gòn, sau đó có hình ảnh từ nhà văn Thiếu Khanh về lễ viếng ông Thái, tôi bồi hồi cảm xúc, những tháng ngày thơ ấu như tập sách cũ lâu năm đóng bụi thời gian bỗng mở ra, tươi sáng rõ ràng như mới hôm qua. Những cái tên này có thể không có ý nghĩa với nhiều người nhưng đã đồng hành với tôi suốt bao năm tháng từ hồi mới biết giở sách đọc chữ. (Ngồi đây viết lại theo trí nhớ vì trong tay hiện không có cuốn Thời Nay

Nay. Cô có những thiên phóng sự nhiều kỳ rất đặc sắc về những chủ đề trong xã hội như "Con không cha", "Đàn ông ngoại quốc nghĩ gì về đàn bà VN" ký tên "cô Minh Đức". Cô có lối viết giản dị mà sắc bén, lôi cuốn, những chủ đề vui cô cũng rất hóm hỉnh trào lộng. Có dạo cô viết phóng sự vui nhiều kỳ "Ôi đàn ông", sau đó lại xuất hiện "Ôi đàn bà" mà cô giải thích là vì bị độc giả nam giới khiếu nại quá nhiều nên cô phải viết để đảm bảo lẽ công bằng! Cô đi ngoại quốc rất nhiều và thỉnh thoảng có một ký sự vui. Những trang cuối Thời Nay thường dành cho truyện dài nhiều kỳ của cô như Phi lễ, Thiên Nga, Bên ni bên tê. Khi viết truyện dài, giọng văn cô tuy gai góc bướng bỉnh nhưng vẫn mềm mại nữ tính. Dù sao đọc văn cô tôi vẫn tưởng tượng cô là một phụ nữ mạnh mẽ, độc lập kiểu nữ quyền (*feminist*). Mãi tới khi ra hải ngoại thấy hình cô, một phụ nữ mảnh mai xinh đẹp, thanh lịch, tôi mới tin đó là tác giả những dòng thơ yêu đương mãnh liệt mà nhạc sĩ Phạm Duy đã làm cho bất tử với hai bản nhạc "Đừng bỏ em một mình" và "Kiếp nào có yêu nhau". Cô vừa mất cách đây không lâu.

Một cộng sự nhiệt tình khác của Thời Nay là Song Thao. Ông đi đây đi đó nhiều theo nhu cầu công việc, đi đến đâu ông không quên gửi một ký sự cho độc giả cùng thưởng thức. Từ Manila, Hương Cảng, Hán Thành, Đông Kinh, đến New York, Washington DC, Los Angeles ... độc giả đi du lịch theo ngòi bút sống động đầy hình tượng của ông với những chuyện vui chuyện buồn. Hồi đó còn nhỏ xíu tôi rất mê đọc ký sự Song Thao, đọc đi đọc lại, mơ ước một ngày đặt chân đến những nơi ấy. Bây giờ đi du lịch đã nhiều, những ấn

*Song Thao và nhà văn Minh Ngọc (Montreal, 07/2017)*

tượng đầu tiên vẫn còn nguyên vẹn khi đọc lại những ký sự này in trong tập "Dấu chân lang bạt" ông xuất bản năm ngoái. Mục "Những điều trông thấy" của Song Thao điểm những sự kiện nổi bật bằng ngòi bút châm biếm sắc bén, nhiều lần nằm dưới lưỡi kéo kiểm duyệt. Ngoài phiếm luận thường xuyên, Song Thao còn giữ mục "100 cuốn tiểu thuyết hay nhất thế giới", mỗi kỳ tóm tắt một tác phẩm cổ điển rất cô đọng mà diễn cảm. Lúc ấy tôi đọc ông viết về Jane Eyre

(Charlotte Bronte), Đỉnh gió hú (Emily Bronte), Phù hoa giả dối (William Thackeray), David Copperfield (Charles Dickens) … Lên cấp hai, đủ trình độ đọc các tác phẩm này trọn vẹn, bài giới thiệu của Song Thao vẫn là cảm hứng ban đầu giúp tôi say mê những nhân vật trong sách. Sau này, khi cộng tác với tạp chí Văn của nhà văn Nguyễn Xuân Hoàng, thấy tên Song Thao dưới một truyện ngắn, tôi hỏi có phải đó là Song Thao của Thời Nay không, ông Hoàng bảo "đúng rồi" mà ngạc nhiên không hiểu sao tôi biết Thời Nay! Hay tin ông đã ở Canada, vẫn viết rất mạnh, thiên về truyện ngắn, tôi mừng vì biết thân phận những người cầm bút còn ở lại rất lao khổ. Máu viết phiếm luận và ký sự vẫn còn tươi trong Song Thao nên ông viết đều đặn, đã xuất bản tới cuốn "Phiếm" số 19. Ông cho biết những truyện ngắn ký tên Tạ Sương Phụng, Phượng Uyển trên Thời Nay cũng là của ông.

Khi nhớ lại giai đoạn "đổi đời" của người dân Sài Gòn, tôi cứ nghĩ về ông Thái. Gầy dựng, nuôi nấng tờ tạp chí và nhà in với tất cả tâm huyết qua mười lăm năm nhiều biến động chính trị đến khi chứng kiến nó bị khai tử, hủy diệt, chắc ông phải đau lòng lắm? Phạm Ngũ Lão bây giờ là khu Tây ba-lô xô bồ xô bộn với đủ loại dịch vụ to nhỏ mọc lên như nấm, không còn dấu vết gì của khu báo chí ngày xưa. Tôi thử tìm trên *google* địa chỉ 217 thì thấy một khách sạn mini, không còn giống gì hình tòa soạn Thời Nay mà nhà văn Song Thao gởi cho tôi xem. Không biết số nhà có thay đổi không, thật đúng là nơi tòa soạn cũ chắc tôi chẳng bao giờ muốn đi ngang nếu là ông Thái.

Tạ thế ở tuổi chín mươi, ông đã chứng kiến lẽ đời thăng

**Phiếm 8** (Nhân
**Phiếm 9** (Nhân
**Phiếm 10** (Nhân
**Phiếm 11** (Nhân
**Phiếm 12** (Nhân
**Tuyển Tập Truy**
(Nhân
(In lần
**Phiếm 13** (Nhân
**Tuyển Tập Truy**
(Nhân
**Phiếm 14** (Nhân
**Tuyển Tập Truy**
(Nhân
**Tuyển Tập Truy**
(Nhân
**Phiếm 15** (Nhân
**Phiếm 16** (Nhân
**Phiếm 17** (Nhân
**Phiếm 18** (Nhân
**Dấu Chân Lang**
**Phiếm 19** (Nhân
**Phiếm 20** (Nhân

*Tang lễ ông Nguyễn văn Thái, Giám Đốc Bán Nguyệt San Thời Nay (09/2017)*

trầm bể dâu, có thể cuối đời ông cũng chẳng còn tiếc nuối gì. Thời Nay bị khai tử nhưng nó không chết trong lòng độc giả ái mộ và thế hệ hậu sinh như tôi. Xin vĩnh biệt ông, thần tượng tuổi thơ của tôi, một thời ôm Thời Nay đọc giấu dưới gối!

*Tháng 9/2017*

www.ingramcontent.com/pod-product-compliance
Lightning Source LLC
LaVergne TN
LVHW090222051026
849517LV00001B/160
* 9 7 9 8 8 6 9 3 5 0 5 5 8 *